ஆன்டன் செகாவ் சிறுகதைகள்

தமிழில்:

எம்.கோபாலகிருஷ்ணன்

நூல் வனம்

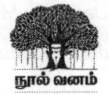

ஆன்டன் செகாவ் சிறுகதைகள்
சிறுகதைகள்
தமிழில்: எம்.கோபாலகிருஷ்ணன்

Anton Chekov Stories
Stories
In Tamil: M. Gopalakrishnan

Published by: *Noolvanam*, M22, Sixth Avenue
Alagapuri Nagar, Ramapuram
Chennai - 600 089. +91 91765 49991
Email: noolvanampublisher@gmail.com

ISBN: 978-81-9337-363-4

First Edition: July 2021
Second Edition: March 2022
Third Edition: January 2024
176 Pages   Price Rs. 250

Book Design by Manikandan
Printed and bound in India by *Ramani Print Solution*, Chennai.

ஆன்டன் செகாவ்
சிறுகதை முதல்வர்

உலக அளவில் புகழ்பெற்ற ரஷ்ய எழுத்தாளர்களின் பட்டியலில் தல்ஸ்தோய்க்கும் தஸ்தயேவ்ஸ்கிக்கும் அடுத்திருப்பவர் ஆன்டன் செகாவ். முந்தைய இருவரும் நாவல்களில் செய்திருக்கும் சாதனைக்கு நிகராக செகாவ் சிறுகதைகளில் நிகழ்த்தியிருக்கிறார்.

தமிழில் அன்னா கரீனினா, புத்துயிர்ப்பு, போரும் அமைதியும், கரம்சோவ் சகோதரர்கள், குற்றமும் தண்டனையும், அசடன் என பெரும் நாவல்கள் மொழிபெயர்க்கப்பட்ட அளவுக்கு தீவிரமான மொழியாக்கங்கள் செகாவின் கதைகளுக்கு இல்லை.

ரஷ்யாவின் அன்றைய எழுத்தாளர்களின் அரசியல் நிலைக்கு எதிரான ஒரு நிலைப்பாட்டை செகாவ் கொண்டிருந்ததே அதற்குக் காரணமாக இருக்கமுடியும். இலக்கிய விமர்சனத்தை பெருமளவில் அரசியல் நிலைப்பாடுகளே தீர்மானித்திருந்த காலகட்டத்தில், ஒரு படைப்பு சமூகத்துக்கு அது தரும் 'செய்தி'யைக் கொண்டே அளவிடப்பட்டது. அந்த எழுத்தால் பொது மக்களுக்கு என்ன பயன் என்ற கேள்வி முதன்மையாக முன்வைக்கப்பட்டது. எழுத்தாளன் பிரச்சினைகளுக்கான தீர்வைச் சுட்டுபவனாகவும் சமூக நீதிக்கான போராட்டத்தில் பங்கெடுப்பவனாக இருக்கவேண்டும் என்று வலியுறுத்தப்பட்டது. அவனது படைப்பு 'வாழ்க்கைக்கு உண்மையாக'வும் சமூக அறம் சார்ந்த துலக்கமான ஒரு செய்தியைக் கொண்டிருப்பதாகவும் இருக்கவேண்டும் என்று சொல்லப்பட்டது. இந்த நிலையில்தான் செகாவ்

'அன்யுதா'வையும் 'ஈஸ்டர் இர'வையும் எழுதினார். 'ஒரு நல்ல சிறுகதையென்பது அரசியல் சமூக பொருளாதாரம் குறித்த நீண்ட பிரசங்கங்களைக் கொண்டிருக்கக்கூடாது' என்பதை வரையறையாகக் கொண்டிருக்கும் ஒருவரைப் பற்றி எப்படி மதிப்பிடுவார்கள்? செகாவின் கருத்து 'கலை கலைக்காக' என்பதாகவும் எழுத்தாளனின் சமூகக் கடமையை மறுப்பதாகவும் கலையின் பயன்பாட்டு மதிப்பை வலியுறுத்தும் மரபை மீறுவதாகவும் விமர்சிக்கப்பட்டது.

மரபான கதைசொல்லல் முறைக்கு மாறாக புதிய வகையான கதைகளை உருவாக்கியதோடு மட்டுமல்லாமல் எழுத்தாளனைப் பற்றிய புதிய எண்ணத்தையும் ஏற்படுத்தினார் செகாவ். எழுத்தாளன் என்பவன் ஒதுங்கி நின்று கவனிப்பவன், மிகையாக உணர்ச்சிவசப்படாமல் கட்டுப்பாடுடனும் பணிவுடனும் கொள்கை சார்ந்த அதிகப்பிரசங்கித்தனங்களையும் அறம் சார்ந்த தீர்வுகளை முன்வைக்கும் ஆவலையும் அபாரமான எண்ணங்களை உருவாக்கும் தற்பெருமையையும் தவிர்த்து, தன் எழுத்தை நம்பகத்தன்மையுடனும் துல்லியத்துடனும், கட்டமைக்கும் ஒரு தொழில்நுட்ப நிபுணன் என்னும் புதிய சித்திரத்தை அவர் அளித்தார். பெரும்பாலும் அவரும் அப்படித்தான் இருந்தார், இருக்கவும் விரும்பினார். கொள்கை சார்ந்த விஷயங்களில் தனக்கு இருக்கும் போதாமையைக் குறித்த தெளிவு அவருக்கு இருந்தது. "அரசியல், மதம், தத்துவம் சார்ந்த உலகளாவிய பார்வை என்னிடம் இல்லை. மாதம் ஒரு முறை அவற்றை நான் மாற்றிக்கொள்கிறேன். எனவே, என்னுடைய கதாபாத்திரங்கள் எவ்விதம் காதலிக்கிறார்கள், மணம் செய்கிறார்கள், குழந்தை பெற்றுக்கொள்கிறார்கள், மாண்டு போகிறார்கள், எப்படி பேசுவார்கள் என்பதோடு அவர்களைப் பற்றிய விவரிப்புகளை நான் நிறுத்திக்கொள்கிறேன்" என்று நண்பர் ஒருவருக்கு எழுதினார். அதுதான் எழுத்தாளனின் வேலை என்றும், அதுவே போதுமானது என்றும் கருதினார்.

"தனக்குப் புரிந்த ஒன்றைக் குறித்து மட்டுமே ஒரு கலைஞன் கருத்து சொல்ல முடியும். வேறெந்த ஒரு துறை நிபுணனுக்கும் இருப்பதுபோலவே எழுத்தாளனுடைய எல்லைகளும் மிகக் குறுகியவை. அதைத்தான் நான் திரும்பத் திரும்ப வலியுறுத்துகிறேன். எழுத்தும் கலையும் அனைத்துக்குமான

பதில்களைக் கொண்டது, அங்கு கேள்விகளுக்கு இடமில்லை என்று யாரேனும் சொல்வாரென்றால் அவர் ஒரு வரியைக் கூட எழுதியிருக்க முடியாது அல்லது புனைவைக் குறித்து எளிய அறிவும்கூட அவருக்கு இருக்காது என்று உறுதியாகச் சொல்லலாம். கலைஞன் ஊன்றி கவனிக்கிறான், வேண்டியதை தேர்ந்தெடுக்கிறான், ஊகிக்கிறான், பிறகு எல்லாவற்றையும் ஒன்றிணைக்கிறான். தான் என்ன செய்கிறோம் என்பதைப் பற்றிய தெளிவு எழுத்தாளனுக்கு இருக்கவேண்டும் என்று எண்ணுவதில் தவறில்லை. ஆனால், கேள்விகளுக்கான பதில்களை சொல்வதை விடவும் கேள்விகளை சரியான முறையில் முன்வைப்பதுதான் அவனது முக்கியமான வேலை."

கதைகளுக்கான கருவைத் தீர்மானிக்கும் தற்செயல் தன்மைக்கு அவர் தந்திருக்கும் இடமும், நுட்பமான விபரங்களை கதையில் அடுக்கியிருக்கும் விதமும் முழுமையை ஒன்றிணைக்கும் பொதுவான அம்சமொன்று இல்லாதிருப்பதும்தான் அவருடைய தனித்தன்மையாகக் கருதப்படுகிறது. ஒரு கலைஞனாக அவருடைய பெரும் குறையும் அதுவேதான்.

செகாவின் மீது பெரும் மரியாதையைக் கொண்டிருந்தார் தல்ஸ்தோய். இருவருக்குமிடையே நல்ல நட்பு இருந்தது. ஆகஸ்டு 1895ம் ஆண்டு, அவருடைய இல்லத்துக்கு செகாவ் முதன்முறையாக வந்து சென்ற பிறகு, தன் நாட்குறிப்பில் எழுதியிருக்கிறார் "மிகவும் ஆசிர்வதிக்கப்பட்ட ஒருவர். நல்ல மனம் கொண்டவராய் தெரிகிறார். ஆனால் இதுவரையிலும் அவருக்கென்று ஒரு தீர்க்கமான பார்வை இல்லை." ஒரு நாடக ஆசிரியராக செகாவின் மீது அவருக்கு நல்ல மதிப்பு இல்லை. அவரது நாடகங்களில் எதுவுமே நிகழ்வதில்லை என்றும் அறம் சார்ந்த தெளிவின்றி இருப்பதாகவும் தல்ஸ்தோய் நம்பினார். ஆனால் செகாவின் சிறுகதைகள் அவருக்குப் பிடித்திருந்தன. அனைத்துக்கும் மேலாக செகாவ் எனும் மனிதரை அவர் நேசித்தார். 'செகாவை எனக்குப் பிடித்திருக்கிறது என்பதை நினைத்து நான் மகிழ்கிறேன்' என்று தன் நாட்குறிப்பில் தல்ஸ்தோய் எழுதியிருக்கிறார்.

ஆனால் அவருடைய காலத்தின் முக்கியமான விமர்சகராக இருந்த நிகோலாய் மிகைலோவ்ஸ்கி "அசலான தன் ஆற்றலை

செகாவ் வீணடிக்கிறார்" என்று செகாவின் மீது கடுமையான விமர்சனத்தை முன்வைத்திருந்தார்.

செகாவ் தன் மீது தொடுக்கப்பட்ட விமர்சனங்களுக்கு பதிலளிக்கும் விதமாக நண்பர் ஒருவருக்கு எழுதியுள்ள கடிதத்தில் குறிப்பிடுகிறார் "நான் எழுதியுள்ள வரிகளுக்கு நடுவில் பொதுப்போக்குக்கு எதிரான அம்சங்களைத் தேடிக் கண்டுபிடித்து என்னை ஒரு தாராளவாதியாகவோ அல்லது பழமைவாதியாகவோ நிறுவ முனைபவர்களைக் கண்டுதான் அஞ்சுகிறேன். நான் தாராளவாதியோ, பழமைவாதியோ அல்லது படித்தவனோ, முற்றும் துறந்தவனோ அல்லது அலட்சியப்போக்கு கொண்டவனோ அல்ல. சுதந்திரமான கலைஞனாகவே இருக்க விரும்புகிறேன், வேறொன்றுமில்லை. இவர்களில் யாரேனும் ஒருவராக இருப்பதற்கான ஆற்றலை ஆண்டவன் எனக்குத் தரவில்லை என்று வருந்துகிறேன்."

விமர்சகர்களின் மீது அவருக்கு மரியாதை இருந்ததில்லை. "நானும் எனது கதைகளின் விமர்சனங்களைத் தொடர்ந்து படித்து வருகிறேன். ஒருமுறை கூட உருப்படியான கருத்தையோ அல்லது நுட்பமான விமர்சனத்தையோ எவரும் எழுதியதில்லை. உழுது கொண்டிருக்கும் குதிரையை அனாவசியமாக தொல்லைப்படுத்தும் ஈயைப் போலத்தான் விமர்சகர்கள் இருக்கிறார்கள்" என்று எழுதியுள்ளார்.

வேறெந்த எழுத்தாளர்களை விடவும் கூடுதலான கருணை மனம் கொண்டவர் செகாவ். ஆனால் அவரது கதைகள் வேறெவர் எழுதியதைவிடவும் இரக்கமற்றவையாக அமைந்திருப்பது வேடிக்கை. தன் எழுத்தில் தொடர்ந்து தன்னை வெளிப்படுத்திக்கொண்ட, அதே நேரத்தில் தொடர்ந்து அதை மறுத்தும் வந்திருக்கிறார்.

மோதல்களற்ற சாதாரண சூழ்நிலைகளின் பின்னணியில் உலவும் கதாபாத்திரங்களைக்கொண்டு ரஷ்ய வாழ்வை நம்பகத்தன்மையுடன் காட்ட முயல்கின்றன செகாவின் கதைகள். யதார்த்தவாதியான செகாவ் தனது கதா பாத்திரங்களின் மேல் விலகலுடன்கூடிய விசித்திரமான இரக்கபூர்வமான அனுதாபத்தை காட்டுகிறார். கருணையும் மன்னிக்கும் குணத்தையும் கொண்ட அவர் கடுமை காட்டிய தில்லை. கோட்பாடுகளை அடியொற்றி தண்டிக்கவும் முனைந்ததில்லை.

தனது கதாபாத்திரங்களின் மன உணர்வுகளுக்கு அதிக அழுத்தத்தைத் தந்தவர் செகாவ். கதாபாத்திரங்களை விரிவாக சித்தரிப்பதற்கான இடத்தை சிறுகதைகள் அனுமதிப்பதில்லை என்பதை தெளிவாக உணர்ந்திருந்த செகாவ் வாசகரின் மனத்தில் நுட்பமான சலனங்களை ஏற்படுத்தி அவற்றின் வழியாக கதாபாத்திரங்களை பதியச் செய்தார். இதற்கு அவர் மிக சாமர்த்தியமாக உரையாடல்களை பயன்படுத்தினார். கதைக்குள் நடக்கும் சம்பவங்களை விவரிப்பதற்கு பதிலாக உரையாடல்களின் வழியாக நிகழ்த்திக் காட்டும் இந்த நுட்பத்தை செகாவின் பல கதைகளிலும் காணமுடியும்.

2

செகாவின் எழுத்து வாழ்க்கையை மூன்று முக்கிய கால கட்டங்களாகப் பிரித்து பார்க்கலாம். ஆரம்ப காலத்தில் தனது கல்விக்காகவும் அன்றாடத் தேவைகளுக்காகவும் பிரபல பத்திரிகைகளில் சுவாரஸ்யமான வாழ்வியல் சம்பவங்கள், விநோதமான மனிதர்கள் என்பதுபோல நிறைய எழுதினார். அவற்றில் பெரும்பாலானவை நகைச்சுவை உணர்வு ததும்புபவை. மேலோட்டமானவை. *1880* முதல் *1887* வரையிலான இந்த முதல் காலகட்டத்தில் எழுதப்பட்டவை அத்தனை முக்கியமற்றவை என்றபோதும் அவற்றில் சுருக்கமான தொடக்கம், நுட்பமான விவரணைகளின் வழியாக கதாபாத்திரத்தை செறிவுடன் வார்ப்பது, மனமோதல்கள், எதிர்பாராத முடிவு போன்ற செகாவின் தனித்துவமான அடையாளங்கள் பலவும் இடம்பெற்றிருந்தன. *1884*ம் ஆண்டு வெளியான செகாவின் முதல் சிறுகதைத் தொகுப்பான Tales of Melpomene வில் இடம்பெற்றிருந்த கதைகளில் பல இத்தன்மைகளைக் காணமுடியும். 'குறும்புக்காரச் சிறுவன்', 'ஒரு எழுத்தரின் மரணம்', 'மெலிந்தவனும் பருத்தவனும்', 'பச்சோந்தி', 'வேட்டைக்காரன்' ஆகியவை இந்த காலகட்டத்தில் எழுதப்பட்டவை. *235* கதைகள் இந்தக் காலகட்டத்தில் எழுதப்பட்டவை என்று குறிப்புகள் உள்ளன.

1888 முதல் *1893* வரையிலான இரண்டாவது கால கட்டத்தில் ஒழுக்கம், தீமையை எதிர்ப்பது, நற்பண்புகள் ஆகியவற்றை முன்வைத்த தல்ஸ்தோயின் ஒழுக்கம் சார்ந்த கொள்கையினால் பெரிதும் ஆட்கொள்ளப்பட்டிருந்தார்

செகாவ். இந்த இரண்டாவது காலகட்டத்தில் எழுத்து முறையிலும் கதைகளில் கையாளும் கருப்பொருட்களிலும் பரீட்சார்த்தமான சிலவற்றை முயன்றார். வெறுப்பு, அற்பத் தனம், மரணம் ஆகியவற்றுக்கு மாறான வாழ்வின் அழகையும் உணர்வு நிலையையும் அணுகிப்பார்க்கும் விதமான கதைகளை எழுதிப் பார்த்தார். 1890ம் ஆண்டு கிழக்கு சைபீரியாவில் சகலின் என்ற இடத்திலிருந்த வதை முகாமை சென்று பார்த்த பின்பு மனித வாழ்வின் துயரங்களுக்கு தல்ஸ்தோயின் கொள்கைகளால் பலனில்லை என்பதை உணர்ந்தார். இந்த சமயத்தில் அவருக்குள் நிகழ்ந்த உளமாற்றம் அவரது மூன்றாவது காலகட்டத்தைத் தீர்மானித்தது. ‘ஸ்டெப்பி’, ‘பந்தயம்’, ‘முதியவனின் நாட்குறிப்பிலிருந்து...’, ‘குடியானவப் பெண்கள்’, ‘மனைவி’, ‘அண்டைவீட்டார்’, ‘ஆறாவது வார்டு’ ஆகியவை இந்தக் காலகட்டத்தில் எழுதப்பட்டவை.

1894ம் ஆண்டிலிருந்து அவரது இறுதிக் காலம் வரைக்குமான மூன்றாவது பருவத்தில்தான் மிகவும் சிக்கலான தனித்துவம் கொண்ட சிறுகதைகளையும் நாடகங்களையும் அவர் எழுதினார். ‘கருந்துறவி’, ‘ரோத்சீல்டின் பிடில்’, ‘கழுத்தில் ஆடும் அன்னா’, ‘மாடவீடு’, ‘நெல்லிக்கனிகள்’, ‘நாய்க்காரச் சீமாட்டி’, ‘பேராயர்’, ‘மணமகள்’ ஆகியவை இந்தக் காலத்தில் எழுதப் பட்டவை.

நாற்பத்தி நான்கு ஆண்டுகள் வாழ்ந்த செகாவ் மொத்தமாக ஐநூறுக்கும் மேற்பட்ட கதைகளை எழுதியுள்ளார். இவை பதிமூன்று தொகுதிகளாக வெளிவந்துள்ளன. இவை தவிர அவருடைய கடிதங்களும் நாட்குறிப்புகளும் தனியாக தொகுக்கப்பட்டுள்ளன.

மாபசானின் கதைகளிலிருந்து எடுத்துக் கொண்ட சொற்சிக்கனம், செறிவு, கவித்துவம், குறிப்புணர்த்தும் தன்மை ஆகியவற்றை இணைத்து புதிய கதைகளை அவர் உருவாக்கினார். குறிப்பாக, கதைகளே இல்லாத கதைகள். அவருடைய பல கதைகளிலும் குழந்தைகளின் பார்வையில் சொல்லப்பட்டுள்ளன. குழந்தைப் பருவத்தின் நினைவு களாகவும் அமைந்துள்ளன. குழந்தைப் பருவத்தின் கனவுகளையும் கதைகளில் அவர் கையாண்டிருக்கிறார். பெண்களுக்கான இடம் குறித்த கேள்விகளை எழுப்பும்

நுட்பமான கதைகளை எழுதியுள்ள அவரது கடைசிக் கதையான 'மணமகள்' பெண் சுதந்திரம் குறித்த அபாரமான ஒன்று. கிறித்துவ மதம், தேவாலயங்களின் பல்வேறு வழிபாட்டுச் சடங்குகள், பாதிரியார்கள், மதகுருக்கள், பேராயர்களின் அகவுணர்வுகள் ஆகியவற்றைக் குறித்த செறிவான பல கதைகளை எழுதியுள்ளார்.

'என்னைப் பொறுத்தவரையிலும் கதையை எழுதி முடித்த பிறகு கதையின் ஆரம்பத்தையும் முடிவையும் நீக்கிவிடவேண்டும். ஏனெனில் எழுத்தாளர்களாகிய நாம் பெரும்பாலும் பொய் சொல்வது அந்த இடங்களில்தான்' என்று செகாவ் சொல்வது மிக முக்கியமான ஒன்று.

செகாவின் பல கதைகளின் முடிவுமே பல்வேறு திறப்பு களைக் கொண்டவையாகவே அமைந்திருப்பதை கவனிக்கலாம். செறிவாகவும் சுருக்கமாகவும் துல்லியமாகவும் வாழ்வின் ஆழத்தினுள் தேடித் திளைத்தவை அவை. தன் கதாபாத்திரங்களின் உள்ளார்ந்த விருப்பங்களை அப்பட்டமாகத் திறந்து வைத்தவர் செகாவ். சிக்கலான கதைக் களங்களையோ தெளிவான முடிவுகளையோ கொண்டவையல்ல அவருடைய கதைகள். அனைவரும் காணக்கூடிய மிக சாதாரணமானவற்றின் மீது கவனத்தை குவிப்பதன் மூலமாக விசேஷமான சூழலை உருவாக்கி அதை கவிதையைப்போலவோ அல்லது மனதை உலுக்குவது போலவோ மாற்றிவிட வல்லவை.

'அவருடைய கதைகளில் ஒன்றை நீங்கள் சொல்ல முயலும்போது சொல்வதற்கு எதுவுமேயில்லை என்பது தெரியவரும்' என்று சாமர்செட் மாம் குறிப்பிட்டிருப்பதையும் கவனிக்கலாம்.

செகாவ் ஒரு நல்ல சிறுகதைக்கான ஆறு விதிகளை வலியுறுத்து கிறார். ஒன்று, அரசியல் சமூக பொருளாதார இயல்புகளைக் குறித்த நீண்ட பிரசங்கங்கள் இல்லாமல் இருப்பது. இரண்டாவது, முற்றிலும் புறவயமான அணுகுமுறையைக் கொண்டிருப்பது. மூன்றாவதாக கதாபாத்திரங்களையும் பொருட்களையும் உள்ளது உள்ளவாறு சித்தரிப்பது. நான்காவது, செறிவான கதை அமைப்பு. ஐந்தாவதாக, துணிச்சலும் அசலான தன்மையும் கொண்டிருப்பதோடு ஒரே

வாசிப்பாக இல்லாமல் பார்த்துக்கொள்வது. கடைசியாக, பரிவு. எழுத்தின் மீதான செகாவின் அணுகுமுறையை மிகச் சரியாக வரையறுப்பவை இந்த விதிகள். அவரது கதைகளில் ஆசிரியனது குரல் என்பது, முற்றிலும் தவிர்க்கப்படவில்லை என்றாலும், மிகக் குறைவான அளவிலேயே ஒலித்திருப்பதை கவனிக்கலாம். மிகச் சாதாரணமான சம்பவங்கள், கவனிக்கத் தேவையற்ற விவரணைகள், மிகக் குறைந்த உரையாடல்கள் வழியாக கதைக் கரு என்று ஒன்று இல்லாமல், ஏதேனுமொரு தனிப்பட்ட தருணத்தின் மேல் பார்வையைக் குவித்து, மிகச் சில தனித்தன்மைகளை மட்டும் காட்டி, துல்லியமானதும் தனித்துவமானதுமான ஒரு மனோநிலையை உருவாக்கித் தருவதுதான் செகாவின் தனித்துவமான சிறுகதைத் திறனாக அமைந்திருக்கிறது.

3

ஆன்டன் பாவ்லோவிச் செகாவ், ஜனவரி 29, 1860ல் ரஷ்யாவிலுள்ள அஸோவ் கடற்கரையிலுள்ள Taganrogல் பிறந்தார். ஜுலை 15ம் தேதி 1904ல் ஜெர்மனியிலுள்ள பாதன் வெயிலரில் மறைந்தார்.உலகிலேயே ஆழமற்ற கடல் என்று கருதப்படுவது அஸோவ் கடல். கருங்கடலையொட்டியுள்ள இதை செயற்கைக்கோள்களின் வழியாகப் பார்க்கும்போது கருங்கடலின் ஆழ்ந்த நீலத்துக்கு மாறாக கலங்கிய சாம்பல் நிறத்தில் காணப்படுகிறது. செகோவின் கதைகளில் காணும் மங்கலான நிறங்களுக்கு இதுவே காரணமாக இருக்கலாம் என்று கருதப்படுகிறது. நபகோவ் "புராதன வேலியின் நிறத்துக்கும் வானில் கீழிறங்கித் தவழும் மேகத்தின் வண்ணத்துக்கும் இடைப்பட்ட ஒரு கலவை" என்று இதைத்தான் குறிப்பிடுகிறார்.

செகாவின் தாத்தா பண்ணையடிமையாக இருந்து தனது விடுதலையைத் தானே தேடிக்கொண்டவர். அவருடைய அப்பா, பவுல். மளிகைக் கடைக்காரர். தகோரங்கைச் சேர்ந்தவர்களிடம் அரிசி, காபி, பாரஃபின், எலிப்பொறிகள், அமோனியா, கத்தி, வோட்கா என்று நானாவிதப் பொருட்களையும் விற்பனை செய்தார். வாடிக்கையாளர்களை ஏமாற்றும் தந்திரம் கொண்டவர். ஒருமுறை சமையல் எண்ணெயில் செத்துப்போன எலி கிடந்திருக்கிறது. அது

தெரிந்தவுடன் எண்ணெயை வெளியில் கொட்டுவதற்கு பதிலாக, பாதிரியாரைக் கொண்டு அந்த எண்ணெயைப் 'புனிதப்படுத்தி'ய பிறகு தொடர்ந்து விற்பனை செய்திருக்கிறார். அப்பாவின் இந்த குணம், தந்திரமும் மதம்சார்ந்த விஷயங்களில் கண்மூடித்தனமான ஈடுபாடும் கொண்ட, வாழ்வில் முழுமையாக தோல்வியடைந்த இந்தத் தன்மை செகாவின் கதாபாத்திரங்களில் பெரும் பாதிப்பை நிகழ்த்தியிருக்கிறது. பல கதைகளிலும் அப்பாவின் குணநலன்களைக்கொண்ட வெவ்வேறு கதாபாத்திரங்களை வெவ்வேறு பெயர்களில் காணமுடியும். மூன்று சகோதரர்களையும் ஒரு சகோதரியும் கொண்ட பெரிய குடும்பம். அவருடைய பெற்றோர்கள் எளிமையானவர்கள், அவ்வளவாய் படிப்பறிவு கிடையாது. மிகுந்த பக்தி உண்டு. செகாவுக்கு அவர்கள் மீது மிகுந்த மரியாதையும் பாசமும் உண்டு. அவர்களிடமிருந்து எப்போதும் அவர் பிரிந்து வாழ்ந்ததில்லை. 1866 லிருந்து 1879 வரையிலும் தகன்ரோகிலுள்ள கிரேக்க பள்ளியில் சேர்ந்த அவர் மரபான மதம் சார்ந்த கல்வி கற்றார். அவரது வளர்ப்புமே மதரீதியானதாகவே அமைந்தது. அவரும் சகோதரர்களும் தேவாலயத்தில் தந்தையார் ஒருங்கிணைத்த இசைக்குழுவில் சேர்ந்து பாடினார்கள். தேவாலயங்களில் அவர்கள் விவிலிய வசனங்களையும் பாடல்களையும் வாசித்தனர். மணியொலிப்பவர்களாகவும் பூசனைகளுக்கு உதவுபவர்களாகவும் சேவையாற்றினர்.

1876ம் ஆண்டு அவருடைய தந்தையாருக்கு வியாபாரத்தில் நஷ்டம் ஏற்பட்டு கடன்காரர்களிடமிருந்து தப்பிக்கவேண்டி, மாஸ்கோவில் படித்துக்கொண்டிருந்த மூத்த மகன் அலெக்ஸாண்டரிடம் சென்றடைந்தனர். அப்போது பதினாறு வயதேயான செகாவ் பள்ளிக் கல்வியை படித்து முடிக்கும்பொருட்டு தகன்ரோகிலேயே தனித்துவிடப் பட்டார். செலவுகளை சமாளிக்கவென வீடுகளில் மாணவர்களுக்கு பாடம் சொல்லிக்கொடுத்தார். மிக ஏழ்மையான வாழ்க்கையைக் கழித்தார். 1879ல் கல்வியை முடித்ததும் மாஸ்கோவில் இருந்த குடும்பத்தினருடன் சேர்ந்துகொண்டார். மருத்துவம் பயிலத் தொடங்கினார்.

குடும்பத்துக்கு உதவவும் தன் கல்விச் செலவுக்காகவும் பிரபல பத்திரிக்கைகளில் சிரிப்புத் துணுக்குகளையும் சிறிய

கதைகளையும் புனைப்பெயர்களில் எழுதத் தொடங்கினார் செகாவ். இந்த விஷயத்தில் செகாவ் தனது அண்ணன் அலெக்ஸாண்டரை பின்பற்றினார். பெரும்பாலான கதைகளை தகன்ரோகிலிருந்தபோது அவருடைய ஆசிரியர் ஒருவர் சூட்டிய 'அன்டோசா செகோந்தே' என்ற பெயரிலேயே எழுதினார். 1884ம் ஆண்டு மருத்துவக் கல்வியை முடித்த அவர் கடைசி வரை தொழில் முறை மருத்துவராக பணியாற்றவில்லை. ஆனால், தான் கற்ற மருத்துவத்தின்மேல் பெரும் மரியாதை கொண்டிருந்தார். பிற அறிவுத்துறைகளைக் கற்பதற்கும் அறிவியல்பூர்வமான தன் அணுகுமுறைக்கும் மருத்துவக் கல்வியே காரணம் என்பதில் நம்பிக்கைக் கொண்டிருந்தார். மெலிகோவாவில் இருந்த நாட்களில் எண்ணற்ற மருத்துவ முகாம்களை ஒருங்கிணைத்து விவசாயிகளுக்கும் தொழிலாளர்களுக்கும் இலவச மருத்துவம் அளித்தார். 1891, 1892 ம் ஆண்டுகளில் காலரா பரவியபோதும் அதே ஆண்டுகளில் பஞ்சம் வாட்டிய நேரத்திலும் தொண்டாற்றினார். மெலிகோவாவில் ஒரு பள்ளியையும் நிறுவினார் செகாவ். அங்குள்ளவர்களுக்கு அது சிறப்பாக அமைந்தபோது அண்டை கிராமங்களில் மேலும் இரண்டு பள்ளிகளை உருவாக்கினார். கிராமத்திலிருந்த தேவாலயத்தில் மணிக்கூண்டு ஒன்றையும் கட்டித் தந்தார். தகன்ரோகிலுள்ள நூலகத்துக்கு ஆயிரக்கணக்கான புத்தகங்களைக் கொடுத்த செகாவ் 1898ம் ஆண்டுக்குப் பிறகு தான் வசித்த யால்தாவில் கடல்சார் உயிரியில் ஆய்வகம் ஒன்றையும் நிறுவினார். இதுபோன்ற அன்றாட நடைமுறை விஷயங்களில் செகாவ் மிகுந்த ஈடுபாடு கொண்டவராகவும் ஓய்வின்றி செயலாற்றுபவராகவும் விளங்கினார். அதே நேரத்தில் இலக்கியப் பணியில் அவர் எப்போதும் தெளிவற்ற சோம்பலான மனநிலையிலேயே இருந்தார்.

பெண்களைப் பொறுத்தவரை செகாவ் அத்தனை விசுவாசமானவராக இருந்திருக்கவில்லை. அவர்மேல் காதல் கொண்ட பெண்கள் பலர். லிகா மிசினோவாவிடம் அவர் காதல் கொண்டுவிடும் நிலையில் இருந்தபோதும் 1894ம் ஆண்டு வெளிநாட்டுக்கு செல்ல நேர்ந்த சமயத்தில் குறித்த நேரத்தில் சந்திக்க முடியாமல் போனது. காதலும் முறிந்தது. 1897ல் மருத்துவமனையில் சிகிச்சையில் இருந்தபோது அருகில் இருந்த லிடியா அவிலோவா எனும் நாவலாசிரியையும்

அவரது காதலிகளில் ஒருவர். இருவருக்குமிடையிலான காதலைப் பற்றி மிகச் சில இடங்களில் சொல்லிச் சென்றிருக்கிறார். தனது கடிதங்களில் 'நிச்சயிக்கப்பட்ட' பெண்ணைப் பற்றி சொல்லியிருப்பது யாரைப் பற்றி என்பது தெரியவில்லை. அந்தப் பெண்ணின் 'மிசூஸ்' எனும் செல்லப் பெயரைத்தான் 'மாடவீடு' கதையில் வரும் தங்கைக்குப் பெயராக வைத்திருக்கிறார். 1899ம் ஆண்டில்தான் ஓல்கா நிப்பரை சந்திக்கிறார் செகாவ். மாஸ்கோ கலைக் கூடத்தில் நடித்துக்கொண்டிருந்த இளம் நடிகை. செகாவ் தன் இறுதி நாட்களில் எழுதிய 'கடல்பறவை' (Seagull) நாடகம் 1898ம் ஆண்டு அந்த நாடக அமைப்பினரால்தான் மேடையேற்றப்பட்டது. அடுத்த ஆண்டில் Uncle Vanya நாடகம் அரங்கேற்றப்பட்டது. இருவருக்கும் திருமணம் நடந்த 1901ம் ஆண்டில் வெற்றிகரமாக அமைந்த Three Sisters நாடகமும், 1904ம் ஆண்டில் அவரது மரணத்துக்கு சில மாதங்களுக்கு முன்பாக பெரும் வெற்றியாக அமைந்த The Cherry Orchard நாடகமும் மேடையேற்றப்பட்டது.

1897 ஆம் ஆண்டு மார்ச் இருபத்தி இரண்டாம் தேதி மாலை, செகாவ் தனது நெருங்கிய நண்பரும் பதிப்பாளருமான அலெக்சி சுவோரினுடன் உணவகத்துக்குச் சென்றார். எப்போதும்போல நேர்த்தியாக உடையணிந்திருந்த செகாவ் சாப்பிட உட்கார்ந்த சிறிது நேரத்தில் ரத்த வாந்தி எடுத்தார். எலும்புருக்கி நோய் அவரைத் தாக்கியிருந்தது. சிகிச்சைக்காக பாதன்வெய்லெர் நகரத்துக்குச் சென்றார் செகாவ். அவரது மனைவி ஓல்கா நிப்பர் உடன்சென்றார். அவருக்கு சிகிச்சையளித்த டாக்டர் ஸ்வோரர் செகாவின் எழுத்தை வெகுவாகப் பாராட்டினார். ஆனால் அவரைத் தாக்கியுள்ள நோயின் தீவிரத்தைக் குறித்து எதுவும் வெளிப்படையாக சொல்லவில்லை. ஆனால், செகாவுக்கு தன் உடல்நிலை சரியாகிவிடும் என்ற நம்பிக்கை இருந்தது. இறப்பதற்கு மூன்று வாரங்களுக்கு முன்னால் தன் அம்மாவுக்கு எழுதிய கடிதத்தில் இன்னும் ஒரு வாரத்தில் குணமடைந்துவிடுவேன் என்று எழுதியுள்ளார்.

ஆனால் அவரால் எழுத முடியவில்லை. கடைசி நாடகமான Cherry Orchard நாடகத்தை மிகவும் சிரமப்பட்டே எழுதி முடித்தார். 1904ம் ஆண்டு ஜூலை இரண்டாம் தேதி

நள்ளிரவில் அவருடைய உடல்நிலை மோசமடைந்தது. மயக்கத்தில் இருந்த செகாவ் கடல் மாலுமிகளைப் பற்றியும் ஜப்பானியர்களைப் பற்றியும் பேசிக்கொண்டிருந்திருக்கிறார். அவரைப் பரிசோதித்த மருத்துவர் இனி செய்வதற்கு ஒன்றுமில்லை என்று தீர்மானித்திருந்தார். உடனடியாக, சாம்பெய்னை வரவழைத்து செகாவுக்குக் கொடுத்தார். "நான் ஷாம்பெய்ன் குடித்து பலநாட்களாகிவிட்டன" என்பதுதான் அவர் கடைசியாகச் சொன்னது.

மாஸ்கோவுக்கு அவரது உடல் கொண்டுவரப்பட்டது. அவருடைய சவப்பெட்டியின் மேல் 'கடல்சிப்பி' என்று எழுதி ஒட்டப்பட்டிருக்கவே மீன்களைக் கொண்டுவரும் சரக்குப் பெட்டியில் அவரது உடல் கொண்டுவரப்பட்டது. அவருக்கு இறுதி மரியாதை செலுத்த ஆயிரக்கணக்கில் மக்கள் ரயில் நிலையத்தில் குவிந்திருந்தனர். போரில் மாண்ட ஜெனரல் கெல்லரின் உடலும் அதே ரயிலில் கொண்டுவரப்பட்டிருந்தது. கெல்லரின் சவப்பெட்டியை ராணுவத்தினரின் மரியாதையுடன் கொண்டு சென்றதைக் கண்ட பொதுமக்களில் பலர் அது செகாவின் சவப்பெட்டி என்று நினைத்துக்கொண்டு ஊர்வலத்தில் சென்றனர். செகாவ் என்ற மேதைக்கு அரசு ராணுவ மரியாதை செலுத்துகிறது என்று தவறுதலாக நினைத்துவிட்டனர்.

எனவே, செகாவின் சவ ஊர்வலத்தில் சில நூறு நபர்களே கலந்துகொண்டிருந்தனர். அவர்களுக்கு பின்னால் தன் குதிரையில் ஒரு ராணுவ அதிகாரியும் சவாரி செய்தார். கெல்லரின் ஊர்வலத்துக்கு தாமதமாக வந்த அதிகாரியான அவர், செகாவின் சவ ஊர்வலத்தை ராணுவ அதிகாரியின் இறுதி ஊர்வலம் என்று எண்ணிக்கொண்டிருந்தார்.

இவ்வாறாக செகாவின் இறுதி ஊர்வலம்கூட அவரது கதையின் அபத்த நாடகம் போலவே அமைந்துபோனது.

4

செகாவின் பாதிப்பைக் கொண்டிருந்த எழுத்தாளர்களில் முக்கியமானவர் ரேமண்ட் கார்வர். 'அமெரிக்கன் செகாவ்' என்றே அவரை சில விமர்சகர்கள் குறிப்பிட்டிருக்கிறார்கள். கார்வர் உயிருடன் இருக்கும்போது பதிப்பிக்கப்பட்ட

கடைசி தொகுப்பில் இடம்பெற்றுள்ள கடைசி கதை 'Errand', செகாவின் மரணத்தை விவரிக்கும் ஒன்று. ஆனால் செகாவுடனான அவரது முக்கியமான பிணைப்பு அவரைப்போலவே வெளிப்படையான அவ்வளவாய் முக்கியமற்ற விவரணைகளுக்குள் கதையின் அர்த்தத்தை சிதறடித்திருப்பது. செகாவைப் போலவே கார்வரின் கதைகளின் முடிவுகளும் ஒன்றுக்கும் மேற்பட்ட சாத்தியங்களைக் கொண்டிருப்பது.

செகாவின் பாதிப்பை அவர்கள் அறியாமலே கொண்டிருப்பவர்கள் என்று கதரீன் மான்ஸ்ஃபீல்ட், ஷெர்புட் ஆண்டர்சன், எர்னெஸ்ட் ஹெமிங்வே, காதரின் அனா போர்டர், ஃபிளானரி ஓ கார்னர், ஜான் கீவர், ரேமண்ட் கார்வர், ஆலிஸ் மன்ரோ, யீயுன் லீ, ஜாய்ஸ் கரோல் ஓட்ஸ் ஆகிய சிறுகதையாளர்களின் நீண்ட பட்டியல் உள்ளது.

ஜார்ஜ் பெர்னார்ட் ஷாவின் Heartbreak House *(1919)* நாடகத்தில் செகாவின் The Cherry Orchard நாடகத்தின் பாதிப்பு உள்ளதாக விமர்சகர்கள் கருதுகிறார்கள். இன்னொரு பிரிட்டிஷ் நாடக ஆசிரியரான ஹெரால்ட் பின்ட்டின் படைப்புகளிலும் அமெரிக்க நாடகாசிரியர்களான டென்னிஸ் வில்லியம்ஸ், ஆர்தர் மில்லர் ஆகியோரின் நாடகங்களிலும் செகாவின் பாதிப்பு மறைமுகமாக உள்ளதாக சொல்லப்படுகிறது.

தமிழின் முதல் சிறுகதை 'ஆறில் ஒரு பங்கு' சுப்ரமணிய பாரதியாரால் 1913ம் ஆண்டு எழுதப்பட்டது. செகாவ் மறைந்து ஒன்பது ஆண்டுகள் கழித்தே தமிழ்ச் சிறுகதை பிறந்துள்ளது. சி.சு.செல்லப்பா உள்ளிட்ட தமிழின் முன்னோடி எழுத்தாளர்களில் தொடங்கி இன்றைய தலைமுறை எழுத்தாளர்கள் வரைக்கும் அவரது கதைகளை மொழிபெயர்த்திருக்கிறார்கள்.

5

1985ம் ஆண்டு செகாவின் 125வது பிறந்த நாளைச் சிறப்பிக்கும் வகையில் அவரது படைப்புகள் அனைத்தையும், ஆங்கில மொழியாக்கத்தில், கால வரிசைப்படி ஐந்து தொகுதிகளாக ராதுகா பதிப்பகம் வெளியிட்டிருந்தது.

1989ம் ஆண்டு நவம்பர் மாதம் 5ம் தேதி திருப்பூரில் நான் பணியாற்றிய அலுவலகத்துக்கு வந்த என்.சி.பி.எச் சின் விற்பனை பிரதிநிதியிடமிருந்து இருபத்தி நான்கு ரூபாய்க்கு புத்தகமொன்றை வாங்கினேன். ஆன்டன் செகாவின் சிறுகதைத் தொகுதி வரிசையில் 1880 முதல் 1885 வரையில் எழுதப்பட்ட கதைகளைக் கொண்ட முதலாவது புத்தகம் அது. செகாவின் புகழ்பெற்ற கதைகளான 'பச்சோந்தி', 'வேட்டைக்காரன்' ஆகிய கதைகள் அதில் இடம்பெற்றிருந்தன.

ஆன்டன் செகாவின் கதைகளை எனக்கு முதன்முதலாக அறிமுகப்படுத்திய புத்தகம் அதுதான். அதில் இடம்பெற்றுள்ள செகாவ் குறித்த மாக்ஸிம் கார்கியின் விரிவான கட்டுரை மிக முக்கியமான ஒன்று.

தீபம் இதழில் 1967ம் ஆண்டு 'ஆண்டன் செஹாவ்' என்ற தலைப்பில் அசோகமித்திரன் ஒரு கட்டுரையை எழுதியிருக்கிறார். தமிழ் வாசகர்களுக்கான சுருக்கமான செறிவான அறிமுகக் கட்டுரை அது.

தமிழில் செகாவைக் குறித்த உரையாடல்களை தொடர்ந்து காணமுடிகிறது. எஸ்.ராமகிருஷ்ணனின் 'செகாவின் மீது பனி பெய்கிறது', 'செகாவ் வாழ்கிறார்' ஆகிய இரு நூல்களும் முக்கியமானவை. அதேபோல, 'மனப்பிராந்தி' தொகுப்புக்கு கோகுல் பிரசாத் எழுதியுள்ள 'செகாவ்: சிறுகதைக் கலையின் மேதை' என்ற முன்னுரையும் குறிப்பிடத்தக்கது. எஸ்.ஏ.பெருமாள் எழுதி செம்மலர், நவம்பர் 2010 இதழில் இடம்பெற்ற விரிவான கட்டுரை கீற்று இணைய இதழில் மறுபிரசுரம் செய்யப்பட்டுள்ளது.

2013ம் ஆண்டில் செங்கதிருடன் சேர்ந்து ரேமண்ட் கார்வரின் சிறுகதைகளை மொழிபெயர்க்கும் பணியில் ஈடுபட்டிருந்த நாட்கள். கார்வரின் 'Errand' (சின்னஞ்சிறு வேலை) என்ற சிறுகதை செகாவின் இறுதி நாட்கள் பற்றிய ஒன்று. அபாரமான கதையான அதை வாசித்தபோது மீண்டும் செகாவின் மீது என் ஆர்வம் திரும்பியது. புகழ்பெற்ற சில கதைகளை தேடி வாசித்தேன். தனிப்பட்ட ஆர்வம் காரணமாக சில கதைகளை மொழிபெயர்த்தேன்.

பிறகு நீண்ட இடைவெளிக்குப் பிறகு, கோவிட் ஊரடங்கு நாட்களின்போது மீண்டும் செகாவ் என் பார்வைக்குத்

தட்டுப்பட்டார். நூல்வனம் மணிகண்டன் அனுப்பித் தந்திருந்த 'ஆண்டன் செகாவின் தேர்ந்தெடுக்கப்பட்ட கதைகள்' புத்தகத்திலிருந்த கதைகளை வாசிக்கத் தொடங்கினேன். ரிச்சர்ட் பீவரும் லரிசா வோல்கொன்ஸ்கியும் தேர்ந்தெடுத்து மொழிபெயர்த்த முப்பது சிறுகதைகளைக் கொண்டது அந்தத் தொகுப்பு. தொடக்க காலம் முதல் இறுதிக் காலம் வரையிலான செகாவின் சிறந்த ஆனால் பரவலாக அறியப்படாத பல கதைகளை உள்ளடக்கியது.

சில கதைகளை மொழிபெயர்க்கலாம் என்ற எண்ணம் வந்தபோது தமிழில் இதுவரையிலும் வெளிவராத கதைகளாக இருந்தால் நன்றாக இருக்கும் என்று நினைத்தேன். இதுவரையிலும் வெளியிடப்பட்டுள்ள தொகுப்புகளை சேகரித்தேன். ஆனால், இன்று நமக்குக் கிடைக்கும் தொகுப்பு களில் மூலக் கதையைப் பற்றிய குறிப்போ விபரமோ தரப் படாமல் இருப்பது கதையை தெரிவு செய்வதில் பெரும் சிக்கலை ஏற்படுத்தியது.

செகாவின் கதைகள் மொழிபெயர்ப்பில் வெளியான முதல் தொகுப்பு ரா.கிருஷ்ணையா, பூ.சோமசுந்தரம் ஆகியோரின் மொழிபெயர்ப்பில் ராதுகா பதிப்பகம் முன்பு வெளிட்ட தொகுப்பு 'அந்தோன் செகாவ் சிறுகதைகளும் குறுநாவல்களும்'. அடுத்தது, எம்.எஸ் அவர்களின் மொழியாக்கத்தில் வெளியான 'அன்டன் செகோவ் சிறுகதைகள்', பாதரசம் வெளியீடு. மூன்றாவது, தமிழினி வெளியீடாக, க.ரத்னம் அவர்களின் மொழிபெயர்ப்பில் வெளிவந்த 'மனப்பிராந்தி'. நான்காவதாக, 'ஆன்டன் செக்காவ் ஆகச் சிறந்த கதைகள்', சு.ஆ.வெங்கட சுப்பராய நாயகர் மொழியாக்கத்தில் தடாகம் வெளியிட்ட தொகுப்பு. ஐந்தாவதாக அண்மையில் சந்தியா நடராஜன் மொழிபெயர்ப்பில் வெளியான 'ஆன்டன் செகாவ் சிறுகதைகள்'. இவற்றிலுள்ள கதைகளை ஒட்டுமொத்தமாகப் பார்த்தால் செகாவின் ஐம்பது கதைகள் தமிழில் மொழிபெயர்க்கப்பட்டுள்ளன. வேறு யாரும் மொழிபெயர்த்து, தொகுப்பில் இடம் பெறாமலோ அல்லது தொகுக்கப்படாமலோ இருப்பதை கணக்கில் கொள்ளவில்லை.

இவற்றுள் ‘வான்கா’, ‘பச்சோந்தி’, ‘நாய்க்காரச் சீமாட்டி’, ‘ஆறாவது வார்டு’, ‘வேட்டைக்காரன்’, ‘பந்தயம்’, ‘நெல்லிக்காய்’ ஆகிய கதைகள் ஒன்றுக்கும் மேற்பட்ட தொகுப்புகளில் இடம்பெற்றுள்ளன. தமிழில் அதிகமும் அறியப்பட்ட செகாவின் கதைளும் இவையே.

இந்தக் கதைகளைத் தவிர்த்து செகாவின் சிறுகதை மேதமையை வெளிப்படுத்தும், தமிழில் இதுவரை வெளிவராத கதைகளே இத்தொகுப்பில் இடம்பெற்றுள்ளன. இவை செகாவின் புகழ்பெற்ற கதைகள் இல்லை என்றாலும், முக்கியமான கதைகள். செகாவின் கதை மேதமையை வெளிப்படுத்தும் கதைகள்.

ஏற்கெனவே தமிழில் வெளிவந்திருக்கும் சில கதைகளைக் கொண்டும், இத்தொகுப்பில் உள்ள பனிரெண்டு கதைகளி லிருந்தும், ஐநூறுக்கும் மேற்பட்ட கதைகளை எழுதிய ஒரு மேதையின் சிறுகதையுலகையும் அவரது புனைவாற்றலையும் முழுமையாக நம்மால் புரிந்துகொள்வது கடினமான காரியம். ஆனால், இந்தக் கதைகளை வாசிக்கும் வாசகர்களை அவரது பிற கதைகளைத் தேடிப் படிக்கும் ஆர்வத்தை ஏற்படுத்தும். இன்னும் சில கதைகளை மொழிபெயர்க்கத் தூண்டும். சிறுகதை வடிவத்துக்கு செகாவ் அளித்திருக்கும் பங்களிப்பு என்ன என்பதை விளங்கிக் கொள்வதற்கான சிறிய ஒரு சாளரத்தை இது திறக்கும். இத்தொகுப்பின் பின்னுள்ள நம்பிக்கை அதுதான்.

எம்.கோபாலகிருஷ்ணன்
கோவை
15 பிப்ரவரி 2021.

உதவிய நூல்கள்:

1. Selected Stories of Anton Checkhov - Richard Pevear and Larissa Volokhonsky -Bantam Books

2. Anton Chekhov - Collected Works - Alex Miller and Ivy Litvinov - Raduga Publishers

1. ரோத்சீல்டின் பிடில் 21
2. கழுத்தில் தொங்கும் அன்னா 37
3. அன்யுதா 57
4. தூக்கக் கலக்கம் 65
5. கடல்சிப்பி 75
6. நீத்தார் பிரார்த்தனை 82
7. சம்பவம் 91
8. குடியானவப் பெண்கள் 100
9. நலவாழ்வு இல்லம் 121
10. மாயக் கண்ணாடி 128
11. ஆயர் 133
12. ஈஸ்டர் இரவு 159

1
ரோத்சீல்டின் பிடில்

கிராமத்தைவிடவும் மோசமான அந்தச் சிறிய ஊரில் வயதானவர்களைத் தவிர வேறெவரும் வசிக்கவில்லை. அவர்களும்கூட எப்போதேனும் மரித்துப்போவதுதான் இன்னும் வேதனையானது. சிகிச்சைச்சாலைகளிலும் சிறையிலும் சவப்பெட்டிகளுக்கான தேவை என்பது மிகக் குறைவு. சுருக்கமாகச் சொன்னால், தொழில் மிகவும் முடங்கியிருந்தது. யகோவ் இவானோவ் மட்டும் சவப்பெட்டி தயாரிப்பாளனாக அந்தப் பிரதேசத்தின் தலைநகரில் இருந்திருப்பானேயானால் அவனுக்கென்று சொந்தமாக ஒரு வீடு இருந்திருக்கக்கூடும். அனைவரும் அவனை யகோவ் மத்வெய்ச் என்று அழைத்திருப்பார்கள். ஆனால், துரதிர்ஷ்டம் பிடித்த இந்தச் சிறிய ஊரில் அவனை எல்லோரும் சாதாரணமாக யகோவ் என்றே அழைத்தனர். ஏதோவொரு காரணத்துக்காக அவனை எல்லோரும் 'ப்ரோன்சி' என்ற செல்லப்பெயர் கொண்டு அழைத்தனர். ஏழைக் குடியானவனைப் போல ஒரேயொரு அறையைக் கொண்ட சிறிய பழைய குடிசையில் எளிமையான வாழ்க்கை. அந்த அறைக்குள்தான் அவனுடன் மார்ஃபா, அடுப்பு, இருவருக்குமான படுக்கை, சவப்பெட்டிகள், வேலைசெய்வதற்கான மேசை, அவனது தச்சு உபகரணங்கள் என அனைத்துமே இருந்தன.

யகோவ் செய்துதரும் சவப்பெட்டிகள் கச்சிதமானவை, உறுதியானவை. குடியானவர்களுக்கும் வியாபாரிகளுக்கும் தனக்கான அளவிலேயே அவற்றை அவன் தயாரித்தான். ஒருபோதும் அவை அளவு தவறியதில்லை. ஏனெனில், சிறைக்கூடம் உட்பட எங்குமே எவரொருவரும், இப்போது அவனுக்கு எழுபது வயதாகிவிட்டபோதும், அவனைவிட உயரமானவராகவோ உறுதியானவராகவோ இருக்கவில்லை. வசதியானவர்களுக்கும் பெண்களுக்கும் அளவெடுத்துக்கொள்வதுண்டு. அதற்கென ஒரு இரும்பு அளவுகோல் வைத்திருந்தான். சிறுவயதினருக்கான சவப்பெட்டிகளைச் செய்துதரச் சொல்லும்போது தயக்கத்துடனே ஒப்புக்கொள்வான். வெறுப்புடன், எந்த அளவையும் பார்க்காமல் நேரடியாகவே செய்துவிடுவான். அந்த வேலைக்கான கூலியைப் பெற்றுக்கொள்ளும்போது ஒவ்வொரு முறையும் சொல்வதுண்டு "உண்மையைச் சொல்கிறேன், இந்த அற்பத் தொகையைப் பெற்றுக்கொள்ள எனக்கு விருப்பமில்லை."

தச்சுத் தொழிலைத் தவிர பிடில் வாசிப்பதிலும் கொஞ்சம் பணம் ஈட்டினான். திருமண விழாக்களில் இசைக்கும் யூதர்களின் இசைக்குழு ஒன்று அந்த ஊரில் இருந்தது. அதன் உரிமையாளரான தகரவேலை செய்யும் மொசே இலியிச் சாக்ஸ், கிடைக்கும் தொகையில் பாதியை எடுத்துக் கொள்வான். யகோவ் சிறப்பாகப் பிடில் வாசிப்பான் என்பதாலும் குறிப்பாக ரஷ்யப் பாடல்களில் தேர்ந்தவன் என்பதாலும் சிலசமயங்களில் சாக்ஸ் தனது இசைக்குழுவில் இணைந்துகொள்ளும்படிக் கேட்டுக்கொள்வான். நாளொன்றுக்கு ஐம்பது கொபேக்குகள் சம்பளம். விருந்தினர்கள் தரும் சன்மானங்கள் கணக்கில் வராது. ப்ரோன்சி இசைக்குழுவினருடன் மேடையில் அமரும்போது முதலில் அவனது முகம் முழுக்க வேர்த்துச் சிவந்துவிடும். உடல் கொதிக்கும், பூண்டின் நெடி மூச்சடைக்கச் செய்யும். அப்போது பிடிலின் ஓசை கீச்சிடும். இரட்டை நரம்பிசைக் கருவி அவனது வலது செவியில் அதிரும். இடது காதில் புல்லாங்குழலின் உருக்கமான இசை. சிவப்புத் தலைமுடி கொண்ட, நீலமும் சிவப்புமான நரம்புகள் முகம் முழுக்கப் பின்னிக் கிடக்கும் ஒல்லியான யூதனே அதை இசைக்கிறான். பிரபலமான செல்வந்தர் ரோத்சீல்டின் பெயரே அவனுக்கும்.

சபிக்கப்பட்ட இந்த யூதன் மிகவும் குதூகலமிக்க பாடல்களைக் கூட உப்புசப்பில்லாமல் இசைக்கக்கூடியவன். எந்தவொரு சரியான காரணமுமின்றி யூதர்களின்பால் வெறுப்பும் வன்மமும் யகோவிடம் வளரலாயிற்று. குறிப்பாக ரோத்சீல்டிடம். அவனைக் குறைசொல்லத் தொடங்கினான். மோசமான வார்த்தைகளைக் கொண்டு திட்டினான். ஒரு முறை அவனை அடிக்கக்கூட முனைந்துவிட்டான். இதனால் வெகுண்ட ரோத்சீல்ட் அவனைப் பார்த்து சீற்றத்துடன் கேட்டான், “உன்னிடம் உள்ள திறமையை நான் மதிக்கிறேன். இல்லையென்றால் ஜன்னல் வழியாக எப்போதோ உன்னைத் தூக்கி எறிந்திருப்பேன்.” பிறகு அவன் அழுதான்.

எனவே இசைக்குழுவுடன் சேர்ந்து கொள்ள ப்ரோன்சி அடிக்கடி அழைக்கப்படவில்லை. மிகவும் அவசியமானபோது மட்டுமே, அதுவும் யூதர்களில் ஒருவர் வந்துசேர இயலாமல்போகும்போது மட்டுமே வாய்ப்பு தரப்பட்டது.

யகோவ் எப்போதுமே உற்சாகமான மனநிலையில் இருந்த தில்லை. எப்போதுமே அவன் மோசமான நஷ்டங்களைச் சந்திக்க நேர்ந்தது. உதாரணமாக ஞாயிற்றுக் கிழமைகளிலும் விடுமுறை நாட்களிலும் வேலை செய்வது பாவம் என்பதாலும் திங்கட்கிழமை அதிர்ஷ்டமில்லாத நாளாகையாலும் வருடத்தில் மொத்தமாக இருநூறு நாட்களில் கட்டாயமாகக் கைகளைக் கட்டிக்கொண்டு உட்கார்ந்திருக்க நேரிடுகிறது. எப்பேர்ப்பட்ட நஷ்டம் அது. ஊருக்குள் யாராவது இசை நிகழ்ச்சியின்றித் திருமணத்தை ஏற்பாடு செய்தாலோ அல்லது யகோவை சாக்ஸ் சேர்க்காமல் விட்டுவிட்டாலோ அதுவுமே அவனுக்கு நஷ்டந்தான். இரண்டு வருடங்களாக நோயுற்றிருக்கும் காவல் கண்காணிப்பாளரின் சாவுக்காக யகோவ் காத்துக்கொண்டிருக்க அவரோ மாவட்டத் தலைநகருக்கு சிகிச்சை பெறச் சென்று அங்கேயே செத்துப் போய்விட்டார். குறைந்தபட்சம் பத்து ரூபிள் என்று வைத்துக்கொண்டாலும்கூட அதுவே பெரிய நஷ்டம்தான். ஏனெனில் தனக்காக அவர் பட்டுத்துணி கொண்ட விலைமதிப்புமிக்க சவப்பெட்டியை வேண்டியிருப்பார். இந்த நஷ்டங்களைக் குறித்த யோசனை இரவு நேரங்களில் யகோவை மிகவும் தொந்தரவுக்கு உள்ளாக்கும். படுக்கையில் தனக்கு அருகில் பிடிலை வைத்துக்கொள்வது அவனது வழக்கம்.

தலைக்குள் அனைத்துவித மோசமான எண்ணங்களும் வந்து துளைக்கும்போது அவன் பிடிலின் தந்திகளைத் தொடுவான். இருட்டில் அவை அதிர்வதைக் கேட்டதும் சற்றே நிம்மதியடைவான்.

போன வருடம் மே ஆறாம் நாளன்று திடீரென மார்ஃபா நோயுற்றாள். வயதான அவள் மூச்சிறைத்தாள். நிறைய தண்ணீர் குடித்தாள். இதையும் அதையுமாக மாறி மாறிச் செய்தாள். அதேசமயத்தில், காலையில் அடுப்பைப் பற்றவைத்ததுடன் தண்ணீர் எடுத்துவரவும் சென்றாள். சாயங் காலத்தில் படுக்கையில் விழுந்தாள். யகோவ் நாள்முழுக்க பிடில் இசைத்துக்கொண்டிருந்தான். முழுக்க இருட்டியதும் தனது தினசரி இழப்புகளை எழுதிவைத்திருந்த குறிப்பேட்டை எடுத்து வேறென்ன செய்வதென்று தெரியாமல் அந்த ஆண்டுக்கான தொகையைக் கூட்டத் தொடங்கினான். கூட்டுத் தொகை ஆயிரம் ரூபிளுக்கும் அதிகமாக வந்தது. இது அவனை மிகுந்த தொந்தரவுக்கு உள்ளாக்கிவிட கையில் இருந்த அபாகஸை ஆத்திரத்துடன் எறிந்துவிட்டு தரையை உதைத்தான். பிறகு அபாகஸை வெகுநேரத்துக்குச் சுண்டியபடியே ஆழமாகவும் பதற்றத்துடனும் மூச்சிழுத்தான். அவனது முகம் சிவந்து வேர்த்திருந்தது. இழந்த அந்த ஆயிரம் ரூபிள்களை வங்கியில் சேமித்திருந்தால் ஆண்டொன்றுக்குக் குறைந்தபட்சம் நாற்பது ரூபிள்களை வட்டியாக சம்பாதித்திருக்க முடியும் என்று எண்ணினான். எனவே, அந்த நாற்பது ரூபிள்களுமேகூட நஷ்டம்தான். சுருக்கமாக, எந்தப் பக்கம் திரும்பினாலும் எல்லா இடத்திலும் இழப்பைத் தவிர வேறொன்றுமில்லை.

"யகாவ்" எதிர்பாராதவிதமாய் மார்ஃபா அழைத்தாள், "எனக்கு சிரமமாக இருக்கிறது."

தன் மனைவியின் முகத்தைப் பார்க்கத் திரும்பினான். காய்ச்சலால் சிவந்திருந்த அவளது முகம் வழக்கத்துக்கு மாறாக அமைதியாகவும் மகிழ்ச்சியுடனுமிருந்தது. அவள் முகத்தை வெளுத்தும் சுருங்கியும் மகிழ்ச்சியின்றியும் எப்போதும் பார்த்துப் பழகிய ப்ரோன்சி இப்போது குழப்பத்தில் ஆழ்ந்தான். உண்மையில் அவள் செத்துக் கொண்டிருப்பது போலவும், அந்தக் குடிசையையும் சவப்பெட்டிகளையும் யகோவையும் நிறைவுடன் எப்போதைக்குமாக விட்டுச்

செல்ல விரும்புவதுபோலவும் இருந்தது. கூரையைப் பார்த்தபடி உதடுகளை அசைத்தாள். அவளது முகபாவம் சாவைக் கண்டுவிட்டதுபோலவும் அவளை அழைத்துச் செல்ல வந்திருப்பவரிடம் முணுமுணுப்பதுபோலவும் மகிழ்ச்சியற்றிருந்தது.

பொழுது புலர்ந்திருந்திருக்க விடியலின் வெளிச்சம் ஜன்னலில் தென்பட்டது. மனைவியைப் பார்த்துக்கொண்டிருந்த யகோவ் ஏதோ காரணத்துக்காக நினைவுபடுத்திப்பார்த்தான். வாழ்நாள் முழுக்க அவளிடம் எப்போதுமே கனிவுடன் நடந்துகொண்டதில்லை, அவளுக்காக வருந்தியதில்லை, சிறிய ஒரு போர்வையை வாங்கித் தர வேண்டுமென எண்ணியதுமில்லை அல்லது திருமண நிகழ்ச்சிகளிலிருந்து திரும்பும்போது அவளுக்கென இனிப்புப் பண்டங்களைக் கொண்டுவர நினைத்ததுமில்லை. பதிலாக, அவளிடம் கத்திக்கொண்டே இருப்பான், நஷ்டங்களுக்காகத் திட்டுவான், முஷ்டியை மடக்கியபடி அச்சுறுத்துவான். அவளை அடித்ததில்லை என்பது உண்மைதான். ஆனால், பயப்படுத்தியதுண்டு. ஒவ்வொரு முறையும் பயத்தில் அவள் உறைந்துபோய்விடுவாள். ஆமாம், செலவு கூடுமென்பதால் தேநீர் குடிக்கக் கூடாதென்று அவளிடம் சொல்லியிருக்கிறான். எனவே அவள் வெந்நீரை மட்டுமே குடித்தாள். அவள் ஏன் அப்படியொரு விசித்திரமான, சந்தோசமான முகத்துடன் இருந்தாள் என்று இப்போது அவனுக்குப் புரிந்தது. வினோதமான பயத்தை ஏற்படுத்தியது.

விடிவதற்காகக் காத்திருந்த அவன், பக்கத்து வீட்டுக்காரரிடமிருந்து குதிரையை இரவல் பெற்று மார்ஃபாவை சிகிச்சைக்கு அழைத்துச்சென்றான். நோயாளிகள் பலர் அங்கில்லை என்பதால் வெகுநேரம் காத்திருக்க வேண்டியிருக்கவில்லை. மூன்று மணிநேரமே ஆனது. அவனுக்கு நிறைவுதரும் வகையில் நோயாளிகளை மருத்துவர் பார்க்கவில்லை. மருத்துவரே நோய்வாய்ப்பட்டிருந்ததால் அவரது உதவியாளரான முதியவர் மக்ஸிம் நிகோலயச் பரிசோதித்தார். குடிகாரராகவும் வம்பிழுப்பவராகவும் இருந்தபோதும் அவர் மருத்துவரைவிட நன்கு புரிந்துகொள்வார் என்று நகரத்தில் இருந்த பலரும் அவரைப் பற்றி சொல்லியிருந்தனர்.

வரவேற்பறைக்கு மனைவியை அழைத்துச்சென்றார் யகோவ். "நல்ல நாளாக இருக்கட்டும். மக்ஸிம் நிகோலாய்ச், இதுபோன்ற சின்ன விஷயங்களுக்காக உங்களைத் தொந்தரவு செய்வதற்கு மன்னிக்கவும். இதோ, எல்லோரும் சொல்வதுபோல, என்னுடைய வாழ்க்கைத் துணை நோயுற்றிருக்கிறாள்..."

நரைத்த புருவங்களைச் சுருக்கியபடி கிருதாக்களை தடவிக் கொண்டே, தாகங்கொண்ட பறவையைப் போல வாயைத் திறந்தபடி முக்காலியின் மேல் அமர்ந்திருந்த கூரிய நாசியுடைய ஒல்லியான முதியவளை அவர் பரிசோதிக்கத் தொடங்கினார்.

"ம்... சரிதான்..." உதவியாளர் மெதுவாகச் சொல்லியபடி மூச்சிழுத்தார். "இன்புளூயன்ஸா அல்லது ஃபுளூவாக இருக்கலாம். ஊரில் எல்லாப் பக்கமும் டைபாய்டும் உள்ளது. முதியவள் தப்பித்திருக்கிறாள். என்ன வயது இவளுக்கு?"

"எழுபதுக்கு இன்னும் ஒரு வருடம் உள்ளது, மக்ஸிம் நிகோலிய்ச்."

"அப்படியா! முதியவள் வாழ்ந்திருக்கிறாள், போதுமான அளவுக்கு."

"நீங்கள் சரியாகத்தான் சொல்லியிருக்கிறீர்கள், மக்ஸிம் நிகோலிய்ச்" பணிவுடன் புன்னகைத்தபடியே சொன்னான் யகோவ். "நீங்கள் இதை ஒப்புக்கொண்டமைக்கு நாங்கள் மனமார நன்றி சொல்கிறோம். ஆனால், இப்படிச் சொல்வதற்கு அனுமதிக்க வேண்டும், ஒவ்வொரு புழுவும் உயிருடன் வாழவே விரும்புகிறது."

"வேறென்ன புதிதாக இருக்கிறது?" கிழவி உயிருடன் இருப்பதோ மடிவதோ அவர் கையில்தான் இருக்கிறது என்பதுபோல அவரது குரல் ஒலித்தது. "அருமையானவரே, இப்போது அவளது தலையில் ஈரமான ஒத்தடம் கொடுங்கள். இந்த பொடியை ஒரு நாளைக்கு இரண்டு தடவை கொடுங்கள். அவ்வளவுதான், போய்வாருங்கள், பெரியவரே."

நிலைமை மோசமாக இருப்பதையும், எந்தவொரு பொடியும் உதவாது என்பதையும் அவருடைய முகபாவத்திலிருந்து யகோவ் விளங்கிக்கொண்டான். மார்ஃபா வெகு விரைவில் மாண்டுவிடுவாள் என்பது அவனுக்குத் தெளிவாகிவிட்டது. இன்றில்லையேல் நிச்சயம் நாளை. உதவியாளரின் தோளில்

லேசாகத் தட்டிவிட்டு கண்சிமிட்டியபடியே தணிந்த குரலில் சொன்னான் "சுடுகண்ணாடிகளை* முயன்றுப் பார்க்கட்டுமா?"

"அதற்கு நேரமில்லை, நல்லவரே. உங்களுடைய மனைவியை அழைத்துச்செல்லுங்கள். கடவுள் துணைக்கு இருப்பார். போய்வாருங்கள்."

"எங்களுக்காக ஒரு உதவி. வயிறு வலிப்பதாகவோ அல்லது வேறெதாவதோ சொல்லியிருந்தால் பொடியோ மருந்தோ உதவக்கூடும். ஆனால், அவளுக்குக் குளிர் ஜுரம். குளிர் ஜுரத்துக்கு ரத்தத்தை வெளியேற்ற வேண்டும்தானே, மக்ஸிம் நிகோலியச்."

ஆனால், மருத்துவரின் உதவியாளர் ஏற்கெனவே அடுத்த நோயாளியை வரச்சொல்லி அழைத்துவிட்டார். குடியான பெண்மணி ஒருத்தி சிறுவனுடன் உள்ளே வந்தாள்.

"புறப்படுங்கள். உங்களை நீங்களே ஏமாற்றிக் கொள்ளாதீர்கள்."

"அப்படியென்றால் அட்டைகளையாவது கடிக்க விடுங்கள். உங்களுக்காகக் கடவுளிடம் நான் பிரார்த்திக்கிறேன்."

மருத்துவ உதவியாளர் பொறுமையை இழந்து "முட்டாள் தனமாக பேசுவதை நீங்கள் நிறுத்த மாட்டீர்களா?"

யகோவும் பொறுமையிழந்து முகம் சிவந்தார். ஆனாலும் அவர் ஒரு வார்த்தையும் சொல்லாமல் மார்ஃபாவைத் தோளில் பற்றியபடி வரவேற்பறையிலிருந்து வெளியே அழைத்துச் சென்றார். வண்டியில் ஏறிய பிறகே சிகிச்சை சாலையை ஏளனத்துடன் பார்த்துச் சொன்னார் "நாடக நடிகர்களே, உங்களை நீங்கள் நல்லவிதமாக இருத்திக்கொள்ளுங்கள். பணக்காரர்கள் என்றால் நீங்கள் சுடுகண்ணாடிகளைக் கொண்டு அவருக்கு சிகிச்சையளிப்பீர்கள். ஆனால், ஏழை யொருவனுக்கு ஒரு அட்டையைக்கூட வீணடிக்க மாட்டீர்கள். ஏராதுகளே."

வீட்டுக்கு வந்துசேர்ந்ததும் குடிசைக்குள் சென்று மார்ஃபா அடுப்பைப் பற்றியபடி பத்து நிமிடங்கள் நின்றுகொண்டிருந்தாள். அவள் படுத்துவிட்டால் தனது நஷ்டங்களைப் பற்றி யகோவ் மறுபடி பேசத் தொடங்கி

விடுவான் என்றும் வேலை செய்யாமல் இருப்பதற்காகவும் எப்போது பார்த்தாலும் படுத்துக்கொண்டே இருப்பதற்காகவும் திட்டுவான் என்றும் அவள் எண்ணினாள். சோர்வுடன் அவளைப் பார்த்துக்கொண்டிருந்த யகோவுக்கு நாளை செயிண்ட் ஜானின் புனிதத் திருநாள் என்பதும் அதற்கு மறுநாள் செயிண்ட் நிகோலஸின் புனித நாள் என்பதும் அதற்கடுத்து ஞாயிற்றுக்கிழமை, பிறகு துரதிர்ஷ்டமான திங்கட்கிழமை என்பதும் நினைவுக்கு வந்தது. இந்த நான்கு நாட்களில் அவனுக்கு வேலை எதுவும் கிடைக்காது. இதில் ஏதோவொரு நாளில் மார்ஃபா நிச்சயமாய் சாகவிருக்கிறாள். அப்படியென்றால் அவளுக்கான சவப்பெட்டியை இன்றே தயார் செய்ய வேண்டும். இரும்பு அளவுகோலை எடுத்துக்கொண்ட அவர் கிழவியிடம் சென்று அவளை அளக்கத் தொடங்கினார். பிறகு, அவள் படுத்துக்கொண்டதும் சிலுவையிட்டுக்கொண்டு சவப்பெட்டியைத் தயார் செய்யத் தொடங்கினார்.

வேலை முடிந்தவுடன் கண்ணாடியைப் போட்டுக்கொண்டு ப்ரோன்சி தனது குறிப்பேட்டில் எழுதினான் "மார்ஃபா இவானோவின் சவப்பெட்டி செய்த வகையில் இரண்டு ரூபிள்கள், நாற்பது கொபேக்குகள்."

பெருமூச்சுவிட்டான். அத்தனை நேரமும் கிழவி கண்களை மூடிக்கொண்டு அமைதியாகப் படுத்திருந்தாள். ஆனால், மாலையில் இருட்டியபோது திடீரென்று கிழவனை அழைத்தாள்.

"உனக்கு ஞாபகமிருக்கிறதா யகோவ்?" மகிழ்ச்சிபொங்க அவனைப் பார்த்தபடி கேட்டாள். "ஐம்பது வருடங்களுக்கு முன்பு கடவுள் நமக்குச் சிறிய தலையுடன் பழுப்பு நிறத்துடனான குழந்தையைக் கொடுத்தார், நினைவிருக்கிறதா? நீயும் நானும் ஆற்றோரமாய் உட்கார்ந்து பாடல்களைப் பாடுவோம். அடர்ந்த இலவம்பஞ்சு மரத்தடியில்..." கசப்பான புன்னகையோடு மேலும் அவள் சொன்னாள், "பிறகு அந்தப் பெண்குழந்தை இறந்துவிட்டாள்."

யகோவ் நினைவுகளைக் கசக்கிப்பார்த்தான். ஆனால், அந்தக் குழந்தையோ அடர்ந்த இலவம்பஞ்சு மரமோ அவன் ஞாபகத்துக்கு வரவில்லை.

"நீ கற்பனை செய்துகொள்கிறாய்" என்றான்.

பாதிரியார் வந்து அவளுக்கு சடங்கைச் செய்வித்து எண்ணெயை உடலெங்கும் தெளித்தார். அதன் பிறகு, கோர்வையில்லாமல் எதையோ முணுமுணுக்கத் தொடங்கிய அவள் விடியும்போது மரணமுற்றாள்.

பக்கத்து வீட்டைச் சேர்ந்த வயதான சில பெண்கள் அவளைக் குளிப்பாட்டி உடுத்தி சவப்பெட்டியில் இருத்தினார்கள். ஸ்தோத்திரங்களைப் பாடுபவருக்குத் தொகை ஏதும் செலுத்த வேண்டியிருக்கும் என்பதால் யகோவ் தானே அந்தப் பாடல்களைப் பாடினான். புதைகுழிக்கும் அவனிடம் பணம் வாங்கவில்லை. ஏனெனில் கல்லறைத் தோட்ட காவலாளி அவனுடைய நெருங்கிய நண்பன். பணத்துக்காக அல்லாமல் மரியாதையின் பொருட்டு நான்கு குடியானவர்கள் சவப்பெட்டியைக் கல்லறைக்குச் சுமந்துசென்றனர். வயதான ஒருத்தி, பிச்சைக்காரர்கள் சிலர், மேலும் இருவர் ஆகியோர் சவப்பெட்டியைத் தொடர்ந்துவர வழியில் சென்றவர்கள் மரியாதையுடன் சிலுவையிட்டுக்கொண்டனர். இவை அனைத்துமே மிகுந்த மரியாதையுடன் நாணயமாகவும் செலவு குறைவாகவும் யாருக்கும் எந்தவித மனக்கோணலுமின்றியும் நடப்பதைக் கண்டு யகோவுக்கு மிகுந்த திருப்தி. மார்ஃபாவுக்கு இறுதி விடை கொடுத்த அவன் தன் கையால் சவப்பெட்டியைத் தொட்டுக்கொண்டே யோசித்தான் "அபாரமான வேலை."

ஆனால், கல்லறையிலிருந்து வீடு திரும்பும்போது தீவிரமான மனப்புழுக்கம் அவனை ஆட்கொண்டது. அவனிடம் ஏதோவொன்று சரியாக இல்லை. அவனது மூச்சு சூடாகவும் கனத்தும் இருந்தது. கால்கள் களைத்திருந்தன. மிகவும் தாகமாக உணர்ந்தான். அதன் பிறகு, அவன் மண்டைக்குள் எல்லாவிதமான யோசனைகளும் எழுந்தன. தன் வாழ்நாள் முழுக்க ஒருபோதும் மார்ஃபாவின் மேல் தான் இரக்கப்பட்டதில்லை அல்லது கனிவுடன் நடந்து கொண்டதில்லை என்பதை அவன் எண்ணிப் பார்த்தான். ஐம்பத்தி இரண்டு ஆண்டுகளாக இருவரும் அதே குடிசையில் ஒன்றாக வாழ்ந்து கழித்திருக்கிறார்கள். ஆனால், இத்தனைக்

காலத்திலும், அவள் ஒரு நாயோ அல்லது பூனையோ என்பதுபோல, அவன் அவளைப் பற்றி ஒருபோதும் யோசித்ததில்லை, என்றுமே அவளைக் கவனித்ததில்லை என்பது எப்படியோ உறுதிப்பட்டுவிட்டது. இருந்தபோதும் ஒவ்வொரு நாளும் அவள் அடுப்பு மூட்டியிருக்கிறாள், சமைத்திருக்கிறாள், வேகவைத்திருக்கிறாள், தண்ணீர் சுமந்திருக்கிறாள், விறகு வெட்டியிருக்கிறாள், ஒரே படுக்கையில் அவனுடன் படுத்திருக்கிறாள். திருமண விழாக்களிலிருந்து போதையுடன் அவன் திரும்பி வந்த நாட்களில் ஒவ்வொரு முறையும் மிகுந்த அக்கறையுடன் அவனது பிடிலைச் சுவரில் மாட்டிவைத்துவிட்டு அவனைப் படுக்கையில் கிடத்தியிருக்கிறாள். இத்தனையையும் அவள் ஒன்றுமே பேசாமல் சாதாரணமான பற்றேதுமற்ற பார்வையுடனே செய்திருக்கிறாள்.

யகோவை நோக்கி புன்னகைத்து வணங்கியபடியே ரோத்சீல்ட் வந்தான் "உங்களுக்காக காத்துக்கொண்டிருந்தேன். மாய்ஸி இலியிச் உங்களை எதிர்பார்த்துக்கொண்டிருப்பதாகச் சொன்னார்."

அப்படி அவன் சொன்னதைக் கேட்டு யகோவால் தாள முடியவில்லை. அழ வேண்டும் போலிருந்தது.

"என்னால் வர இயலாது" என்று சொல்லிவிட்டு நடந்தான்.

"எப்படி முடியாமல் போகும்?" ரோத்சீல்ட் எச்சரிக்கையுற்று அவனுக்கு முன்னால் ஓடி நின்றான். "மாய்ஸி இலியிச் வருத்தப்படுவார். இப்போதே உங்களை அழைத்துவரும்படி சொன்னார்."

முகத்தில் சிவந்த பல தேமல்களுடன் அந்த யூதன் மூச்சு வாங்கியபடி கண்களை இமைத்துக்கொண்டிருந்ததைக் காண யகோவால் சகிக்க முடியவில்லை. அடர்த்தியான ஒட்டுக்களுடனிருந்த பச்சை மேல்கோட்டுடனான அவனது மெலிந்த எளிய உருவத்தைப் பார்க்கவே வெறுப்பாக இருந்தது.

"நீ ஏன் எனக்காக இத்தனை அவஸ்தைப்படுகிறாய், பூண்டுப் பயலே? என்னைத் தனியாக இருக்கவிடு" யகோவ் கத்தினான்.

யூதனும் சினமுற்றுக் கத்தினான். "இப்போது நீ பேசாமல் இரு. இல்லையா உன்னை நான் வேலிக்கு அப்பால் தூக்கி எறிந்துவிடுவேன்."

"என் கண்ணிலேயே படாதே நீ" முஷ்டியை உயர்த்தியபடியே சீறினான் யகோவ். "இந்த மட்டமான யூதர்கள் மனிதனை நிம்மதியாக இருக்க விட மாட்டார்கள்."

அச்சத்தில் உறைந்துபோன ரோத்சீல்ட், அடிகளிலிருந்து தன்னைக் காப்பாற்றிக்கொள்ளும் பொருட்டுத் தனது தலைக்கு மேலாகக் கைகளை ஆட்டியபடியே பின்வாங்கி குதித்து தன்னால் முடிந்த வேகத்தில் ஓடினான். ஓடும்போதே அவன் தாவினான். கைகளை அடித்துக்கொண்டான். நீண்ட மெலிந்த அவனது முதுகு துடிப்பதைப் பார்க்க முடிந்தது. தெருவில் இருந்த உதிரிகளோ இதை ஒரு வாய்ப்பாகக் கொண்டு அவனைத் துரத்தினார்கள். "யூதன், யூதன்" எனக் கூவினார்கள். நாய்களும் குரைத்தபடியே அவனைத் துரத்தின. யாரோ ஒருவர் கேலியுடன் சிரித்துவிட்டு விசிலடித்தார். நாய்கள் இன்னும் வன்மத்துடன் ஒன்றிணைந்து குரைத்தன. நாய்களில் ஒன்று அவனைக் கடித்திருக்க வேண்டும். ஏனென்றால், தாள முடியாத வலியுடனான அலறல் கேட்டது.

வீதிகளில் யகோவ் நடந்தான். ஊரைச் சுற்றிவந்தான். கால்போனபடி எல்லாப் பக்கமும் நடந்தான். தெருவில் இருந்த உதிரிகள் கத்தினார்கள் "அதோ அந்த ப்ரோன்சி. போகிறான் பார்." ஆற்றங்கரைக்கு வந்துசேர்ந்தான். ஸ்நைப் பறவை தத்தியபடி எட்டிப்பார்க்க வாத்துகள் சத்தமெழுப்பின. கடுமையான வெயில். பார்க்கும்போதே கண்கள் வலிக்கும் அளவுக்குத் தண்ணீர் மிகுந்த பளபளப்புடன் இருந்தது. கரையோரமாக இருந்த பாதையில் நடந்தபோது தடித்த சிவந்த கன்னமுடைய ஒருத்தி குளியலறையிலிருந்து வெளியில் வருவதைக் கண்டு 'நீர்நாயைப் போலிருக்கிறாள்' என்று எண்ணினான். குளியலறைக்குப் பக்கத்தில், தூண்டிலில் மாட்டுவதற்காகச் சதைப்பற்று கொண்ட கடல்நண்டுகளைப் பிடித்துக்கொண்டிருந்த சிறுவர்கள் அவனைக் கண்டதும் குறும்புடன் கூவினார்கள் "ப்ரோன்சி, ப்ரோன்சி..." மூப்படைந்து கிளைவிரித்த இலவம்பஞ்சு மரம் பெரிய பொந்துடனும் கிளைகளில் காகங்கள் கட்டிய கூடுகளுடனும் அங்கே நின்றது. அந்தக் கணத்திலேயே சட்டென்று பழுப்பு

நிறத் தலைமுடியோடு சிறிய குழந்தையும் மார்ஃபா சொல்லிய இலவம்பஞ்சு மரமும் உயிருடன் இருப்பதுபோல யகோவின் நினைவில் எழுந்தது. ஆமாம், பசுமையான அமைதியான அதே இலவம்பஞ்சு மரம். பாவம், இதற்கு எத்தனை வயதாகியிருக்கும்.

அதற்கடியில் அமர்ந்த அவன் மீண்டும் நினைத்துப் பார்க்கத் தொடங்கினான். மறுகரையில், இப்போது நீர்வளம் மிகுந்த பசும்புல்வெளி இருக்கும் இடத்தில் பெரிய ஒரு பூச்ச மரம் நின்றிருந்தது. அடிவானில் தென்படுகிற மலையை அப்போது பழமையான பைன் மரக்காட்டின் நீலப் பாசி மூடியிருந்தது. ஆற்றில் விசைப்படகுகள் மிதந்திருந்தன. ஆனால், இப்போது எல்லாமே சமதளமாகவும் சீரானதாகவும் இருந்தன. தொலைவில் மறு கரையில் கனவானின் மகளைப் போல இளமையுடனும் வடிவுடனும் ஒரேயொரு பூச்ச மரம் மட்டுமே நின்றது. இதற்கு முன்பு இங்கு விசைப்படகுகள் இருந்திருக்காது என்பது போல நதியில் இப்போது வாத்துகள் மட்டுமே இருந்தன. முந்தைய காலத்தைவிட வாத்துகளும்கூட எண்ணிக்கையில் அவ்வளவாக இல்லாததுபோலத் தெரிந்தது. யகோவ் கண்களை மூடிக்கொள்ள அவன் கற்பனையில் வெண்ணிற வாத்துகளின் பெரும் கூட்டம் வேகமாகப் பறந்து சென்றது.

வாழ்வில் கடந்த நாற்பது, ஐம்பது ஆண்டுகளாக ஆற்றின் பக்கமாகப் போகவேயில்லை, அப்படியே சென்ற சமயத்திலும்கூட அதைப்பற்றி கவனம் செலுத்தவில்லை என்பதை எண்ணி வியப்படைந்தான். அதுவொரு பெரிய ஆறு. அற்பமான ஒன்றில்லை. அதில் மீன் பிடிக்க முடியும். மீன்களை வியாபாரிகளிடமும் அதிகாரிகளிடமும் ரயில் நிலையத்தில் இருக்கும் மது விற்பனையாளரிடம் விற்க முடியும். கிடைக்கும் பணத்தை வங்கியில் போட்டுவைக்கலாம். படகில் பண்ணைகளுக்குச் சென்று பிடில் வாசிக்கலாம். எல்லா தரப்பு மக்களும் அதற்கென காசு கொடுப்பார்கள். மீண்டும் விசைப்படகுகளை இயக்க முயலலாம். சவப்பெட்டிகளைச் செய்வதைவிட சிறப்பானதுதான் அது. கடைசியில் வாத்துகளை வளர்த்து அவற்றைக் கொன்று குளிர்காலத்தில் மாஸ்கோவுக்கு அனுப்பலாம். ஒரு வருஷத்துக்கு பத்து ரூபிள்கள் வரைக்கும் கிடைக்க வாய்ப்பிருக்கிறது. ஆனால்,

அதையெல்லாம் அவன் தவறவிட்டுவிட்டான். எதையுமே அவன் செய்யவில்லை. எத்தனை இழப்புகள். அட எவ்வளவு பெரிய நஷ்டங்கள். மீன் பிடிப்பது, பிடில் வாசிப்பது, படகுகளை செலுத்துவது, வாத்துகளை கொல்வது என இவை அத்தனையையும் ஒன்றாக செய்திருந்தால் என்னமாதிரியான முதலீடுகளை அது உருவாக்கியிருக்கும்? கனவிலும்கூட இவை எதுவுமே நடக்கவில்லை. எந்தவிதமான லாபமுமின்றி, எதையும் அனுபவிக்காமல் ஒன்றுக்கும் ஆகாமல் அவனது வாழ்க்கை முடிந்து போனது. இதற்குப் பிறகும் எதுவுமில்லை. பின்னால் திரும்பிப் பார்க்கையில் நஷ்டங்களைத் தவிர வேறெதுவுமில்லை. அத்தனை பெரிய இழப்புகள் உங்களை குலைத்துப் போட்டுவிடும். இதுபோன்ற வீணடிப்புகளும் நஷ்டங்களுமில்லாது ஏன் ஒரு மனிதனால் வாழ முடியாது? பூச்ச மரங்களும் பைன் மரக் காடுகளும் ஏன் வெட்டி அழிக்கப்பட்டன என்று நீங்கள் கேட்கலாம். அனைவருக்கும் பொதுவான பகுதி ஏன் யாராலும் பயன்படுத்தப்படாமல் விடப்பட்டுள்ளது? மக்கள் ஏன் செய்யக் கூடாதவற்றை எப்போதுமே மிகச் சரியாக செய்கிறார்கள்? யகோவ் தன் வாழ்நாள் முழுவதுமே ஏன் அடுத்தவர்களைத் திட்டிக் கொண்டேயிருந்தான், அவர்களைப் பார்த்து உறுமினான், தனது முஷ்டியை உயர்த்தி ஏன் அச்சுறுத்தினான், தன் மனைவியை ஏன் நோகடித்தான் என்று நீங்கள் கேட்கலாம். இன்றைக்குக் காலையில் அந்த யூதனை அப்படி அவமதித்து அச்சுறுத்த வேண்டிய அவசியம் என்ன? பொதுவாகவே மக்கள் ஏன் அடுத்தவர் வாழ்வில் தலையிடுகிறார்கள்? அவ்வாறான நஷ்டங்களுக்காகவே அப்படி நடக்கின்றன. அவ்வளவு மோசமான இழப்புகள். வெறுப்பும் காழ்ப்பும் இல்லாது இருந்தால் மக்கள் ஒருவருக்கொருவர் மிகுந்த பயனுள்ளவர்களாய் இருக்க முடியும்.

அன்று மாலையும் இரவிலும் அவன் அந்தக் குழந்தையை, இலவம்பஞ்சு மரத்தை, மீனை, கொல்லப்பட்ட வாத்தை, பக்கவாட்டிலிருந்துப் பார்க்கும்போது தாகங்கொண்ட பறவையைப் போல தோற்றமளிக்கும் மார்ஃபா, ரோத்சீல்டின் பாவப்பட்ட முகம் என எல்லாவற்றையும் நினைத்துப் பார்த்தான். எல்லாப் பக்கத்திலிருந்தும் விதவிதமான முட்டாள்கள் அவன் காதுக்குள் நஷ்டங்களைக் குறித்து முணுமுணுக்கலாயினர். புரண்டும் திரும்பியும் படுத்த

அவன் படுக்கையிலிருந்து பிடில் வாசிக்கவென ஐந்து முறை எழுந்தான்.

மறுநாள் காலையில் தானே சிரமப்பட்டு எழுந்து சிகிச்சைச் சாலைக்குச் சென்றான். அதே மக்ஸிம் நிகோலயச் தலையில் குளிர்நீர் ஒத்தடம் தரும்படி சொல்லிவிட்டு மருந்துப் பொடியைத் தந்தார். நிலைமை மோசமாக இருப்பதையும் எந்தவொரு பொடியும் உதவாது என்பதையும் அவருடைய குரலிலிருந்தும் முகபாவத்திலிருந்தும் யகோவ் புரிந்துகொண்டான். பிறகு, வீட்டுக்குச் சென்றபோது சாவு என்பது நன்மையைத் தரும் என்பதை உணர்ந்தான். குடிக்கவோ உண்ணவோ தேவையில்லை. வரி கட்ட வேண்டாம். பிறரைக் காயப்படுத்த வேண்டாம். ஒரு மனிதன் புதைகுழியில் கழிக்கப் போவது ஒரு வருடம் மட்டுமல்ல, நூறாயிரம் ஆண்டுகள் என்பதால் அவற்றையெல்லாம் மொத்தமாகக் கணக்கிட்டால் அதன் மதிப்பு மிகப் பெரியது. வாழ்வென்பது மனிதனுக்கு இழப்பைத் தரும், மரணமே அவனுக்கு நன்மை பயக்கும். இவ்வாறான எண்ணம் ஒருவகையில் சரிதான் என்றாலும் அதே சமயத்தில் கசப்பாகவும் வலி தருவதாகவும் இருந்தது. மனிதனுக்கு ஒரேயொரு முறை மட்டுமே வாய்ப்பாகத் தரப்படும் வாழ்க்கை என்பது ஏன் பலனேதும் இல்லாமல் போகும் வகையில் இந்த உலகம் உருவாக்கப்பட்டுள்ளது?

சாவதற்கு அவன் வருத்தப்படவில்லை. ஆனால், வீட்டில் தன்னுடைய பிடிலைப் பார்த்ததுமே அவனுடைய இதயம் ஓலமிட்டதால் அவன் வருந்தினான். இந்தப் பிடிலைத் தன் கல்லறைக்கு அவனால் எடுத்துச்செல்ல முடியாது. எனவே, அது அனாதையாக்கப்பட்டுவிடும். பூச்ச மரங்களுக்கும் பைன் காட்டுக்கும் நடந்ததேதான் இதற்கும் நிகழும். இந்த உலகத்தில் அனைத்தும் கெட்டழியும். கெட்டழிந்தே போகும். குடிசையை விட்டு வெளியே வந்த யகோவ் மார்புடன் பிடிலை அணைத்துக்கொண்டு படியில் உட்கார்ந்தான். கெட்டழியும் இந்த வாழ்வின் இழப்புகளைப் பற்றி யோசித்தபடியே இசைக்கலானான். என்னவென்று தெரியாமலே இசைத்தபோதும் அது துல்லியமாகவும் இதயத்தைக் கரைப்பதாகவும் அமைந்துபோக அவனுடைய கன்னங்களில் கண்ணீர் வழிந்தது. எத்தனைத் தீவிரத்துடன் அவன் யோசித்தானோ அதனினும் துக்கத்துடன் பிடில் இசைந்தது.

ஒன்றிரண்டு முறை கதவின் தாழ்ப்பாள் ஒலிக்கும் சத்தம் கேட்டது. கதவருகே ரோத்சீல்ட் வந்து நின்றான். பாதி வழி வரைக்கும் தைரியத்துடன் வந்த அவன், யகோவைக் கண்டதும் திடீரென்று நின்றான். உடல் குறுகினான். ஒருவேளை பயத்தால் இருக்கக்கூடும். தனது கைகளை அசைத்து எதையோ சொல்ல முயன்றான். விரல்களைக் காட்டி நேரத்தைச் சுட்டிக்காட்ட முயல்வது போலிருந்தது.

"பரவாயில்லை, வா" என்று மென்மையுடன் அவனைப் பார்த்துக் கையசைத்து அழைத்தான்.

சொல்வதை நம்பாமல் பயத்துடனே ரோத்சீல்ட் அவனை நோக்கி வந்து, ஆறடிக்கும் முன்பாகவே நின்றுவிட்டான்.

"தயவுசெய்து என்னை அடிக்காதே" உடலைத் தணித்தபடியே சொன்னான், "மாய்ஸி இலியிச்தான் மீண்டும் என்னை அனுப்பியுள்ளார். பயப்படாதே. யகோவிடம் மீண்டும் போய் 'புதன்கிழமை திருமணம் உள்ளது. அவனில்லாமல் முடியாது' என்று நான் சொன்னதாகச் சொல். ஆமாம். கனவான் ஸபோவ்லவ் தன்னுடைய மகளை அருமையான ஒருவருக்கு மணமுடித்துத் தரவிருக்கிறார். பிரமாதமான திருமணமாக இருக்கப்போகிறது அந்த நிகழ்ச்சி" கண்ணைச் சிமிட்டியபடியே யூதன் சொன்னான்.

"என்னால் முடியாது. எனக்கு உடல்நிலை சரியில்லை, சகோதரனே" சிரமத்துடன் மூச்சிழுத்தபடியே சொன்னான் யகோவ்.

மீண்டும் அவன் இசைக்கலானான். கண்களிலிருந்து கண்ணீர் பெருகி பிடிலின் மீது சொட்டியது. அவனிடமிருந்து விலகி ஓரமாக நின்று மார்பின் குறுக்கே கைகளைக் கட்டிக்கொண்டு மிகுந்த கவனத்துடன் ரோத்சீல்ட் கேட்டுக்கொண்டிருந்தான். அச்சமும் வியப்புமாக அவன் முகத்தில் இருந்த பார்வை, வேதனையும் துக்கமுமானதாக மெல்ல மாறிற்று. வலிமிகுந்த உணர்வை அனுபவிப்பவனாகத் தன் கண்களை உருட்டிய படியே சொன்னான் "அய்யோ..." அவனது கன்னங்களில் கண்ணீர் மெல்ல வழிந்து அவனது பச்சை மேல்கோட்டின் மேல் விழுந்தது.

பிறகு, யகோவ் நாள் முழுக்க துயரத்துடன் அப்படியே படுத்துக்கிடந்தான். மாலையில் அவனுக்குப் பாவமன்னிப்பு

அளிக்க வந்த பாதிரியார் "மனத்துள் ஏதேனும் குறிப்பிட்ட ஒரு பாவம் அழுந்திக்கொண்டிருக்கிறதா" என்று அவனைக் கேட்டார். மங்கத் தொடங்கியிருந்த தன் நினைவுகளை சிரமத்துடன் யோசித்துப்பார்த்தான். மார்ஃபாவின் சந்தோஷமற்ற முகத்தையும் நாயிடம் கடிபட்ட யூதனின் பரிதாபமான அலறலையும் நினைவுபடுத்திக்கொண்டு அவன் மிக மெதுவாகச் சொன்னான் "இந்தப் பிடிலை ரோத்சீல்டிடம் கொடுக்கவும்."

"நிச்சயமாக" என்றார் பாதிரியார்.

இப்போது ஊரில் எல்லோரும் கேட்கக்கூடும், இத்தனை நல்ல பிடில் ரோத்சீல்டுக்கு எப்படிக் கிடைத்தது? வாங்கினானா, திருடினானா அல்லது அடகு பிடித்தானா? வெகு நாட்களுக்கு முன்பே அவன் புல்லாங்குழல் வாசிப்பதை நிறுத்திவிட்டு, இப்போதெல்லாம் பிடில் மட்டுமே வாசிக்கிறான். முந்தைய நாட்களில் புல்லாங்குழலைக் கொண்டு இசைத்ததுபோலவே அவனுடைய வில்லிலிருந்து நெகிழ்ச்சியான இசை பொழிந்தது. ஆனால், படியில் உட்கார்ந்தபடி யகோவ் வாசித்த இசையை மீண்டும் வாசிக்க முயன்றபோது துயரந்தரும் வேதனையான உணர்வு வெளிப்பட்டுக் கேட்டவர்களை அழச்செய்தது. இறுதியில் அவனும் தன் கண்களை உருட்டிக்கொண்டு சொன்னான் "அய்யோ...." இந்தப் புதிய பாடல் நகரில் இருந்த வியாபாரிகளுக்கும் அதிகாரிகளுக்கும் மிகவும் பிடித்துப் போக அடிக்கடி ரோத்சீல்டை வரவழைத்து அதைப் பலமுறை இசைக்கச்செய்தனர்.

Rothschild's fiddle, Feb - 1894.

---

* சுடுகண்ணாடிகள் - மூச்சு சம்பந்தப்பட்ட பல்வேறு உபாதைகளுக்கு, நோயாளியின் முதுகில் குறிப்பிட்ட எண்ணிக்கையில் சிறிய சூடாக்கப் பட்ட கண்ணாடி வில்லைகளை அடுக்கி, சிகிச்சையளிக்கும் பண்டைய முறை.

உ

கழுத்தில் தொங்கும் அன்னா

திருமணம் முடிந்த பின்பு எதையும் கொறிக்கக்கூட நேரமில்லை. மணமக்கள் கொஞ்சம் பானத்தை மட்டும் பருகிவிட்டு உடைமாற்றிக்கொண்டு ரயில் நிலையத்துக்குச் சென்றனர். திருமண நிகழ்ச்சியைத் தொடர்ந்து நடக்கிற நடன நிகழ்ச்சிக்கும் விருந்துக்கும் இசைநடனத்துக்கும் பதிலாக இருநூறு மைல் யாத்திரை. மாடஸ்ட் அலெக்ஸிச் ஓர் உயரதிகாரி, இளைஞரும் அல்ல என்பதால் கோலாகலமான திருமணம் பொருத்தமாக இருக்காது என்பதைப் பலரும் ஏற்றுக்கொண்டனர். ஐம்பத்திரண்டு வயதான ஒரு மூத்த அதிகாரி பதினெட்டு வயதுக்கும் சற்றே கூடுதலான இளம் பெண்ணை மணக்கும்போது இசையை ரசிப்பதெல்லாம் உற்சாகமானதாய் இருக்காது. கொள்கைப் பிடிப்புமிக்க மாடஸ்ட் அலெக்ஸிச் திருமணத்திலும்கூட மதத்துக்கும் ஒழுக்கத்துக்குமே முதலிடம் தருவான் என்பதைத் தன் இளம் மனைவிக்கு உணர்த்தும்பொருட்டே மடாலயத்துக்கான இந்தப் பயணத்தை முடிவுசெய்திருக்கிறான் என்றும் சொல்லப்பட்டது.

மணமக்களுக்கு விடைகொடுத்தாகிவிட்டது. சக அதிகாரிகளும் உறவினர்களும் கைகளில் உயர்த்திய கோப்பையுடன், ரயில் புறப்பட்டு நகரும்போது “வாழ்த்துகள்” என்று உற்சாகக்

கூச்சல் எழுப்பத் தயாராயிருக்க உயரமான தொப்பியும் நீண்ட கோட்டும் அணிந்திருந்த, ஏற்கெனவே போதையில் முகம் வெளுத்த, மணமகளின் அப்பா பியோ லியோன்டிச் ஜன்னல் பக்கமாகக் கோப்பையை உயர்த்தியபடி சொன்னார், "அன்யுதா, அன்யா, அன்யா, ஒரேயொரு நிமிடம்."

ஜன்னலுக்கு வெளியே அவரை நோக்கி அன்யா தலைநீட்ட மூச்சுக்காற்றில் வைனின் நெடியுடன் அவளது காதுகளில் எதையோ சொல்லிவிட்டு, அவர் சொன்னது எதுவுமே அவளுக்குப் புரியவில்லை, அவளது முகத்திலும் நெஞ்சிலும் கைகளிலும் சிலுவையிட்டார். குரல் நடுங்கிட, கண்களில் நீர் கசிய நின்றார். உயர்நிலைப் பள்ளி மாணவர்களான, அன்யாவின் தம்பிகள் பெட்யாவும் ஆண்ட்ரூசாவும் பின்னா லிருந்து அவரது கோட்டைப் பற்றியிழுத்து தர்மசங்கடத்துடன் முணுமுணுத்தனர், "போதும்ப்பா... போதும். வேண்டாம்."

ரயில் புறப்பட்டபோது அவர்கள் இருந்த பெட்டியுடனே சிறிது தூரம் அவர் கோப்பையில் இருந்த வைனைச் சிந்தியபடி பரிதாபமும் கனிவும் குற்றவுணர்வும் கொண்ட முகத்துடன் ஓடிவருவதை அன்யா பார்த்தாள்.

"..." கத்தினார்.

இப்போது மணமக்கள் தனித்திருந்தனர். மாடஸ்ட் அலெக்ஸிச் பெட்டியை ஒருமுறைப் பார்த்தார். பொருட்களை தட்டில் அடுக்கினார். தனது இளம் மனைவிக்கு எதிரில் புன்னகைத்த படியே அமர்ந்தார். சாதாரண உயரம், சற்றே தடித்த, புஷ்டியான, நன்கு ஊட்டம் பெற்ற, நீண்ட கிருதாவுடன் மீசையில்லாமல் இருந்த அதிகாரி அவர். சுத்தமாக மழிக்கப் பட்ட, வட்டமான, கூரான அவரது முகவாயானது குதி காலை ஒத்திருந்தது. மீசை இல்லாமலிருந்ததே அவரது முகத்துக்குத் தனி அடையாளத்தைக் கொடுத்தது. நன்கு மழிக்கப்பட்ட அந்த வெற்றிடம் மெல்ல மெல்ல கொழுத்த கன்னங்களாய் உருமாறி ஜெல்லியைப் போல துள்ளியது. மேன்மையான நடத்தை கொண்டிருந்த அவரது செய்கைகள் நிதானத்துடனும், அசைவுகள் கண்ணியத்துடனும் இருந்தன.

"ஒரு சந்தர்ப்பத்தை என்னால் நினைவுகூறாமல் இருக்க முடியவில்லை" புன்னகைத்தபடியே சொன்னார், "ஐந்து

வருடங்களுக்கு முன்பு, கொஸரதோவுக்குப் புனித அன்னாவின் இரண்டாம் நிலை விருது வழங்கப்பட்டது. மன்னரைச் சந்தித்து நன்றி தெரிவித்தபோது அவர் சொன்னார் 'இப்போது உன்னிடம் மூன்று அன்னாக்கள் இருக்கிறார்கள். ஒருவர் உன் பொத்தான் துளையிலும் மற்ற இருவரும் உனது கழுத்திலும்.' அப்போதுதான் அன்னா என்ற பெயருடைய, மிக சாமர்த்தியமும் அற்பத்தனமும்மிக்க கொஸரதோவின் மனைவி அவரிடம் திரும்பியிருந்தாள் என்பதையும் குறிப்பிட வேண்டும். அன்னாவின் இரண்டாம் நிலை விருது எனக்குத் தரப்படும்போது அதையே என்னிடம் சொல்வதற்கு மன்னரிடம் எந்தக் காரணமும் இருக்காது."

தன் சிறிய கண்களுடன் அவர் சிரித்தார். இந்த மனிதர் ஈரமான பெரிய உதடுகளைக் கொண்டு எந்த நேரத்திலும் தன்னை முத்தமிடக்கூடும், அதை மறுப்பதற்கு இப்போது எந்த உரிமையும் கிடையாது என்ற யோசனையால் தடுமாறியிருந்த அவளும் புன்னகைத்தாள். கொழுத்த அவனது உடலின் மென்மையான அசைவுகள் அவளுக்கு அச்சமூட்டின. பயமாகவும் அருவருப்பாகவும் உணர்ந்தாள். எழுந்து நின்று அவசரப்படாமல் தன் கழுத்து அலங்காரத்தைக் கழற்றிவிட்டு மேல்கோட்டையும் உள்கோட்டையும் கழற்றிவிட்டு இரவுடையை அணிந்துகொண்டான்.

"இதோ..." அன்யாவின் அருகில் அமர்ந்தான்.

திருமண நிகழ்ச்சி மிகுந்த வேதனை மிகுந்ததாய் இருந்ததை எண்ணிப் பார்த்தாள். பாதிரியாரும் விருந்தினர்களும் தேவாலயத்தில் இருந்த அனைவருமே இத்தனை அழகிய நல்ல பெண்ணை நடுத்தரவயதுள்ள உற்சாகமற்ற இவனுக்கு ஏன் என்பதுபோல அவளை மிகுந்த வேதனையுடன் பார்த்தனர். அன்று காலை எல்லாமே நல்லபடியாக நடந்துகொண்டிருப்பதை நினைத்து மகிழ்ந்திருந்தாள். ஆனால், திருமணத்தின்போதும் இப்போது இந்த ரயிலிலும் அவள் தவறிழைத்ததாகவும் ஏமாற்றப்பட்டுவிட்டதாகவும் அபத்தமாகவும் உணர்ந்தாள். அவள் பெரும் செல்வந்தனை மணந்திருக்கிறாள் என்றாலும் அவளிடம் பணம் எதுவும் கிடையாது. திருமணத்துக்கான இந்த உடையே கடனில் வாங்கப்பட்டிருக்கிறது. இன்று அப்பாவும் தம்பிகளும்

வழியனுப்பிவைத்தபோது அவர்களிடம் ஒரு கொபேக் கூட இல்லை என்பதை அவர்களின் முகங்களிலிருந்தே தெரிந்தது. இன்றிரவு அவர்களுக்கு உணவு இருக்குமா? நாளைக்கு? அம்மாவின் தகனம் முடிந்த நாளன்று பசியுடனும் துயருடனும் கழித்த மாலைப் பொழுதைப் போலவே இப்போதும் அப்பாவும் தம்பிகளும் அவளில்லாமல் உட்கார்ந்திருப்பதாக ஏனோ உணர்ந்தாள்.

“ஓ, நான் எப்படி சந்தோஷமில்லாமல் இருக்கிறேன்? ஏன்?” என்று யோசித்தாள்.

பெண்களிடம் எப்படி நடந்துகொள்வதென்று பழக்கமில்லாத மாடஸ்ட் அலெக்ஸிச் மரியாதைக்குரிய மனிதருக்கேயுரிய அசௌகரியத்துடன் அவளது இடையைத் தொட்டு தோளில் தட்டியபோது பணத்தைப் பற்றியும் அம்மாவைக் குறித்தும் அவளது மரணத்தையும் நினைத்துக்கொண்டிருந்தாள். அம்மா இறந்தபோது உயர்நிலைப் பள்ளியில் கையெழுத்துப் பயிற்றுனராகவும் ஓவிய ஆசிரியராகவும் இருந்த அப்பா பியோ லியோனிச் குடிப்பழக்கத்துக்கு ஆளாகிவிட அனைவருமே வறுமையின் பிடியில் வீழ்ந்தனர். தம்பிகளுக்குக் காலணிகளோ கணுக்கால் வரையிலான பூட்சுகளோ இருக்கவில்லை. அப்பா அடிக்கடி நீதிமன்றங்களுக்கு அழைக்கப்பட்டார். வீட்டில் இருந்த தட்டுமுட்டுச் சாமான்களைக் கணக்கெடுக்க அமீனா வந்துபோனான். எத்தனை அவமானங்கள்? அன்யா குடிகாரத் தகப்பனை அனுசரிக்க வேண்டியிருந்தது. தம்பிகளின் காலுறைகளின் கிழிசல்களைத் தைத்துத்தந்தாள். கடைத் தெருவுக்குச் சென்றாள். அவளது அழகையும் இளமையைம் நேர்த்தியான நடத்தைகளையும் அனைவரும் புகழ்ந்தபோது தரமற்ற அவளது தொப்பியையும் காலணியிலுள்ள துளையை மசியைக் கொண்டு மூடியிருப்பதையும் இந்த உலகம் மொத்தமுமே காண்கிறது என்று அவளுக்குத் தோன்றியது. அப்பா அவரது பலவீனங்களின் காரணமாகப் பள்ளியிலிருந்து விரைவிலேயே வெளியேற்றப்படுவார் என்றும் அதன் பிறகு அம்மாவைப் போலவே அவரும் இறந்துவிடுவார் என்ற தொடர்ச்சியான எண்ணம் இரவுகளில் அவளை வாட்டியது. அழுதாள். ஆனால், அவர்களுக்குத் தெரிந்த பெண்கள் அன்யாவுக்குப் பொருத்தமான ஒருவனைத் தேட ஆரம்பித்திருந்தனர். வெகு சீக்கிரத்திலேயே

இளைஞனல்லாத அழகில்லாத ஆனால், செல்வம்கொண்ட இதே மாடஸ்ட் அலெக்ஸிச்சைக் கொண்டுவந்து நிறுத்தினர். வங்கியில் லட்சக்கணக்கில் பணமும் குத்தகைக்கு விட்டிருந்த குடும்ப நிலமும் அவர் வசமிருந்தன. கொள்கைப் பிடிப்புமிக்க அவர் மன்னருக்கு நெருக்கமானவர். பியோ லியோனிட்சைப் பணிநீக்கம் செய்ய வேண்டாமென்று பள்ளி முதல்வருக்கோ அல்லது நிர்வாகிக்கோகூட மன்னரிடமிருந்து அவரால் ஒரு கடிதம் பெற்றுத்தருவதில் எந்த சிரமமும் இருக்காது என்று அன்யாவிடம் சொல்லப்பட்டது.

இந்த விவரங்களையெல்லாம் ஞாபகப்படுத்திக் கொண்டிருந்த போது திடீரென ஜன்னலின் வழியே பேச்சுக் குரல்களுக்கு நடுவே பலமாக இசை ஒலிப்பதைக் கேட்டாள். சிறிய நிலையமொன்றில் ரயில் நின்றிருந்தது. நடைமேடைக்கு அப்பால் கூடியிருந்த கூட்டத்திலிருந்து அகார்டியனும் பிடிலும் துடிப்புடன் அதிர்ந்துகொண்டிருந்தன. உயரமான பூச்ச மரங்களுக்கும் பாப்லர் மரங்களுக்கும் பின்னால் நிலவொளியில் குளித்து நின்ற குடில்களிலிருந்து ராணுவ இசைக்குழுவினரின் வாத்தியங்கள் ஒலித்திருந்தன. இரவு நடனம் நடந்துகொண்டிருக்க வேண்டும். இதமான கால நிலையில் தூய காற்றை சுவாசிக்கவென நகரத்திலிருந்தும் கோடை வசிப்பிடங்களிலிருந்தும் வந்திருந்தவர்கள் நடைபாதையில் உலவினர். அர்டினோவும் அங்கிருந்தார். இந்தக் கோடை வாசஸ்தலத்தின் உரிமையாளர் அவர். செல்வந்தர். உயரமும் பருமனும் மிக்க, கருப்பான தலைமுடியுடன் அமெரிக்கனைப் போல் தோற்றந்தரும் முகவடிவையும் துருவிப் பார்க்கும் கண்களையும் உடைய அவர் வினோதமான உடை அணிந்திருந்தார். மார்பில் பொத்தான்கள் பொருத்தப்படாத சட்டையையும் பொசுபொசுப்பான பூட்சுகளையும் அணிந்திருந்தார். ரயிலைப் போல நீண்டு தரையில் இழுபட்ட கருப்புத் துணி தோள்களிலிருந்து தொங்கியது. பாசோய் நாய்கள் இரண்டு கூரிய வாய்ப்பூட்டுகளைத் தாழ்த்தியபடி அவரைத் தொடர்ந்தன.

அன்யாவின் கண்களில் இன்னும் கண்ணீரின் ஈரம். ஆனால், இப்போது அவள் அம்மாவையோ பணத்தையோ திருமணத்தையோ பற்றி எண்ணவில்லை. தனக்கு அறிமுகமான

சில பள்ளி மாணவர்களிடமும் அதிகாரிகளிடமும் சிரித்த படியே கைகுலுக்கினாள், “வணக்கம். நலம்தானே?”

பிரமாதமான புதிய உடையும் தொப்பியும் முழுக்கத் தெரியும் படியாகப் ரயில்பெட்டியிலிருந்த நடைவழியின் முகப்பில் விழுந்த நிலவொளியில் சென்று நின்றாள்.

“இங்கே எதற்காகக் காத்திருக்கிறோம்?”

“இங்கே ஒரு துணைப் பாதை உள்ளது. விரைவு ரயிலொன்று வரவிருக்கிறது” என்று பதில் கிடைத்தது.

அர்டினோவ் தன்னைப் பார்க்கிறார் என்பதைக் கவனித்தவள் பசப்பலாகக் கண்களைக் குறுக்கியபடி பிரெஞ்சில் உரத்துப் பேசலானாள். அவளது இனிமையான குரல் மிக நேர்த்தியாக ஒலித்ததாலும் இசை கேட்டுக்கொண்டிருந்ததாலும் குளத்தில் நிலவு பிரதிபலித்ததாலும் மோசமான பெயர்பெற்ற பெண்பித்தனும் குறும்பனுமான அர்டினோவ் தன்னைப் பேராசையுடனும் ஆர்வத்துடனும் நோக்கியதாலும் அனைவருமே குதூகலத்தை உணர்ந்ததாலும் திடீரென்று அவளுக்குள் உற்சாகம் தளும்பியது. ரயில் நகர்ந்தது. தங்களது அதிகாரிகளைச் சந்திக்கவந்தவர்கள் விடைபெற்றபோது மரங்களுக்கு அப்பால் எங்கோ ராணுவ இசைக்குழு உற்சாகத்துடன் இசைத்துக் கொண்டிருந்த நடன இசையின் பகுதிகளை அவள் முணுமுணுக்கத் தொடங்கியிருந்தாள். எதுவாயிருந்தபோதும் நிச்சயமாகத் தன்னால் சந்தோஷமாக இருக்க முடியும் என்பதை அந்த ரயில்நிலையத்தில் அறிந்து கொண்ட உணர்வுடன் தனது இருக்கைக்குத் திரும்பினாள்.

மடாலயத்தில் இரண்டு நாட்களைக் கழித்த மணமக்கள் நகரத்துக்குத் திரும்பினர். அவர்கள் அரசு குடியிருப் பொன்றில் வசித்தனர். மாடஸ்ட் அலெக்ஸிச் பணிக்குச் சென்றிருக்கும்போது பியானோ வாசித்தாள் அன்யா. எதுவும் செய்வதறியாது அழுதாள். அல்லது படுக்கையில் படுத்துக்கொண்டு நாவல்களைப் படித்தாள். நவநாகரிகமான சஞ்சிகைகளைப் புரட்டிப்பார்த்தாள். இரவு சாப்பிடும்போது மாடஸ்ட் அலெக்ஸிச் வயிறாரச் சாப்பிட்டார். அரசியல் பேசினார். நியமனங்கள், இடமாறுதல்கள், ஊக்கத்தொகை குறித்துச் சொன்னார். கடுமையாக உழைக்க வேண்டும்

என்றும் குடும்ப வாழ்க்கை என்பது உல்லாசமானதல்ல, கடமை என்றும், சேமிக்கும் ஒவ்வொரு பைசாவும் உழைத்துச் சேர்த்தது என்றும், மதத்தையும் ஒழுக்கத்தையுமே இவ்வுலகில் உயரியதாய்த் தான் கருதுவதாகவும் சொன்னார். கத்தியொன்றைத் தன் கையில் வாளைப் போல பற்றியபடி சொன்னார் "ஒவ்வொருவருக்கும் அவருக்கான பொறுப்புகள் உண்டு."

அச்சத்துடன் சாப்பிடவும் முடியாமல் அவர் சொல்வதையே கவனித்துக்கொண்டிருக்கும் அன்யா எப்போதும் பசியுடனே அங்கிருந்து செல்ல நேர்ந்தது. உண்டு முடித்ததும் அவளுடைய கணவர் உரக்கக் குறட்டைவிட்டு தூங்கிவிட அவள் தன் குடும்பத்தைக் காணச்சென்றாள். அவள் நேசிக்காத ஒருவரை உற்சாகமற்ற சலிப்புதரும் நபரைப் பணத்துக்காக மட்டுமே மணந்துகொண்ட அவளை ஒதுக்கிவைத்துவிட்டதுபோல அப்பாவும் தம்பிகளும் விநோதமாகப் பார்த்தனர். சரசரக்கும் உடையும் அணிகலன்களும் சீமாட்டி போன்ற அவள் தோற்றமும் அவர்களுக்குத் தர்மசங்கடத்தைத் தந்து நோகடித்தன. அவளது முன்னிலையில் சற்றே கூச்சமாக உணர்ந்த அவர்கள் அவளிடம் என்ன பேசுவதென்று தெரியாமல் திகைத்தனர். ஆனாலும், முன்பைப் போலவே அவளை நேசித்தனர். அவளில்லாமல் சாப்பிடுவதற்கு இன்னும் அவர்கள் பழகியிருக்கவில்லை. அவர்களுடன் சேர்ந்து உட்கார்ந்து முட்டைகோஸ் சூப்பும் கஞ்சியும் ஆட்டுக் கறிக் கொழுப்பில் வறுத்த, மெழுகுவர்த்தியைப் போன்று வாசனை கொண்ட உருளைக்கிழங்கும் சாப்பிட்டாள். பியோ லியோன்டிச் நடுங்கும் கைகளுடன் வடிகட்டியிலிருந்து வார்த்து உடனடியாகவும் ஆசையுடனும் அருவருப்புடனும் குடித்தார். அடுத்து இன்னொரு தம்ளரைக் குடித்தார். அடுத்து மூன்றாவது. ஒல்லியாகவும் வெளுத்தும் பெரிய கண்களுடனும் இருந்த பெட்யாவும் ஆண்ட்ரூயுசாவும் வடிகட்டியை அப்பால் நகர்த்திவிட்டு குழப்பத்துடன் சொன்னார்கள், "வேண்டாம்ப்பா... போதும்."

அன்யாவும் கவலைப்பட்டு, மறுபடி குடிக்க வேண்டாம் என்று கெஞ்சினாள். திடீரென்று அவர் வெகுண்டு மேசையின் மீது கையால் குத்தினார், "என்னை யாரும் கண்காணிக்க விட மாட்டேன். பொடிப் பயல்களா, எல்லோரையும் தூக்கி எறிந்துவிடுவேன்."

ஆனால், தளர்ச்சியும் அன்பும் கலந்த அவரது குரலைக் கேட்டு யாரும் அஞ்சவில்லை. எப்போதுமே இரவு சாப்பிட்ட பின்பு அவர் உடையணிந்துகொள்வார். முகம் வெளுத்த, தாடையில் சவரக்கத்தியின் கீறல்களுடன் ஒல்லியான கழுத்தை முன்னால் நீட்டியபடி கண்ணாடிக்கு முன்னால் நின்று அரைமணி நேரத்துக்கும் மேலாகத் தன்னை அழகுபடுத்திக்கொள்வார். கருப்பு மீசையை முறுக்குவார். நறுமண திரவத்தைப் பீய்ச்சிக்கொள்வார். பிறகு கழுத்துப் பட்டையைக் கட்டிக்கொண்டு கையுறைகளை மாட்டியபடி தொப்பியை அணிந்து தனி வகுப்புகளை நடத்த புறப்பட்டுச்செல்வார். விடுமுறை நாளாக இருப்பின் வீட்டிலேயே இருக்கும் அவர் ஓவியம் வரைவார் அல்லது ஆர்மோனியத்தை வாசிப்பார். காற்றை வெளித்தள்ளி உறுமும் ஆர்மோனியத்திலிருந்து ஒருமித்த லயம் மிகுந்த ஒலிகளை எழுப்பி அதனுடனே இணைந்து பாட முயல்வார். அல்லது மிகுந்த ஆத்திரத்துடன் மகன்களிடம் கத்துவார் "பொறுக்கிப் பயல்களே, மரமண்டைகளே, இந்தக் கருவியை இப்படிப் பாழ்படுத்திவிட்டீர்கள்."

மாலைப்பொழுதுகளில் அன்யாவின் கணவர் அதே அரசாங்கக் குடியிருப்பில் ஒரே கூரையின் கீழ் குடியிருக்கும் தன்னுடைய சக அதிகாரிகளுடன் சீட்டாடுவார். அவர்கள் சீட்டாடும்போது அவர்களின் மனைவிமார்கள் அசிங்கமாகவும் ரசனையற்றும் சமையல் பணியாளர்களைப் போல அநாகரிகமாக உடையணிந்து ஒன்றுகூடி புறணி பேசத் தொடங்குவார்கள். அந்த மனைவிமார்களைப்போலவே புறணிபேசுவதும்கூட அசிங்கமாகவும் ரசனையற்றுமே அமையும். எப்போதாவது, அன்யாவை மாடஸ்ட் அலெக்ஸியிச் நாடகங்களுக்கு அழைத்துச்செல்வதுண்டு. இடைவேளைகளின்போது அவனிடமிருந்து ஒரு அடிகூட விலகிச்செல்ல அவளை அனுமதிக்காமல் கூடத்திலும் ஓய்வறையிலும் அவள் கைகளைப் பற்றியபடியேதான் நடப்பான். யாருக்கேனும் அவன் வணக்கம் சொல்லும்போது அவளுடைய காதில் கிசுகிசுப்பான், "அரசாங்க அதிகாரி, மன்னரால் அழைக்கப்பட்டவர்" அல்லது "மிகுந்த செல்வந்தர், சொந்தமாக மாளிகை உண்டு." உணவுக்கூடத்தைக் கடக்கும்போது அன்யா ஏதேனும் இனிப்பைச் சாப்பிட வேண்டும் என்று எப்போதுமே விரும்புவாள். சாக்லெட்டும்

ஆப்பிள் புளிப்புப் பண்டமும் அவளுக்கு மிகவும் பிடிக்கும். ஆனால், அவளிடம் காசில்லை. கணவனிடம் கேட்டு வாங்கவும் கூச்சம். ஒரு பேரிக்காயை எடுத்துக் கையில் தடவியபடியே தயக்கத்துடன் கேட்பார் "என்ன விலை?"

"இருபத்தி ஐந்து கொபேக்குகள்."

"அப்படியா?" என்று சொல்லிவிட்டு பேரிக்காயைத் திரும்ப வைத்துவிடுவார். ஆனால், எதையும் வாங்காமல் அங்கிருந்து போவது சரியாக இருக்காதென்று செல்ட்சர் (மருந்தியல் கார நீர், சோடாவைப் போல) ஒன்றை வாங்கி கண்களிலிருந்து கண்ணீர் கசிய மொத்தத்தையும் அவரே குடித்து முடிப்பார். அதுபோன்ற சந்தர்ப்பங்களில் அன்யா அவரை வெறுத்தாள்.

சில சமயங்களில் மொத்தமாகக் குழைந்தபடி சொல்வார் "இந்த முதியவளுக்கு வணக்கம் சொல்."

"அவர்களை எனக்குத் தெரியாது."

"பரவாயில்லை. தலைமைக் கருவூல அதிகாரியின் மனைவி அவள். நான் சொல்கிறேனல்லவா, வணக்கம் சொல். உன் தலையொன்றும் கழன்றுபோய்விடாது" என்று கடுகடுப்புடன் முணுமுணுப்பார்.

அன்யா வணக்கம் சொல்வாள். அவளுடைய தலை கழன்று போயிருக்காவிட்டாலும்கூட அவ்வாறு செய்வது அவளுக்கு வலிக்கும். தனது கணவன் வேண்டியது அனைத்தையும் அவள் செய்தாள். கச்சிதமான முட்டாளைப் போல ஏமாந்ததை எண்ணி தன்மீதே அவளுக்குச் சினம். பணத்துக்காக மட்டுமே அவரை அவள் மணந்துகொண்டாள். ஆனால், திருமணத்துக்கு முன்பிருந்ததைவிட அவளிடம் இப்போது காசு குறைவாகவே இருந்தது. முன்பு அப்பா குறைந்தது இருபது கொபேக்குகளாவது அவளிடம் தருவார். ஆனால், இப்போது அவள் கையில் ஒரு சென்ட்கூட கிடையாது. தெரியாமல் பணத்தை எடுக்கவோ அல்லது கேட்கவோ முடியாது. கணவனுக்கு அஞ்சினாள். அவர் முன்னால் நடுங்கினாள். வெகு காலமாகவே அவளுக்குள் அவரைப் பற்றிய அச்சம் குடியிருந்ததுபோலவே தெரிந்தது. குழந்தைப் பருவத்தில் புயல் மேகம்போலவோ அல்லது அவளை நசுக்கத் தயாராக வரும் ரயில் என்ஜினைப் போலவோ அச்சம்

தரக்கூடிய பயங்கரமான சக்தியாக இருந்தது அவளுடைய பள்ளி முதல்வர். அவ்வாறான இன்னொரு சக்தி மன்னர் ஆவார். அவரைப் பற்றி தமது குடும்பத்தில் எப்போதும் பேசிக்கொண்டிருப்பார்கள். ஏதோவொரு காரணத்துக்காக அதைக் கண்டு அஞ்சவும் செய்தனர். அதைவிட சற்று பலம் குறைந்த இன்னும் சில சக்திகள் இருந்தன. கடுகடுப்பான எளிதில் சமாதானப்படுத்த முடியாத, மீசையை மழித்திருக்கும் பள்ளி ஆசிரியர்களும் அதில் அடங்குவர். இப்போது, இறுதியாக மாடஸ்ட் அலெக்ஸிச். கொள்கைப் பற்றாளர். பார்ப்பதற்கு ஓர் இயக்குனரைப் போன்று தோற்றமளிப்பவர். அன்யாவின் கற்பனையில் இந்த சக்திகள் அனைத்தும் ஒன்றிணைந்து பயங்கரமான பெரும் துருவக் கரடியின் உருவில் வந்து தன் அப்பாவைப் போல பலவீனமானவர்களின், மேலும் தவறிழைத்தவர்களின் மீதும் இறங்குகிறது என்றெண்ணினாள். அவரை எதிர்த்து எதைச் சொல்லவும் அவள் அஞ்சினாள். மிகுந்த வெறியுடன் கொஞ்சப்பட்டபோதும் அச்சுறுத்தும் வகையில் அணைத்து நொறுக்கியபோதும் பாசாங்கான சந்தோஷத்துடன் புன்னகைக்க வேண்டிய கட்டாயமிருந்தது.

ஒரேயொரு முறை பியோ லியோனிச் கட்டாயமாகத் தீர்க்க வேண்டிய ஒரு கடனை அடைப்பதற்காக ஐம்பது ரூபிள்களை மட்டுமே கடனாகக் கேட்க நேர்ந்தது. ஆனால், என்னவொரு கொடுமை அது.

சிறிது யோசனைக்குப் பிறகு மாடஸ்ட் அலெக்ஸிச் சொன்னார், "சரி. நான் கடன் தருகிறேன். ஆனால், நீங்கள் குடிப்பதை நிறுத்தும் வரையிலும் நான் வேறெந்த உதவியும் செய்ய மாட்டேன். அரசுப் பணியில் இருக்கும் ஒருவருக்கு இவ்வாறான பலவீனம் என்பது ஒரு அவமானம். தகுதிவாய்ந்த பலரும் இந்தப் பழக்கத்தால் கெட்டழிந்ததையும், அதை அளவாக நிறுத்தியிருந்தால் அவர்கள் இன்னும் உயர்ந்த நிலையை அடைந்திருப்பார்கள் என்பதையும் எல்லோருக்கும் தெரிந்த பொதுவான உண்மையை உங்களுக்கு நினைவுபடுத்த வேண்டியதில்லை."

"முடிந்த வரையிலும்...", "உண்மையை கருத்தில் கொண்டால்...", "மேலே சொன்ன காரணத்துக்காக..." என்று இன்னும் நீண்ட பிரசங்கம் தொடர்ந்தது. அந்த சமயத்தில்

பாவப்பட்ட பியோ லியோனிச் அவமானம் அடைந்தார். உடனடியாகக் குடிக்க வேண்டும் என்ற எண்ணம் அவருள் எழுந்தது.

அவளது தம்பிகள், கிழிந்த பூட்சுகளையும் அழுக்கான கால்சராய்களையும் அணிந்துகொண்டு அன்யாவைப் பார்க்க வரும்போதெல்லாம் இதுபோன்ற பிரசங்கங்களை அவர்களும் கேட்க வேண்டியதாயிருந்தது.

“ஒவ்வொருவருக்கும் அவரவர் பொறுப்பு இருக்க வேண்டும்” என்று மாடஸ்ட் அலெக்ஸிச் சொல்வார்.

ஆனால், அவர் பணம் தரவேயில்லை. பதிலாக, மோதிரம், வளையல்கள், தலையணிகள் ஆகியவற்றை, மோசமான நாட்களை சமாளிக்க இவற்றை வைத்துக்கொள்வது நல்லது என்று சொல்லி அன்யாவிடம் கொடுத்தான். அத்துடன் அவளுடைய இரும்புப் பெட்டியை அடிக்கடி திறந்து அவையெல்லாம் பத்திரமாக இருப்பதையும் உறுதி செய்துகொண்டான்.

இதற்கிடையில் குளிர்காலம் வந்தது. கிறிஸ்துமஸுக்கு வெகு நாட்களுக்கு முன்பாகவே, வழக்கமாக நடைபெறுகிற குளிர்கால நடன நிகழ்ச்சி இந்த வருடம் டிசம்பர் 29ம் தேதி கனவான்களின் சபையில் நடைபெறும் என்று உள்ளூர் செய்தித்தாள் அறிவித்திருந்தது. ஒவ்வொரு மாலையிலும் சீட்டாட்டம் முடிந்த பின்பு மாடஸ்ட் அலெக்ஸிச் கொந்தளிப்புடன் அதிகாரிகளினுடைய மனைவிமார்களின் காதில் எதையோ கிசுகிசுப்பதும், அன்யாவை கவலையுடன் பார்ப்பதும், பிறகு நெடுநேரம் அறையில் எதையோ யோசித்தபடி குறுக்கும் நெடுக்குமாய் நடப்பதுமாய் இருந்தான். கடைசியில், ஒருநாள் இரவுப் பொழுதில் அன்யாவின் எதிரில் நின்றான், “நடனமாடவென ஒரு உடையை உனக்காக நீ தைத்துக்கொள்ள வேண்டும். புரிகிறதா? மரியா கிரிகோரியாவ்னாவிடமும் நடால்யா குஸ்மினிஸ்னாவிடமும் மட்டும் இதுபற்றி ஆலோசனையைக் கேட்டுக்கொள்.”

அவளிடம் அவர் நூறு ரூபிள்கள் தந்தார். வாங்கிக் கொண்டாள். ஆனால், நடனத்துக்கான உடையைத்

தயார் செய்ய அவள் யாருடைய ஆலோசனையையும் கேட்டுக்கொள்ளவில்லை. அப்பாவிடம் பேசி நடன நிகழ்ச்சிக்கு அம்மா எப்படி உடை அணிந்திருப்பாள் என்று கற்பனை செய்து பார்த்தாள். இறந்துபோன அம்மா எப்போதுமே நவநாகரிகமாகவே உடையணிந்திருப்பாள். அத்துடன் அதை அன்யாவிடமும் வலியுறுத்தினாள். ஒரு பொம்மையைப் போல அவளுக்கு உடை அணிவித்தாள். பிரெஞ்சு மொழியைப் பேசவும், மசூர்கா நடனத்தைப் பிரமாதமாக ஆடவும் கற்றுத்தந்தாள். (திருமணத்துக்கு முன்பு ஐந்து ஆண்டுகள் அவள் ஆளுநராகப் பணியாற்றியவள்.) அம்மாவைப் போலவே அன்யாவும் பழைய உடையிலிருந்து புதிய உடை ஒன்றை உருவாக்க முடிந்தது. பென்ஸைனைக் கொண்டு கையுறைகளைத் தூய்மையாக்கினாள். அணிகலன்களை வாடகைக்குப் பெற்றுக்கொண்டாள். அம்மாவைப் போலவே கண்களைக் குறுக்கிக்கொள்ளவும் பேசுகையில் 'ர'வை நாக்கைச் சுழற்றிச் சொல்லவும், அழகிய தோற்றங்களைக் கொள்ளவும் தேவைப்படும்போது மிகுந்த குதூகலத்தைக் காட்டவும் துயருடனோ விளங்கிக்கொள்ள முடியாதவண்ணமோ பார்க்கவும் அவளுக்குத் தெரியும். அப்பாவிடமிருந்து கருத்த கூந்தலையும் கண்களையும் படபடப்பையும் எப்போதும் தன்னை அழகுபடுத்திக் கொள்ளும் விதத்தையும் அவள் பெற்றிருந்தாள்.

நடனத்துக்குச் செல்வதற்கு ஒருமணி நேரத்துக்கு முன்பாக, அவளுடைய கண்ணாடிக்கு முன்னால் நின்று தன் கழுத்து அலங்காரத்தை சரியாகப் பொருத்திக்கொள்வதற்காக, மேல்கோட்டை அணியாமல் அறைக்குள் வந்த மாடஸ்ட் அலெக்ஸிவிச் அவளது அழகையும் புதிய காற்றோட்டமான அவளது உடையையும் கண்டு தன் கிருதாக்களைத் தடவியபடியே சொன்னான், "சரிதான். இப்படித்தான் இருக்க வேண்டும் நீ. அன்யுதா." சொல்லிக்கொண்டேயிருந்தவன் திடீரென்று பெருமிதத்துடன் சொன்னான், "உனக்கு நான் சந்தோஷத்தைத் தந்திருக்கிறேன். இன்று நீ என்னை சந்தோஷப்படுத்தலாம். மன்னரின் மனைவியிடம் உன்னை நீ அறிமுகப்படுத்திக் கொள்ள வேண்டும் என்று கேட்டுக் கொள்கிறேன். எப்படியாவது அவளிடம் பேசிவிடு. அவள் மூலமாக உயர் பதவியை நான் அடைய முடியும்."

இருவரும் நடனத்துக்குச் சென்றனர். கனவான்களின் சபையின் நுழைவாயிலில் வாயிற்காப்போன். உடைகளை வைப்பதற்கான அறையுடன் கூடிய முன்கூடம், புசுபுசுப்பான மேல்கோட்டுகள், விரையும் பணியாளர்கள், டெக்கொலேட் கவுனை அணிந்த பெண்கள் காற்றாடியிலிருந்து வீசிய காற்றிலிருந்து ஒதுங்கி நின்றனர். காற்றில் கேஸ்லைட்டின் மணம். படைவீரர்களுக்கேயுரிய வேர்வை நெடியும் கலந்திருந்தது. கணவனின் தோளைப் பற்றியபடி படிகளில் ஏறிய அன்யா இசை ஒலிப்பதைக் கேட்டாள். ஏராளமான விளக்குகள் கொண்ட பெரிய கண்ணாடியொன்றில் தன் முழு உருவத்தைப் பார்த்தவுடன் அவள் உள்ளத்தில் பெரும் மகிழ்ச்சி பொங்கியது. சிறிய அந்த ரயில் நிலையத்தில் நிலவொளியில் உணர்ந்த அதே சந்தோஷத்தின் பேருணர்வு. தான் ஒரு சிறுமியல்ல, பெண் என்பதை முதன்முதலாக உணர்ந்தவளாய் மறைந்த தன் அன்னையின் நடை, பாவனையை இயல்பாகவே பின்பற்றி கர்வத்துடனும் தன்னம்பிக்கையுடனும் நடந்தாள். முதன்முறையாக அவள் தன்னை சீமாட்டியாகவும் சுதந்திரமானவளாகவும் உணர்ந்தாள். கணவன் உடன் இருந்ததும்கூட அவளுக்கு இடராகத் தெரியவில்லை. ஏனெனில், அவையின் வாயிலைக் கடக்கும்போதே தன்னைவிட வயதில் மூத்த தன் கணவன் உடனிருப்பது அவமானகரமானதில்லை என்பதை அவள் உணர்ந்திருந்தாள். அதற்கு மாறாக ஆண்கள் மிகவும் விரும்புகிற, ஆர்வத்தைக் கிளறிவிடக்கூடிய வினோதமான ஓர் அடையாளம் அவள்மீது விழுந்திருப்பதையும் உணர்ந்தாள். அந்த பெரியக் கூடத்தில் இசை அதிர நடனம் தொடங்கியது. அரசுக் குடியிருப்புக்குப் பிறகு ஒளியும் நிறமும் இசையும் ஒலியும் கொண்ட அந்த இடத்தால் கவரப்பட்ட அன்யா, கூடத்தை நோக்கியபடியே நினைத்தாள், “எத்தனைப் பிரமாதமாக இருக்கிறது.” உடனடியாகவே கூட்டத்தில் தனக்கு அறிமுகமானவர்கள் எல்லோரையும் கண்டு கொண்டாள். மாலை நேரக் கூடுகைகளிலும் உலவும் இசையரங்குகளிலும் முன்பு சந்தித்தவர்கள், அதிகாரிகள், ஆசிரியர்கள், வழக்கறிஞர்கள், நிலக்கிழார்கள், மன்னர், அர்டினோவ் என எல்லோரையும் கண்டாள். ஒப்பனையுடன் கூடிய, கவர்ச்சியான உடையணிந்த அழகிய ஆபாசமான உயர்குடிப் பெண்கள் சிறிய மேசைகளிலும் தடுப்புகளிலும்

ஏழைகளுக்கு உதவும் பொருட்டு ‘சேரிட்டி பஜார்’களில் வேலையைத் தொடங்குவதற்காக அவரவர் இடத்தில் நின்றிருந்தனர். வீரச் சின்னங்கள் அணிந்த மதிப்புமிக்க ஓர் அதிகாரி, பள்ளிச் சிறுமியாக இருந்தபோது ஸ்டாரோ கீவ்ஸ்கி தெருவில் அவரை ஏற்கெனவே சந்தித்திருக்கிறாள் என்றாலும் அவருடைய பெயர் இப்போது நினைவில் இல்லை, எங்கிருந்தோ திடீரென்று தோன்றியவர்போல வந்தவர் நடனமாட அவளை அழைக்கவும் அவள் தன் கணவனிடமிருந்து பறந்துசென்றாள். கடுமையான புயலுக்கு நடுவே படகில் சென்றுகொண்டிருப்பதுபோலவும், கணவன் கரையிலேயே நின்றுவிட்டதுபோலவும் அவள் உணர்ந்தாள். மிகுந்த பித்துடனும் உற்சாகத்துடனும் சுழல், போல்கா, குவார்டில் ஆகிய நடனங்களை ஆடினாள். ஒருவரிடமிருந்து இன்னொருவருக்கு மாறியும் இசையாலும் சத்தங்களாலும் திகைத்து, ரஷ்ய மொழியையும் பிரெஞ்சையும் கலந்து ‘ர’வை உச்சரிக்கும்போது நாக்கைச் சுழற்றி சிரித்தபடியே, தன் கணவனைப் பற்றியோ அல்லது வேறு யாரையும் குறித்தோ எதைப் பற்றியுமே அவள் யோசிக்கவில்லை. ஆண்களை அவள் வென்றுவிட்டாள், அதில் எந்த சந்தேகமுமில்லை. வேறெப்படியும் இருக்க முடியாது. உற்சாகத்தில் அவள் மூச்சிழந்தாள். நடுக்கத்துடன் தன் விசிறியைப் பற்றிய அவள் குடிக்க விரும்பினாள். பென்ஸைன் மணக்கும் சுருங்கிய கோட்டுடன் அவளுடைய அப்பா பியோ லியோனிட்ச் அருகில் வந்து சிவந்த ஐஸ்க்ரீமுடனான பதார்த்தத்தைக் கொடுத்தார்.

சந்தோஷத்துடன் அவளைப் பார்த்தபடியே சொன்னார், “மிகவும் அழகாக இருக்கிறாய் இன்று. திருமணத்துக்கு நீ அவசரப்பட்டதாக நான் என்றைக்குமே வருந்தியதில்லை. ஏன்? எங்களுக்காகத்தான் அதை நீ செய்தாய் என்பது எனக்குத் தெரியும். ஆனால்...” நடுங்கும் கைகளுன் சிறிய பணக்கற்றை ஒன்றை எடுத்தபடியே சொன்னார், “நான் பாடம் சொல்லிக்கொடுத்த இடத்தில் இன்று பணம் கிடைத்தது. உன்னுடைய கணவரின் கடனைத் திருப்பித் தந்துவிடுவேன்.”

பதார்த்தத்தை அவருடைய கையில் அவள் வைத்த அதே நேரத்தில் யாரோ ஒருவரால் இழுத்துச்செல்லப்பட்டு வெகு தொலைவுக்குப் பறந்துபோனாள். ஒரு பெண்ணின்

தோளை அணைத்தபடி மரத்தளத்தின் மேல் சறுக்கியபடி கூடத்தினூடாக விரையும் அப்பாவை, அவள் தன் நடன இணையின் தோளின் மேல் முகம் வைத்தபடியே பார்த்தாள்.

"போதையில் இருக்கும்போது மிகவும் கனிவானவர்" என்று எண்ணினாள்.

மேன்மையான அந்த அதிகாரியுடனே அவள் மசூர்காவையும் ஆடினாள். மாட்டிறைச்சியின் சீரான பகுதியைப் போல இறுக்கத்துடனும் கனமாகவும் தோள்களையும் மார்பையும் அசைத்து ஆடினார். ஆடுவதற்கு அவர் மிகுந்த தயக்கத்துடனிருக்க அவளோ திறந்த கழுத்துடனான தன் அழகைக் கொண்டு அவரைச் சீண்டி அவரைச் சுற்றி சிறகடித்தாள். தூண்டும் விதமாக அவள் கண்கள் சிவந்திருக்க அவளது அசைவுகள் உணர்ச்சிவசப்படச்செய்வதாக இருந்தன. அவர் மேலும் பற்றற்றவராய் தனது கைகளால் அவளது தோள்களைப் பற்றியபடி ஒரு அரசரைப் போல உடன் ஆடினார்.

"பிரமாதம், பிரமாதம்" கூட்டத்திலிருந்து குரல் எழுந்தது.

மேன்மைதங்கிய அந்த அதிகாரி மெல்ல மெல்ல இளகினார். உயிர்ப்புகொண்டார். உற்சாகத்துடன் அந்த மயக்கத்துக்குத் தன்னை ஒப்புக்கொடுத்தவராய் ஆர்வத்தை வெளிக்காட்டியபடி மெதுவாகவும் இளமைத் துள்ளலுடனும் அசையலானார். அவளோ தனது தோளை மட்டுமே உயர்த்தி, தான் அரசியைப் போலவும் அவர் அவளது அடிமையைப் போலவும் குறும்புடன் நோக்கினாள். கூடத்தில் இருந்த அனைவரும் உணர்ச்சிவசப்பட்டுப் பொறாமையுடன் அவர் களையே பார்த்துக்கொண்டிருப்பதை அப்போதுதான் உணர்ந்தாள். மேன்மை பொருந்திய அந்த அதிகாரி அவளுக்கு நன்றி சொல்ல முயன்றார். திடீரென்று கூட்டத்தினர் விலகி ஆடவர் அனைவரும் தத்தம் கரங்களைப் பக்கவாட்டில் நிறுத்தி விநோதமான விறைப்புடன் நிற்க அவளை நோக்கி வந்துகொண்டிருந்தார், பளபளக்கும் இரண்டு நட்சத்திரங்களைக் கொண்ட நீண்ட கோட்டுடன், மாட்சிமை பொருந்திய மன்னர். ஆமாம், மாட்சிமை பொருந்திய மன்னர் சரியாக அவளை நோக்கியே வந்தார். ஏனென்றால், தித்திக்கும் புன்னகையுடன் அவளையே நேருக்கு நேர்

பார்த்தபடி, அழகிய பெண்களைக் காணும்போதெல்லாம் செய்வதுபோன்று தன்னுடைய உதடுகளைக் கடித்தபடியே நடந்துவந்தார்.

“மகிழ்ச்சி, மிகவும் மகிழ்ச்சி. இத்தனை நாட்கள் இப்படியொரு புதையலை எங்களிடமிருந்து மறைத்து வைத்தமைக்காக உன்னுடைய கணவரை நான் கைதுசெய்ய உத்தரவிடுகிறேன். என் மனைவியின் ஏவலாளாக வந்துள்ளேன் நான்” என்றபடியே அவளுடைய தோளை அணைத்துக்கொண்டார். “எங்களுக்கு நீ உதவ வேண்டும். ஆமாம். உன்னுடைய அழகுக்கு நாங்கள் பரிசளிக்க வேண்டும். ஆமாம். அமெரிக்காவில் செய்வதைப் போல, ஆம், அமெரிக்கர்களைப் போல. என்னுடைய மனைவி பொறுமையின்றி உனக்காகக் காத்திருக்கிறாள்.”

ஒரு சிறிய மேசை அருசில் நின்ற முதியவள் ஒருத்தியிடம் அவளை அழைத்துவந்தார். தன் வாய்க்குள் ஒரு பெரிய கல்லை வைத்திருப்பதுபோல அவளுடைய முகத்தின் கீழ்ப் பகுதி பொருத்தமற்ற அளவில் பெரிதாகத் தெரிந்தது.

“எங்களுக்கு நீ உதவ வேண்டும்” கொணகொணத்த குரலில் மூக்கில் பேசுவதுபோல சொன்னாள் அவள், “அழகிய பெண்கள் எல்லோரும் இந்த சேரிட்டி பஜாரில் உதவுகின்றனர். நீ மட்டுமே வேறு காரணங்களுக்காக உல்லாசமாக இருக்கிறாய். நீ ஏன் எங்களுக்கு உதவக் கூடாது?”

அந்த இடத்திலிருந்து அவள் நகர்ந்துகொள்ள, தேநீர் கலக்கும் வெள்ளிப் பாத்திரமும் குவளைகளும் இருந்த இடத்தில் அமர்ந்தாள் அன்யா. உடனடியாகவே வியாபாரம் சூடுபிடிக்கலாயிற்று. ஒரு கோப்பை தேநீருக்கு அவள் ஒரு ரூபிளுக்குக் குறைவாகப் பெற்றுக்கொள்ளவில்லை. மேன்மைதங்கிய அந்த அதிகாரியை மூன்று குவளைகள் பருகச்செய்தாள். துலக்கமான கண்களைக் கொண்ட செல்வந்தரும், மூச்சுவிட சிரமப்படுபவருமான அர்டினோவ் அங்கே வந்தார். அந்தக் கோடையில் பார்த்த விநோதமான அந்த உடுப்பை அவர் அணிந்திருக்கவில்லை. எல்லோரையும்போல நீண்ட கோட்டை அணிந்திருந்தார். அன்யாவிடமிருந்து கண்களை விலக்காமல் ஒரு தம்ளர் சாம்பெய்னைப் பருகிவிட்டு நூறு ரூபிள்களை அளித்த

அவர் அதன் பின்பு ஒரு கோப்பைத் தேநீரைக் குடித்துவிட்டு இன்னொரு நூறு ரூபிள்களையும் தந்தார். ஆஸ்துமாவால் துன்புற்ற அவர் இதையெல்லாவற்றையும் மௌனமாகவே செய்தார். வாடிக்கையாளர்களை வரவழைத்த அன்யா அவர்களிடமிருந்து பணத்தைப் பெற்றாள். தனது புன்னகையும் பார்வையும் இவர்களுக்குத் தருவது வேறெதையும் அல்ல, மிகுந்த சந்தோஷத்தையே என்பதை அவள் இப்போது ஆழமாக நம்பினாள். இசையுடனும் நடனத்துடனும் ரசிகர்களுடனுமான, கூச்சல்மிக்க அருமையான சிரிப்புமிகுந்த இந்த வாழ்க்கைக்காகவே தான் படைக்கப்பட்டிருப்பதாக முன்பே அவள் புரிந்துகொண்டுவிட்டாள். அவளை நோக்கி வந்து நசுக்கிவிடுவதாய் அச்சுறுத்தும் அந்த சக்தியிடம் வெகு காலமாக அவள் கொண்டிருந்த அச்சம் இப்போது அபத்தமாகத் தோன்றியது. யாரைக் கண்டும் அவளுக்கு இப்போது எந்தப் பயமுமில்லை. இந்த வெற்றியை அவளுடன் சேர்ந்து களிக்க தனது அம்மா உடனில்லையே என்பதுதான் அவளுக்கு வருத்தம்.

பியோ லியோனிச், போதையுடன் ஆனால், தடுமாறாமல் நின்று, மேசை அருகில் வந்தவர் ஒரு குவளை கொநாக் (பிரெஞ்சு சாராயம்) தரும்படி கேட்டார். பொருத்தமில்லாமல் எதுவும் அவர் சொல்லக்கூடும் என்று கவலைப்பட்டாள் அன்யா (இப்படியொரு ஏழையான சாதாரண அப்பாவைக் குறித்து ஏற்கெனவே அவள் அவமானம் கொண்டிருந்தாள்) ஆனால், சாராயத்தைக் குடித்துவிட்டு தனது சிறிய இடையிலிருந்து பத்து ரூபிளை உருவியெடுத்துத் தந்துவிட்டு எதுவுமே சொல்லாமல் மயக்கத்துடன் நடந்தார். சிறிது நேரம் கழித்து மையப் பகுதியிலிருந்து தனது இணையுடன் வெளியே நடந்துசெல்வதைக் கண்டாள். ஆனால், இப்போது தடுமாறி நடந்த அவர் தனது ஜோடிக்குத் தர்மசங்கடத்தைத் தரும்படி எதையோ கத்திக்கொண்டிருந்தார். மூன்று வருடங்களுக்கு முன்பு இதேபோல நடனமொன்றில் போதையில் தடுமாறி கத்திக்கொண்டிருந்ததையும், கடைசியில் காவலர் ஒருவர் அவரை வீட்டுக்கு இழுத்துச் சென்று படுக்க வைத்ததையும் மறுநாள் பள்ளியின் இயக்குநர் வேலையை விட்டு நீக்குவதாக அச்சுறுத்தியதையும் எண்ணிப்பார்த்தாள். நேரங்கெட்ட நேரத்தில் இதென்ன இப்படியொரு ஞாபகம்.

மேசைகளிலிருந்து தேநீர்ப் பாத்திரங்கள் வெளியேறியவுடன் களைத்துப்போன தொண்டர்கள் தங்களது வருமானத்தை, வாயில் பெரிய கல்லை வைத்திருந்த அந்த முதியவளிடம் சேர்த்த சமயம், சேரிட்டி பஜாரில் பங்கெடுத்தவர்களுக்கு இரவு உணவு ஏற்பாடு செய்திருந்த பிரமாண்டமான கூடத்துக்கு அன்யாவின் தோள்களைப் பற்றி அர்டினோவ் நடத்திச்சென்றான். உணவு மேசையில் இருபது பேர் மட்டுமே, அதற்கு அதிகமாக இல்லை, இருந்தபோதும் பலமான பேச்சுச் சத்தம். மாட்சிமை பொருந்திய மன்னர் பேச்சைத் தொடங்கினார் "இந்தப் பிரமாதமான உணவுக் கூடத்தில் இன்றைய விற்பனையின் இலக்காக நாம் கொண்டிருக்கும் மலிவான உணவுப் பொருட்களின் வளமைக்காக நாம் பானம் அருந்துவதே பொருத்தமானதாக அமையும்." உயரிய ராணுவ அதிகாரி ஒருவர் பரிந்துரைத்தார், "பீரங்கிப் படையே நடுநடுங்கும் ஆற்றலுக்காக." அனைவரும் கோப்பைகளை மோதினர். மிகப் பெரும் சந்தோஷமான தருணம்.

அன்யாவை வீட்டுக்கு அழைத்துச்சென்றபோது ஏற்கெனவே விடிந்திருந்தது. சமையல்காரர்கள் சந்தைக்குச் சென்றுகொண்டிருந்தனர். சந்தோஷமும் போதையும் புதிய மனப்பதிவுகளுடனுமாய் களைத்துப்போய் உடைகளை அவிழ்த்துவிட்டு படுக்கையில் விழுந்து உடனடியாகத் தூங்கிப் போனாள் அன்யா.

மதியம் ஒரு மணிக்குப் பிறகு வேலைக்காரி அவளை எழுப்பி திரு.அர்டினோவ் பார்க்க வந்திருப்பதாகக் கூறினாள். விரைவில் உடையணிந்துகொண்டு வரவேற்பறைக்குச் சென்றாள். அர்டினோவுக்குப் பின்பு மாட்சிமை பொருந்திய மன்னர் சேரிட்டி பஜாரில் பங்கெடுத்தமைக்காக அவளுக்கு நன்றி தெரிவிக்க வந்தார். உதடுகளைக் கடித்தபடி அசடுவழியும் கண்களால் அவளைப் பார்த்தபடி கைகளில் முத்தமிட்டுவிட்டு மீண்டும் வருவதற்கு அவளிடம் அனுமதி வேண்டிய பின் விடைபெற்றார். வாழ்வில் இத்தனை விரைவாக ஏற்பட்டிருக்கும் மாற்றங்களை, எதிர்பாராத மாற்றங்களைக் குறித்து நம்ப முடியாதவளாய் வியப்புடனும் குதூகலத்துடனும் கூடத்தின் மத்தியில் நின்றிருந்தாள். அப்போதுதான் அவளுடைய கணவன் மாடஸ்ட் அலெக்ஸிச் உள்ளே வந்தார். இப்போது அவள் முன்னால், பார்த்துப் பழகியதுபோல

திடத்துடனும் தனித்தன்மையுடனும் அல்லாது, அவளுக்கு உகந்தவராகவும் இனிமையானவராகவும் அடிமையைப் போல பணிவுகாட்டுகிற பாவத்துடனும் நின்றிருந்தார். கடுஞ் சினத்துடனும் சீற்றத்துடனும் இகழ்ச்சியுடனும், இதற்காக எதுவும் நடந்துவிடப்போவதில்லை என்ற நம்பிக்கையுடனும், ஒவ்வொரு சொல்லையும் தெள்ளத் தெளிவாக சொன்னாள், "வெளியே போ, மரமண்டை."

அதன் பிறகு, அன்யாவுக்கு ஒரு நாளும் ஓய்வே கிடைக்க வில்லை. ஒருநாள் அவள் சுற்றுலாவில் பங்கெடுத்தாள். இன்னொருநாள் இசையுடன் உலவும் நிகழ்வில் கலந்து கொண்டாள். பிறகொரு தினம் நடனத்தில். ஒவ்வொருநாளும் விடிந்த பிறகுதான் அவள் வீடு வந்து சேர்ந்தாள். கூடத்தில் தரையிலேயே படுத்துக்கொள்வாள். பிறகு, அவள் பூக்களுக்குக் கீழே எப்படித் துயின்றாள் என்பதை ஒவ்வொருவரிடமும் மிகவும் உணர்வுபூர்வமாக விவரிப்பாள். அவளுக்கு நிறைய பணம் தேவையாக இருந்தது. இப்போது மாடஸ்ட் அலெக்ஸிச்சைக் கண்டு பயம் இல்லை என்பதால் அவருடைய பணத்தைத் தன்னுடையதாக நினைத்துச் செலவிட்டாள். அவள் எதையும் கேட்கவில்லை, கொடுக்கும்படி நிர்பந்திக்கவில்லை. வெறுமனே செலவுக்கான பட்டியலையோ அல்லது குறிப்பையோ மட்டுமே அனுப்பினாள். "இந்தக் குறிப்பை வைத்திருப்பவருக்கு இருநூறு ரூபிள்கள் தரவும்" அல்லது "நூறு ரூபிள்களை உடனடியாகத் தந்தனுப்பவும்."

ஈஸ்டர் திருநாளின்போது மாடஸ்ட் அலெக்ஸிச்சுக்குப் புனித அன்னாவின் இரண்டாம் நிலை விருது வழங்கப்பட்டது. நன்றி தெரிவிக்கச் சென்றபோது மாட்சிமை தங்கிய மன்னர் செய்தித்தாளை ஓரமாக வைத்துவிட்டுத் தனது நாற்காலியில் உள்ளடங்கி சௌகரியமாக அமர்ந்தார்.

"இப்போது உன்னிடம் மூன்று அன்னாக்கள்" இளஞ் சிவப்பு நகங்களுடன் கூடிய தனது வெண்ணிறக் கைகளைப் பரிசோதித்தபடியே சொன்னார். "பொத்தான் துளையில் ஒன்றும் கழுத்தில் இரண்டும்."

உரக்க சிரிக்காதிருக்கும் பொருட்டு மாடஸ்ட் அலெக்ஸிச் உதடுகளின் மீது இரண்டு விரல்களையும் வைத்துக்கொண்டு சொன்னான்.

"இனி பிரியத்துக்குரிய விளாதிமிர் இந்த உலகத்துக்கு வருவதற்காகக் காத்திருக்க வேண்டும் என்பதுதான் பாக்கி. மதிப்புக்குரிய மன்னரே ஞானத்தந்தையாக இருக்க வேண்டும் என்று தைரியமாகக் கேட்டுக்கொள்கிறேன்."

விளாதிமிரின் நான்காம் நிலை விருதையே அப்படி மறைமுகமாகக் குறிப்பிட்டார் அவர். இந்த சிலேடையைக் குறித்து பிறரிடம் சொல்வதுபோல ஏற்கெனவே கற்பனை செய்திருந்தார். அதைச் சொன்னதில் இருந்த தன் சமயோசித புத்தியையும் துணிச்சலையும் குறித்து மேலும் எதையும் சொல்ல விரும்பியபோதும் மாட்சிமைதங்கிய மன்னர் முன்பே செய்தித்தாளில் மூழ்கியிருந்தார்.

அன்யா மூன்று குதிரைகள் பூட்டிய வண்டியில் பிரயாணம் செய்தாள், அர்டினோவுடன் வேட்டைக்குச் சென்றாள், ஓரங்க நாடகத்தில் நடித்தாள், இரவு விருந்துகளில் பங்கேற்றாள், எப்போதாவதுதான் தனது குடும்பத்தை சந்திக்கச்சென்றாள். இப்போது அவர்கள் தனித்தே இரவு உணவை உண்டனர். பியோ லியோனிச் முன்பைவிடவும் அதிகமாகக் குடித்தார். அவர்களிடம் காசில்லை. கடனைத் திருப்பிச் செலுத்துவதற்காக ஆர்மோனியத்தை எப்போதோ விற்றுவிட்டனர். கண்காணிப்பில் இல்லாவிடில் அவர் விழுந்துவிடக்கூடும் என்பதால் இப்போது மகன்கள் இருவரும் அவரைத் தனியாக வெளியே செல்ல அனுமதிப்பதில்லை. ஸ்டாரோ கியோவ்ஸ்கி தெருவில், குதிரை வண்டியுடன் துணையாள் ஓடிவர, ஓட்டுபவரின் இடத்தில் அர்டினோவ் அமர்ந்திருக்க அன்யாவைப் பார்க்க நேர்ந்தபோது பியோ லியோனிச் தொப்பியைக் கழற்றிக்கொண்டு எதையோ உரத்துச்சொல்லத் தலைப்பட்டபோது பெட்யாவும் ஆண்ட்ரூசும் அவரது தோள்களைப் பற்றி முணுமுணுத்தனர் "வேண்டாம்ப்பா... போதும்ப்பா."

Anna on the Neck, October - 1895.

3

அன்யுதா

லிஸ்பன் விடுதியின் மட்டமான அறைகளில் ஒன்றில் மூன்றாமாண்டு மருத்துவ மாணவன் ஸ்டெபான் க்ளகோவ் குறுக்கும் நெடுக்குமாய் நடந்தபடியே தன் மருத்துவப் பாடத்தை மனம்தளராது உருப்போட்டுக்கொண்டிருந்தான். விடாமுயற்சியுடன் இடைவிடாது பாடத்தைத் திரும்பத் திரும்பச் சொல்லிக் கொண்டிருந்ததால் அவனது தொண்டை வறண்டிருந்தது. நெற்றியில் வேர்வைத்துளிகள். அலங்கரிக்கப் பட்டதுபோல பனி உறைந்திருந்த விளிம்புகளுடனான ஜன்னலோரத்தில் அவனுடைய அறைத் தோழி அன்யுதா ஒரு முக்காலியில் குனிந்து உட்கார்ந்திருந்தாள். சிறிய ஒல்லியான மாநிறம் கொண்ட அவளுக்கு வயது இருபத்தி ஐந்து. வெளுத்த முகமும் சோர்ந்த கண்களுமாய் இருந்தாள். ஆண்கள் அணியும் ஒரு சட்டையின் காலரை சிவப்பு நூலால் தைத்துக்கொண்டிருந்தாள். அவசரமாகச் செய்து முடிக்க வேண்டிய வேலை. கூடத்திலிருந்த கடிகாரம் கரகரப்புடன் இரண்டு முறை ஒலித்தது. அறை இன்னும் ஒழுங்குபடுத்தப்படவில்லை. சுருண்டுகிடந்தது கம்பளி. தலையணைகள், புத்தகங்கள், துணிகள் யாவும் அங்கங்கே இறைந்துகிடந்தன. அழுக்கான, பெரிய, கைகழுவும் தொட்டியில் வழுவழுப்பான தண்ணீர் நுரையுடன் நிறைந்து

கிடந்தது. மேலே சிகரெட் துண்டுகள் மிதந்தன. தரை முழுவதும் குப்பைகள். வேண்டுமென்றே எல்லாவற்றையும் கலைத்துப் போட்டிருப்பதுபோல தெரிந்தது.

"வலது நுரையீரல் மூன்று பகுதிகளைக் கொண்டது..." க்ளகோவ் திரும்பவும் சொன்னான். "மேல்பகுதியின் எல்லைகளாக மார்புக்கூட்டின் முன்புறம் நான்காவது அல்லது ஐந்தாவது விலா எலும்பும், பக்கவாட்டில் நான்காவது விலா எலும்பும், பின்புறம் முதுகெலும்பும் உள்ளன."

க்ளகோவ் வாசித்ததைக் கண்முன் கொண்டுவர முயன்று கண்களை உயர்த்தி கூரையைப் பார்த்தான். தெளிவாக எதையும் உணர்ந்துகொள்ள முடியாமல் அங்கியில் கையை நுழைத்து, தனது மேல்பக்க விலா எலும்புகளைத் தடவிப் பார்த்தான்.

"இந்த விலா எலும்புகள் பியானோவின் கட்டைகளைப் போன்றவை. அவற்றின் எண்ணிக்கையில் ஏற்படும் குழப் பத்தைத் தவிர்க்க அவை அமைந்துள்ள வரிசையைத் தீர்க்கமாக அறிந்துகொள்வது அவசியம். எலும்புக்கூட்டையும் உயிருள்ள நபரையும் வைத்து அதை நான் கற்றுக்கொள்ள வேண்டும். அன்யுதா, இங்கே வா. சற்று தெளிவுபடுத்திக்கொள்ள முயல்கிறேன்" என்றான் க்ளகோவ்.

தையல் வேலையை நிறுத்திவிட்டு எழுந்த அன்யுதா சட்டையைக் கழற்றிவிட்டு நிமிர்ந்து நின்றாள். அவள் எதிரில் உட்கார்ந்த க்ளகோவ் புருவத்தை நெரித்தபடியே அவளது விலா எலும்புகளை எண்ணத் தொடங்கினான்.

"ம்... முதலாவது எலும்பைத் தொட்டுணர முடியவில்லை. அது கழுத்து எலும்புக்குப் பின்னால் உள்ளது. இதோ இரண்டாவது விலா எலும்பு. சரிதான். இது மூன்றாவது. அடுத்தது இதோ நான்காவது. ம்... சரிதான். நீ ஏன் நெளிகிறாய்?"

"உன்னுடைய விரல்கள் குளிர்ச்சியாக உள்ளன."

"பரவாயில்லை. நீயொன்றும் செத்துப்போக மாட்டாய். பயப்படாதே. இதோ இது உன்னுடைய மூன்றாவது விலா எலும்பு. இது நான்காவது. பார்ப்பதற்கு நீ மிகவும் ஒல்லியாகத்

தெரிகிறாய். ஆனாலும், உன்னுடைய விலா எலும்புகளைக் கண்டுபிடிக்கவே முடியவில்லை. இது இரண்டாவதா அல்லது மூன்றாவதா. இல்லை, இப்படிப் பார்ப்பதில் எனக்குக் குழப்பமாயிருக்கிறது. என்னால் தெளிவாகத் தெரிந்துகொள்ள முடியவில்லை. இதை நான் வரைந்து பார்க்க வேண்டும். கரித்துண்டு எங்கே?"

க்ளகோவ் கரித்துண்டு ஒன்றை எடுத்து அன்யுதாவின் நெஞ்சில் அவளுடைய விலா எலும்புகளுக்கு இணையாகக் கோடுகளை வரைந்தான்.

"பிரமாதம். உன்னுடைய உள்ளங்கையைப் போலவே தெரிகிறது. சரி, இப்போது கொஞ்சம் தடவிப்பார்க்கலாம். எழுந்து நில்."

அன்யுதா எழுந்து நின்று முகத்தை நிமிர்த்தினாள். விலா எலும்புகளைத் தடவத் தொடங்கிய க்ளகோவ், குளிரால் அன்யுதாவின் உதடுகள், மூக்கு, விரல்கள் அனைத்தும் நீலம்பாரிக்கத் தொடங்கியதைக் கவனிக்காத அளவுக்குத் தன் வேலையில் மூழ்கிப்போனான். நடுங்கியபடி நின்ற அன்யுதா தன்னுடைய உடல் நடுக்கத்தைக் கண்டு, மருத்துவ மாணவன் கரித்துண்டால் வரைவதையும் தடவிப்பார்ப்பதையும் நிறுத்திவிடக்கூடுமென்றும், அதனால் தேர்வை மோசமாக எழுதக் கூடுமென்றும் அஞ்சினாள்.

"இப்போது எல்லாமே தெளிவாகிவிட்டது" என்று சொன்ன க்ளகோவ் தடவுவதை நிறுத்தினான். "நீ அப்படியே உட்கார். கரிக்கோடுகளை அழிக்க வேண்டாம். இன்னொரு முறை பார்த்துக்கொள்கிறேன்."

அந்த மருத்துவ மாணவன் மறுபடியும் நடந்தபடியே உருப் போடத் தொடங்கினான். நெஞ்சில் கருப்புக் கோடுகளுடன், பச்சை குத்தப்பட்டவளைப் போல குளிரில் ஒடுங்கி உட்கார்ந்திருந்த அன்யுதா யோசித்தாள். பொதுவாகவே அவள் பேசுவது மிகவும் குறைவு. எப்போதுமே அமைதியாக யோசித்துக்கொண்டேதான் இருப்பாள்.

ஆறேழு வருடங்களாக வெவ்வேறு விடுதி அறைகளில் இருக்க நேர்ந்ததில் க்ளோகோவைப்போல ஐந்து நபர்களை அவளுக்குத் தெரியும். அவர்கள் எல்லோருமே படிப்பை

முடித்துவிட்டார்கள். வாழ்க்கையை நல்லவிதமாக அமைத்துக்கொண்டனர். மிகவும் நல்ல மனிதர்கள் என்பதால் அவளை மறந்துவிட்டார்கள். அவர்களில் ஒருவன் பாரிஸில் வசிக்கிறான். இருவர் மருத்துவர்களாகிவிட்டார்கள். நான்காமவன் ஓவியன். ஐந்தாவது ஆள் பேராசிரியாராகி விட்டான் என்று சொன்னார்கள். க்ளகோவ் ஆறாவது மாணவன். விரைவிலேயே அவனும் தன் படிப்பை முடித்து விட்டுப் போய்விடுவான். அவனுடைய எதிர்காலம் சந்தேக மின்றி மிகச் சிறப்பானதாகவே அமையும். க்ளகோவ் பெரிய மனிதனாகிவிடுவான். ஆனால், தற்சமயம் நிலைமை மிகவும் மோசமாக உள்ளது. அவனிடம் இப்போது சிகரெட்டுகள் இல்லை. தேநீருக்கு வழியில்லை. நான்கு சர்க்கரைக் கட்டிகள் மட்டுமே அவன் கைவசம் உள்ளன. முடிந்தமட்டும் விரைவாக அவள் தன் தையல் வேலையை முடித்து வாடிக்கையாளரிடம் கொண்டுபோய்க் கொடுத்தால் இருபத்தி ஐந்து கொபேக்குகள் கிடைக்கும். அதைக் கொண்டு தேயிலையையும் சிகரெட்டுகளையும் வாங்க முடியும்.

“உள்ளே வரலாமா?” கதவுக்கு பின்னாலிருந்து குரல் கேட்டது.

அன்யுதா உடனடியாக ஒரு கம்பளி துவாலையை எடுத்துப் போர்த்திக்கொண்டாள். ஓவியரான பெதிஸோவ் உள்ளே வந்தான்.

“நீ எனக்கு ஒரு உதவிசெய்ய வேண்டும்” நெற்றியில் விழுந்த முடிக்கற்றைகளினூடாக க்ளோகோவைத் தீவிரமாகப் பார்த்தபடியே சொன்னான், “உன்னுடைய அழகான இந்த பணிப்பெண்ணை சிறிது நேரத்துக்கு என்னிடம் அனுப்பிவைக்க வேண்டும். ஓவியமொன்றை வரைந்துகொண்டிருக்கிறேன். மாதிரி உருவம் இல்லாமல் என்னால் வரைய முடியாது.”

“அதற்கென்ன. தாராளமாக அழைத்துப்போகலாம். அன்யுதா, போய்வா” என்று க்ளகோவ் ஒப்புக்கொண்டான்.

“அங்கே எனக்கென்ன வேலை?” அன்யுதா மிக மெதுவாகக் கேட்டாள்.

“படம் வரைவதற்காகத்தான் அவர் வரச்சொல்கிறார். வேறெந்த நோக்கமும் இல்லை. உன்னால் முடியுமென்றால் உதவலாமே?”

அன்யுதா உடையணியத் தொடங்கினாள்.

“நீ என்ன படம் வரைகிறாய்?” க்ளகோவ் கேட்டான்.

“உணர்ச்சிகள் என்றொரு நல்ல கரு. ஆனால், ஏனோ சரி வராமல் இருக்கிறது. வெவ்வேறு மாதிரி உருவங்களை பயன்படுத்தவேண்டி நேர்கிறது. நேற்று வந்திருந்தவளுக்குக் கால்கள் நீலம்பாரித்திருந்தன. ஏன் என்று கேட்டேன். காலுறைகள் இல்லை என்று பதில் சொன்னாள். நீ என்ன இப்படி உருப்போட்டுக்கொண்டிருக்கிறாய்? உனக்கு நிறைய பொறுமையிருக்கிறது, யோகந்தான்.”

“மருத்துவப் படிப்பு அப்படிப்பட்டது. நீ மனப்பாடம் செய்தேயாக வேண்டும்.”

“ம்... க்ளகோவ், தவறாக நினைக்காதே. மோசமான பன்றியைப் போல வாழ்கிறாய் நீ. எப்படி உன்னால் இவ்வாறு இருக்க முடிகிறது என்பது சாத்தானுக்குத்தான் தெரியும்.”

“நீ என்ன சொல்கிறாய்? வேறெப்படியும் என்னால் இருக்க முடியாது. கிழவரிடமிருந்து மாதமொன்றுக்குப் பன்னிரண்டு ரூபிள்தான் எனக்குக் கிடைக்கிறது. அதை வைத்துக்கொண்டு கௌரவமாக வாழ்வதென்பது உண்மையிலேயே பெரும் சவால்தான்.”

“இருக்கலாம். ஆனாலும், நீ இன்னும் சற்று நன்றாக இருக்க முடியும். முன்னேற்றமடைந்த ஒருவன் நிச்சயமாக அழகியல் உணர்வு கொண்டவனாகவும் இருக்க வேண்டும். சரிதானே? ஆனால், இந்த இடம் என்ன லட்சணத்தில் உள்ளதென்று உனக்கே தெரியும். படுக்கை இன்னும் சீராக்கப்படவில்லை. தொட்டியில் நேற்றைய கழிவுநீர் அப்படியே தேங்கிக் கிடக்கிறது. தட்டில் நேற்று சாப்பிட்ட உணவின் மிச்சம். ப்பா...” ஓவியன் பதைபதைப்புடன் சொன்னான்.

“உண்மைதான். அன்யுதாவால் இன்று எதையும் சரிசெய்ய முடியவில்லை. காலையிலிருந்தே நிறைய வேலை” தர்மசங்கடத்துடன் மருத்துவ மாணவன் பதில் சொன்னான்.

ஓவியனும் அன்யுதாவும் வெளியே சென்ற பிறகு க்ளகோவ் சோபாவின் மீது படுத்து படிக்கத் தொடங்கினான்.

அப்படியே தூங்கியும் போனான். ஒரு மணிநேரத்துக்குப் பிறகு விழித்துக்கொண்டவன் தலையை மணிக்கட்டுகளில் தாங்கிக்கொண்டு தெளிவில்லாமல் யோசித்தான். முன்னேற்றமடைந்த ஒருவன் நிச்சயமாக அழகியல் உணர்வு கொண்டவனாக இருக்க வேண்டும் என்று சற்று முன்பு ஓவியன் சொன்னதை எண்ணிப்பார்த்தான். உண்மையில், அவனது அறை இப்போது அருவருப்பானதாகவும் வெறுக்கத்தக்கதாகவும் இருந்தது. அவன் தனது சொந்த மருத்துவமனையில் நோயாளிகளைப் பரிசோதிப்பது, விசாலமான உணவறையில் மரியாதைக்குரிய மனைவியுடன் சேர்ந்து தேநீர் பருகுவது போன்று எதிர்காலத்தில் நடப்பவற்றைத் தன் மனக்கண்ணில் பார்த்திருக்கும் இந்த சமயத்தில் சிகரெட் துண்டுகள் மிதக்கும் எச்சில் தண்ணீருடனான தொட்டி சகிக்க முடியாத அளவுக்கு வெறுப்பைத் தந்தது. அன்யுதாவும் பொறுப்பற்றவளாக, வருத்தம் ஏற்படுத்தக்கூடியவளாக இருக்கிறாள் என்று தோன்றவே, உடனடியாக, என்னவானாலும் சரி, அவளை அனுப்பிவிடுவது என்று தீர்மானித்தான்.

ஓவியனிடமிருந்து திரும்பிவந்த அவள் தன் மேலங்கியைக் கழற்றிக்கொண்டிருந்தபோது அவன் எழுந்து அவளிடம் தீவிரத்துடன் சொன்னான், "உட்கார்ந்து நான் சொல்வதைக் கவனி. நாம் பிரிந்துவிட வேண்டும். சுருக்கமாகச் சொன்னால் இனியும் நான் உன்னுடன் சேர்ந்திருக்க விரும்பவில்லை."

ஓவியனிடமிருந்து மிகவும் களைப்புடனும், சக்தி அனைத்தையும் இழந்தவளாகவும் திரும்பியிருந்தாள் அன்யுதா. வெகுநேரம் ஒரே கோணத்தில் அமர்ந்திருந்த காரணத்தால் அவளது முகம் வாடிக் களையிழந்திருந்தது. தாடை கூம்பியிருந்தது. மருத்துவ மாணவன் சொன்னதற்கு அவள் எந்தப் பதிலும் சொல்லவில்லை. அவளது உதடுகள் மட்டும் நடுங்கத் தொடங்கின.

"இன்றில்லை என்றாலும் இன்னொரு நாள் நாம் பிரியத்தான் வேண்டும் என்பது உனக்குத் தெரியும். நீ நல்லவள், கனிவானவள், முட்டாள் கிடையாது. சொல்வதைப் புரிந்துகொள்வாய்."

அன்யுதா மேலங்கியை அணிந்துகொண்டாள். தையல் வேலை செய்துகொண்டிருந்த சட்டையை ஒரு தாளில்

சுற்றிக்கொண்டாள். ஊசிகளையும் நூலையும் பொறுக்கி யெடுத்தாள். ஜன்னல் விளிம்பில் நான்கு சர்க்கரைக் கட்டிகளுடன் இருந்த சிறிய பொட்டலத்தை எடுத்து மேசையின் மீது புத்தகங்களின் அருகில் வைத்தாள்.

“இவை உன்னுடையவை. கொஞ்சம் சர்க்கரைக்கட்டிகள்...” மெதுவாகச் சொல்லிவிட்டு தன் கண்ணீரை மறைப்பதற்காகத் திரும்பிக்கொண்டாள்.

“அது சரி, எதற்காக நீ இப்போது அழுகிறாய்?” க்ளகோவ் கேட்டான்.

தர்மசங்கடத்துடன் அறைக்குள் நடந்தவன் சொன்னான் “விநோதமாக நடந்துகொள்கிறாய் நீ. நாம் பிரிந்தாக வேண்டும் என்பது உனக்கே தெரியும். எப்போதுமே நாம் சேர்ந்திருக்க முடியாது.”

தன்னுடைய உடைமைகள் எல்லாவற்றையும் எடுத்துக் கொண்டு அவனிடம் விடைபெறும்பொருட்டு திரும்பி நின்றாள். அவளுக்காக வருந்தினான்.

‘இன்னொரு வாரம் அவளை இங்கே இருக்க அனுமதித்தால் என்ன?’ என்ற எண்ணம் எழுந்தது. ‘ஆமாம். இருக்கட்டும். இன்னொரு வாரம் கழித்து போகும்படி சொல்லிவிடலாம்.’

நிலையற்ற தன் போக்கை நினைத்து எரிச்சலுற்றவன் அவளைப் பார்த்து ஆத்திரத்துடன் கத்தினான் “ஏன் இப்படி நின்றுகொண்டிருக்கிறாய்? நீ போவதென்றால் போய்விடு. இல்லையா, போக வேண்டாம் என்று நினைத்தால் அங்கியைக் கழற்றிவிட்டு இரு. இங்கேயே இருந்துவிடு.”

அமைதியாக, ஓசையெழாமல் அன்யுதா தன் மேலங்கியைக் கழற்றினாள். சத்தம் வராமல் மூக்கைச் சிந்தினாள். பெருமூச்சுவிட்டாள். பிறகு, சந்தடியில்லாமல் வழக்கமாகத் தான் உட்காரும் இடத்துக்கு நகர்ந்து, ஜன்னலருகில் உள்ள முக்காலியில் உட்கார்ந்துகொண்டாள்.

மாணவன் பாடப்புத்தகத்தை எடுத்துக்கொண்டு குறுக்கும் நெடுக்குமாக நடக்கலானான்.

"வலது நுரையீரல் மூன்று பகுதிகளைக் கொண்டது. மார்புக்கூட்டின் முன்புறம் நான்காவது அல்லது ஐந்தாவது விலா எலும்புவரையிலும் மேல்பகுதி அமைகிறது" என்று அவன் மனப்பாடம் செய்யத் தொடங்கினான்.

விடுதியின் நடைவழியில் யாரோ உரத்தக் குரலில் சத்தம்போடுவது கேட்டது, "கிரிகோரி, தேநீர்ப் பாத்திரத்தைத் தயார் செய்."

Anyuta, February - 1886.

4
தூக்கக் கலக்கம்

இரவு. பதிமூன்று வயதான தாதி வர்கா தாலாட்டை முணுமுணுத்தபடியே குழந்தைப் படுத்திருந்த தொட்டிலை ஆட்டிக்கொண்டிருந்தாள்.

"குட்டிப் பாப்பா...
உனக்காகப் பாடுகிறேன்"

திருவுருவத்துக்கு முன்பாகப் பச்சை நிற எண்ணெய் விளக்கு. அறையின் ஒரு மூலையிலிருந்து இன்னொரு மூலைக்கு குறுக்கு நெடுக்காகக் கட்டப்பட்டிருந்தது கயிறு. குழந்தையைப் போர்த்தும் துணிகளும் பெரிய அளவிலான கறுப்பு கால்சட்டைகளும் தொங்கின. எண்ணெய் விளக்கிலிருந்து பச்சை வெளிச்சம் கூரையின் மேல் விழுந்திருந்தது. குழந்தையுடைய துணிகளும் கருப்பு கால்சட்டையும் காற்றில் ஆட, அவற்றின் நிழல்கள் அடுப்பின் மீதும் தொட்டிலின் மேலும் வர்காவின் மீதும் விழுந்தன. திருவுருவ விளக்கு காற்றில் அசைந்தபோது அதன் வெளிச்சமும் நிழலும் காற்றைப் போலவே அசைந்தன. கடும் புழுக்கம். முட்டைக்கோஸ் சூப்பும் காலணித் தோலும் கலந்தாற்போன்ற வாசனை.

குழந்தை அழுதுகொண்டிருந்தது. அழுது அழுது தொண்டை வறண்டு, சோர்ந்துபோயிருந்தது. ஆனாலும், அது விசும்பிய படியே இருந்தது. அது எப்போது அழுகையை நிறுத்தும் என்று யாருக்கும் தெரியாது. வர்காவுக்குத் தூக்கக்கலக்கம். மூடிய கண்களுடன் அவளது தலை சரிந்தது. அவளுக்குக் கழுத்து வலித்தது. இமைகளையோ உதடுகளையோ அவளால் அசைக்க முடியவில்லை. முகம் வறண்டுவிட்டதாகவும், குண்டூசியின் தலையைப்போல தன்னுடைய தலை மிகச் சிறிதாகிவிட்டதாகவும் அவள் உணர்ந்தாள்.

"செல்லக் குட்டி, செல்லக் குட்டி...
உனக்கு நான் சோறூட்டுவேன்..."

அடுப்பிலிருந்து ஒரு வெட்டுக்கிளி சத்தமிட்டது. கதவுக்கு அப்பால் அடுத்த அறையில் எஜமானரும் அவனுடைய மனைவி அஃபான்சியும் குறட்டைவிட்டுத் தூங்கிக்கொண்டிருந்தனர். தொட்டில் துயரத்துடன் கிரீச்சிட்டு அசைந்தது. வர்கா தாலாட்டை முணுமுணுக்கிறாள். இவையெல்லாம் இணைந்து, தூங்கப்போகும் நேரத்தில் கேட்பதற்கு சுகமான, அமைதியான இசையாக ஒலிக்கும். ஆனால், இப்போது இந்த இசை எரிச்சலூட்டுவதாகவும் மனஅழுத்தத்தைத் தருவதாகவும் இருந்தது. ஏனெனில் அது அவளைக் கண்ணயரச் செய்தது. ஆனாலும் அவளால் தூங்க முடியவில்லை. வர்காவை கடவுள் தூங்கவிடாமல் வைத்திருக்க வேண்டும். இல்லையேல் எஜமானர்கள் அவளைக் கடுமையாக அடிக்கக்கூடும்.

திருவுரு விளக்கு காற்றில் ஆடியது. பச்சை வெளிச்சமும் நிழல்களும் அசையத் தொடங்கி வர்காவின் அசைவற்ற பாதித் திறந்த கண்களில் விழுந்து அரைத்தூக்கத்தில் இருந்த அவளது மூளையில் மங்கலான பகற்கனவுகளை ஏற்படுத்தின. வானத்தில் அங்குமிங்குமாய் ஒன்றையொன்று துரத்திய அடர்ந்த மேகங்கள் குழந்தைகளைப் போல் அழுதன. இப்போது காற்று விசிறி அடிக்க மேகங்கள் காணாமல் மறைந்தன. கொழகொழப்பான சேறுடன் கூடிய விசாலமான நெடுஞ்சாலையைக் கண்டாள் வர்கா. நெடுஞ்சாலையில் நீண்ட வரிசையில் வண்டிகள். கூடவே முதுகில் மூட்டைகளைச் சுமந்தபடி சிரமத்துடன் ஆட்கள் நடந்தனர். ஒருவிதமான நிழல்கள் முன்னும் பின்னுமாக

இடம்பெயர்ந்தன. குளிர்மிகுந்த கடும் பனித்திரையினூடாக இருபுறமும் காட்டைப் பார்க்க முடிந்தது. திடீரென்று மூட்டைகளைச் சுமந்தவர்களும் சேற்றில் விழுந்தனர். நிழல்களும் சரிந்தன. “ஏன் விழுந்தார்கள்?” என்று வர்கா கேட்டாள். “தூங்குவதற்காக, தூங்குவதற்காக” என்று பதில்கள் வந்தன. அவர்கள் அனைவரும் விரைவில் தூங்கலாயினர். நிம்மதியான தூக்கம். தந்திக் கம்பிகளில் உட்கார்ந்திருந்த காகங்களும் கரிச்சான்களும் அவர்களை எழுப்புவதற்காக குழந்தைகளைப் போல அழுதன.

“செல்லக் குட்டி... பாடுகிறேன்...” வர்கா முணுமுணுத்துக் கொண்டிருந்தாள். இருண்டு புழுங்கும் ஒரு குடிசைக்குள் தன்னை அவள் கண்டாள்.

யெஃபிம் ஸ்டெபனோவ், இறந்துபோன அவளுடைய அப்பா, கையால் தரையை ஓங்கி அடித்துக்கொண்டிருந்தார். அவள் அவரைப் பார்க்கவில்லை. ஆனால், வலிதாங்க முடியாமல் அனத்தியபடி தரையில் உருளும் சத்தத்தைக் கேட்டாள். அவர் சொல்வதுபோல அவருடைய வலி ‘வேலையைக் காட்டுகிறது.’ ஒரு வார்த்தையைக்கூட உச்சரிக்க முடியாத அளவுக்குக் கடுமையான வலி. ‘ரட்ட்...ட்ட...ட்ட்’ பற்கள் கிடுகிடுத்தன.

யெஃபிம் மிகவும் சிரமப்படுகிறார் என்று எஜமானர்களிடம் சொல்வதற்காக மாளிகைக்கு அவளுடைய அம்மா பெலகியா ஓடினாள். அவள் போய் வெகுநேரமாகிவிட்டது. திரும்பும் நேரம்தான். அப்பாவின் பற்கள் கிடுகிடுக்கும் சத்தத்தைக் கேட்டபடியே அடுப்பருகில் கண்விழித்துப் படுத்திருந்தாள் வர்கா. குடிசையருகில் ஏதோவொரு வாகனம் வந்துநிற்கும் சத்தத்தைக் கேட்டாள். நகரத்திலிருந்து நோயாளிகளைப் பார்க்கவரும் இளம் மருத்துவரை எஜமானர்கள் அனுப்பியிருந்தனர். குடிசைக்குள் மருத்துவர் நுழைந்தார். இருட்டில் அவரைப் பார்க்க முடியவில்லை. ஆனால், இருமியபடியே அவர் கதவைத் தட்டும் சத்தம் கேட்டது.

“விளக்கை ஏற்றுங்கள்” என்றார் அவர்.

“ர்ரட்...ர்ரட்...ர்ரட்” என்பதே யெஃபியிடமிருந்து பதிலாக வந்தது.

பெலகியா அடுப்பருகில் சென்று தீப்பெட்டியைத் தேடினாள். அமைதியில் கழிந்தது ஒரு நிமிடம். மருத்துவர் தன்னுடைய பையைத் தடவி தீப்பெட்டியை எடுத்துக் கொளுத்தினார்.

"ஒரே நிமிடம், நல்லவரே, ஒரு நிமிடம்" என்றபடியே குடிசையிலிருந்து வெளியே சென்ற பெலகியா கையில் ஒரு மெழுகுவர்த்தியுடன் திரும்பிவந்தாள்.

யெஃபிமின் கன்னங்கள் சிவந்திருந்தன. கண்கள் பளபளத்தன. குடிசையையும் மருத்துவரையும் ஊடுருவிப் பார்ப்பதுபோல அவரது பார்வை கூர்மையாக இருந்தது.

"என்ன செய்கிறது உங்களுக்கு?" மருத்துவர் குனிந்து அவரிடம் கேட்டார். "எப்போதிருந்து இருக்கிறது?"

"என்ன சொல்வது டாக்டர். போய்ச்சேர காலம் வந்துவிட்டது. வாழ்ந்து முடித்துவிட்டேன்."

"உளறியது போதும். உங்களைக் குணப்படுத்திவிடலாம்."

"உங்களுக்கு என் பணிவான நன்றிகள். எனக்கும் என்ன வென்று புரிகிறது. சாவு வந்துவிட்ட பிறகு ஒன்றும் பயனில்லை."

கால்மணிநேரம் மருத்துவர் அவரைப் பரிசோதித்தார். பிறகு, எழுந்துகொண்டார் "என்னால் எதுவும் செய்ய முடியாது. நீங்கள் மருத்துவமனைக்குப் போயாக வேண்டும். உங்களுக்கு அறுவைசிகிச்சை செய்ய வேண்டும். உடனே புறப்படுங்கள். தவறாமல் போய்விடுங்கள். இப்போது மிகவும் நேரமாகிவிட்டது. எல்லோரும் தூங்கியிருப்பார்கள். ஆனால், அதைப் பற்றியெல்லாம் கவலைப்படாதீர்கள். நான் எழுதித் தருகிறேன். சொல்வது காதில் விழுகிறதா?"

"அவர் எப்படி அங்கே போய்ச் சேர முடியும், டாக்டர்? எங்களிடம் குதிரை கிடையாது" என்றாள் பெலகியா.

"கவலைப்படாதீர்கள். எஜமானர்களிடம் சொல்கிறேன். அவர்கள் தருவார்கள்."

மருத்துவர் புறப்பட்டுப் போனார். மெழுகுவர்த்தி அணைந்தது. மீண்டும் அந்த ஓசை கேட்டது "ர்ரட்...

ர்ரட்... ர்ரட்..." அரைமணி நேரத்துக்குப் பிறகு மீண்டும் ஏதோவொரு வாகனம் குடிசையருகில் வந்துநிற்கும் சத்தம். மருத்துவமனைக்குப் போவதற்காக எஜமானர்கள் குதிரைவண்டியை அனுப்பியிருந்தனர். யெஃபிம் எழுந்து தயாராகிச் சென்றார்.

மறுநாள் விடிந்தது. பெலகியா வீட்டில் இல்லை. யெஃபிமுக்கு என்னானது என்று தெரிந்துகொள்வதற்காக அவள் மருத்துவமனைக்குச் சென்றிருந்தாள். எங்கோ குழந்தை அழுகிற சத்தம். அவளுடைய குரலில் வேறு யாரோ தாலாட்டும் குரல் வர்காவின் காதில் விழுந்தது "செல்லமே... உனக்காக நான் பாடுகிறேன்..."

பெலகியா திரும்பி வந்தாள். சிலுவையிட்டபடியே அவள் கிசுகிசுத்தாள் "நேற்றிரவு நிலைமையை சீராக்கிவிட்டார்கள். ஆனால், காலையில் அவர் தன் ஆன்மாவை இறைவனிடம் ஒப்படைத்துவிட்டார். சொர்க்க ராஜ்ஜியத்துக்குச் சென்றுவிட்டார். மீளாத் துயில்கொண்டுவிட்டார். மிகவும் தாமதமாகிவிட்டது என்று சொன்னார்கள். இன்னும் சற்று முன்பே சென்றிருக்க வேண்டும்..."

வர்கா காட்டுக்குள் சென்று அழுதாள். ஆனால், திடீரென்று யாரோ அவளுடைய பின்னந்தலையில் அடிக்க பிர்ச் மரமொன்றில் மோதி விழுந்தாள். கண்களை உயர்த்திப் பார்த்தபோது காலணிகளைத் தயாரிக்கும் அவளுடைய எஜமானர் நின்றிருந்தார்.

"அழுக்குப் பெண்ணே, என்ன இது? குழந்தை அழுது கொண்டிருக்கிறது. நீ தூங்குகிறாயா?"

அவளுடைய காதைப் பிடித்துத் திருகினார். வலித்தது. தலையை உலுக்கிக்கொண்டாள். தாலாட்டை முணுமுணுத்த படியே தொட்டிலை ஆட்டத் தொடங்கினாள். பச்சை வெளிச்சமும் கால்சட்டைகளின் நிழலும் குழந்தையைப் போர்த்தும் துணியின் அசைவும் அவளைப் பார்த்துக் கண்சிமிட்டின. சீக்கிரமாகவே அவளது மூளையை ஆக்கிரமித்தன. கொழகொழப்பான சேற்றுடன்கூடிய நெடுஞ் சாலையை மீண்டும் அவள் கண்டாள். நிழல்களும் முதுகில் மூட்டைகளுடனான ஆட்களும் சுருண்டு தூங்கிக்கிடந்தனர்.

அவர்களைக் கண்டதும் வர்காவும் தூங்குவதற்காக மிகவும் ஏங்கினாள். படுத்துத் தூங்குவது என்பது அத்தனை சந்தோஷமானது. ஆனால், கூடவே நடந்துவந்த அம்மா பெலகியா அவளை விரட்டியபடியே வந்தாள். வேலை தேடி நகரத்துக்குச் செல்கிறார்கள்.

"பிச்சை போடுங்களேன். ஆண்டவன் உங்களை ஆசிர்வதிப்பார். கொஞ்சம் கருணை காட்டுங்களேன்" நடந்து போனவர்களிடம் அவளுடைய அம்மா கெஞ்சினாள்.

"குழந்தையைக் கொடு" நன்றாகத் தெரிந்த யாருடைய குரலோ அவளுக்குப் பதில்சொல்கிறது. "குழந்தையைக் கொடு" அதே குரல் மீண்டும் கேட்கிறது. இப்போது இன்னும் கோபத்துடன் மேலும் கூர்மையாக ஒலிக்கிறது. "தூங்குகிறாயா, பிசாசே?"

வர்கா துள்ளி எழுந்தாள். என்ன விஷயம் என்று புரிந்துகொள்வதற்காகச் சுற்றிலும் பார்த்தாள். சாலை இல்லை. பெலகியாவும் இல்லை. கடந்து நடப்பவர்கள் யாரும் இல்லை. அழுதுகொண்டிருந்த குழந்தைக்குப் பாலூட்ட வந்திருந்த எஜமானியம்மா அறையின் மத்தியில் நின்றிருந்தாள். அகன்ற தோள்களையுடைய பருமனான எஜமானி பாலூட்டிக்கொண்டிருக்க, வர்கா அவளைப் பார்த்தபடியே நின்றிருந்தாள். எஜமானி பாலூட்டி முடிக்கக் காத்திருந்தாள். ஜன்னலுக்கு வெளியே சாம்பல் வெளிச்சம். கூரையில் விழுந்திருந்த பச்சை வெளிச்சமும் நிழல்களும் மங்கிப்போயின. சீக்கிரம் விடிந்துவிடும்.

"இவனைத் தூக்கிக்கொள். அழுகிறான். திருஷ்டி பட்டிருக்கும்" இரவுடையின் பொத்தான்களைப் பொருத்தியபடியே சொன்னாள் எஜமானி.

குழந்தையைத் தூக்கித் தொட்டிலில் போட்டு ஆட்டத் தொடங்கினாள் வர்கா. பச்சை வெளிச்சமும் நிழல்களும் மெல்ல மறைந்துபோயின. இப்போது அவளது தலைக்குள் சென்று மூளையை மழுங்கடிக்க எதுவும் அங்கிருக்கவில்லை. ஏற்கெனவே இருந்ததுபோலவே இப்போதும் தூக்கக்கலக்கம். கடும் தூக்கக் கலக்கம். தூங்காமல் இருக்க வேண்டும் என்பதற்காகத் தொட்டிலின் விளிம்பில் தலையை வைத்துக்கொண்டே உடலை அசைத்துத்

தொட்டிலை ஆட்டினாள். ஆனாலும் அவளது கண்கள் மூடிக்கொண்டேயிருந்தன. தலை கனத்தது.

"வர்கா, அடுப்பை மூட்டு" கதவுக்குப் பின்னாலிருந்து எஜமானரின் குரல் கேட்டது.

அப்படியென்றால் உடனே எழுந்துகொண்டு வேலையைத் தொடங்க வேண்டும். வர்கா தொட்டிலை விட்டுவிட்டு விறகுகளை எடுத்து வருவதற்காகக் கொட்டகைக்கு ஓடினாள். இப்போது அவளுக்கு மகிழ்ச்சியாக இருந்தது. உட்கார்ந்த நிலையில் இருக்கும்போது உணரக்கூடிய தூக்கக்கலக்கம் இப்படி ஓடும்போதும் நடக்கும்போதும் இருக்காது. விறகுகளைத் தூக்கிக்கொண்டுவந்து அடுப்பை மூட்டியபோது இதுவரையிலும் இறுக்கமாகயிருந்த முகம் இப்போது தளர்ந்திருப்பதையும் எண்ணங்கள் தெளிவடைந்ததையும் உணர்ந்தாள்.

"வர்கா, தேநீர்ப் பாத்திரத்தைத் தயார் செய்" எஜமானி கத்தினாள்.

சுள்ளிகள் சிலவற்றை உடைத்து நெருப்பு மூட்டி தேநீர்ப் பாத்திரத்தின் அடியில் பொருத்துவதற்குள்ளாகவே இன்னொரு புதிய கட்டளை அவள் காதில் விழுந்தது, "வர்கா, மிதியடி உறைகளைச் சுத்தம் செய்."

வர்கா தரையில் அமர்ந்து மிதியடி உறைகளைச் சுத்தம் செய்யலானாள். நீண்ட மிதியடி உறை ஒன்றினுள் தலையை நுழைத்துத் தூங்கினால் எப்படியிருக்கும் என்று யோசித்தாள். உடனே மிதியடி உறை வளர்ந்து பெரிதாகி அறை முழுவதையும் நிறைத்தது. கையில் இருந்த துடைப்பானைக் கீழே போட்டாள் வர்கா. உடனடியாகவே தலையை உலுக்கிக்கொண்டு கண்களை உருட்டி மேலும் கீழுமாகப் பார்த்தாள். தான் கண்டதைப் போல எவையும் வளர்ந்து பெரிதாகவில்லை என்பதைப் பார்க்க முயன்றாள்.

"வர்கா, முன்புறம் உள்ள படிகளைக் கழுவிவிடு. வாடிக்கை யாளர்கள் பார்க்க நேர்ந்தால் கேவலமாக இருக்கும்."

படிகளைக் கழுவிவிட்டாள் வர்கா. அறைகளைச் சுத்தம் செய்தாள். இன்னொரு அடுப்பையும் பற்றவைத்துவிட்டுப்

பொருட்கள் வைக்கும் அறைக்கு ஓடினாள். தொடர்ந்து நிறைய வேலைகள். நொடிப்பொழுதும் நிற்க முடியவில்லை.

அடுப்பறை மேசையின் அருகே ஒரே இடத்தில் நின்றபடி உருளைக்கிழங்குகளைத் தோலுரிப்பதைவிட வேறெந்த வேலையும் சிரமமானதில்லை. மேசையின் மேல் அவளது தலை சரிகிறது. கண்களில் உருளைக்கிழங்குகள் மின்னலடிக்கின்றன. அடிக்கடி கையிலிருந்து கத்தி நழுவி விழுகிறது. குண்டான கோபக்கார எஜமானி அவளைச் சுற்றி நடக்கிறாள். சட்டையின் கைகளை மேலே சுருட்டிக்கொண்டு வர்காவின் காது ரீங்கரிக்குமளவுக்குச் சத்தமாகக் கத்துகிறாள். மேசையில் உணவு பரிமாறுவதும் துவைப்பதும் தைப்பதும்கூட சிரமமான வேலைகள்தான். எல்லாவற்றையும் மறந்து தரையில் விழுந்து சுருண்டு தூங்க வேண்டும் என்று அவள் ஏங்கும் தருணங்களும் உண்டு.

நாள் முடிந்தது. இருட்டிக்கொண்டிருப்பதை ஜன்னல்களின் வழியாகப் பார்த்த வர்கா வலிக்கும் தன் நெற்றிப்பொட்டை எதற்காக என்று தெரியாமலே அழுத்திக்கொண்டாள். மாலைப்பொழுதின் இருள், இமைமூடும் அவள் கண்களை வருடி சீக்கிரமே நன்றாக தூங்கலாம் என்ற நம்பிக்கையைக் கொடுத்தது. மாலையில் எஜமானரின் விருந்தாளிகள் வந்தனர்.

“வர்கா, தேநீர்ப் பாத்திரத்தைத் தயார் செய்துவை” எஜமானி சத்தமாகச் சொன்னாள்.

தேநீர்ப் பாத்திரம் அளவில் சிறிதாக இருந்தது. விருந்தினர்கள் போதுமான அளவுக்குத் தேநீர் குடிப்பதற்க்காகப் பாத்திரத்தை ஐந்து முறை அடுப்பில் ஏற்ற வேண்டியிருந்தது. தேநீருக்குப் பிறகு ஒரே இடத்தில் ஒரு மணி நேரமாக விருந்தினர்களைப் பார்த்தபடியே அவர்களது அடுத்த ஏவலுக்காகக் காத்துக்கொண்டு நின்றாள் வர்கா.

“வர்கா, ஓடிப்போய் மூன்று பீர் பாட்டில்களை எடுத்து வா.”

அந்த இடத்திலிருந்து வலுக்கட்டாயமாகத் தன்னை விடுவித்துக்கொண்டு தூக்கத்தை விரட்டுமளவுக்கான வேகத்தோடு ஓடினாள்.

"வர்கா, வோட்காவை எடுத்துக்கொண்டுவா."

"வர்கா, திறப்பானை எடுத்துக்கொடு."

"வர்கா, இந்த மீன்களைச் சுத்தம் செய்."

கடைசியாக, இதோ இப்போது விருந்தினர்கள் அனைவரும் போய்விட்டார்கள். விளக்குகள் அணைக்கப்பட்டுவிட்டன. எஜமானர்களும் படுக்கைக்குப் போயாயிற்று.

"வர்கா, குழந்தையைத் தொட்டிலில் போட்டுத் தூங்கவை" கடைசி ஆணை காதில் விழுந்தது.

அடுப்பருகிலிருந்து பூச்சி கத்தியது. கூரையில் விழுந்த பச்சை வெளிச்சமும் கருப்புக் காலுடையும் குழந்தையைப் போர்த்தும் துணியும் கொடியில் அசைந்து விழுந்த நிழல்களும் மறுபடியும் வர்காவின் பாதி மூடிய கண்களில் புகுந்து சலனமுற்று அவளது மூளையில் கவிந்தன.

"செல்லமே..." தாலாட்டை முணுமுணுத்தாள்.

குழந்தை அழுதது. தொடர்ந்து கத்தி அழுது களைத்துப் போனது. வர்கா மீண்டும் அந்த நெடும் பாதையைக் கண்டாள். முதுகில் மூட்டைகளுடன் ஆட்கள் நடந்துபோயினர். அம்மா பெலகியாவையும் அப்பா யெஃபிமையும் அவள் கண்டாள். அவள் எல்லாவற்றையும் புரிந்துகொண்டாள். எல்லோரையும் தெரிந்திருந்தது. ஆனால், அவளது கைகால்களைக் கட்டிப்போட்டு, அழுத்திவைத்து, அவளை வாழவிடாமல் செய்யும் ஆற்றல் எதுவெனத் தன்னுடைய அரைத்தூக்கத்தினூடாக அவளால் புரிந்துகொள்ள முடியவில்லை.

அந்த ஆற்றலைக் கண்டு அதிலிருந்து தன்னை விடுவித்துக் கொள்வதற்காகச் சுற்றிலும் பார்த்தாள். ஆனால், அவளால் கண்டுபிடிக்க முடியவில்லை. இறுதியாக வெகுவாகச் சோர்ந்து உடல் சக்தி முழுக்க வடிந்து பார்வையும் மங்கிய வேளையில் துடிதுடிக்கும் பச்சை வெளிச்சத்தை ஏறிட்டுப் பார்த்த நொடியில் குழந்தையின் அழுகுரல் கேட்டது. அவளை வாழவிடாமல் செய்யும் அந்த எதிரியை அவள் அடையாளம் கண்டாள்.

அந்தக் குழந்தைதான் அவளது எதிரி.

சிரித்தாள். இத்தனை எளிமையான ஒன்றை எப்படி அவளால் புரிந்துகொள்ள முடியாமல் போனது என்பது அவளை ஆச்சரியப்படுத்தியது. பச்சை வெளிச்சமும், நிழல்களும் வெட்டுக்கிளியும்கூட ஆச்சரியத்துடன் சிரிப்பது போலிருந்தது.

தவறான எண்ணம் வர்காவை ஆட்கொண்டது. நாற்காலியிலிருந்து எழுந்தாள். விரிந்த புன்னகையுடன் கண்களை இமைக்காமல் அறையைச் சுற்றி நடந்தாள். அவளது கைகால்களைக் கட்டிப்போட்டிருக்கும் அந்தக் குழந்தையிடமிருந்து தன்னைத்தானே விடுவித்துக் கொள்வதைப் பற்றிய அந்த எண்ணம், குழந்தையைக் கொன்றுவிட்டுத் தூங்கிக் கொண்டே இருக்கலாம் என்ற யோசனை, மகிழ்ச்சியையும் பரவசத்தையும் தந்தது.

சிரித்துக்கொண்டே, கண்களைச் சிமிட்டியபடியே, பச்சை வெளிச்சத்தை நோக்கி விரல்களை அசைத்தவாறே வர்கா தொட்டிலை நோக்கி ஓசைப்படாமல் நடந்தாள். குழந்தையை நோக்கிக் குனிந்தாள். கழுத்தை நெரித்தாள். இனி நிம்மதியாகத் தூங்கலாம் என்ற சந்தோஷத்துடன் சிரித்துக்கொண்டே உடனடியாய்த் தரையில் படுத்துக்கொண்டாள். மறுநொடியில் அவள் தூங்கிப்போயிருந்தாள், ஒரு பிணத்தைப் போல.

Sleepy, January - 1888.

5
கடல்சிப்பி

இலையுதிர்கால மழைநாளின் மாலைப்பொழுதொன்றில் மாஸ்கோவின் பிரபலமான சாலையில் அப்பாவுடன் நின்றிருந்த அந்த வேளையைத் துல்லியமாக நினைவுபடுத்திக் கொள்ள பெரிய அளவுக்கு நான் சிரமப்பட வேண்டியதில்லை. அப்போது நான் விநோதமான நோயொன்றால் ஆட்கொள்ளப் பட்டேன். வலியெதுவும் இல்லையானாலும் கால்கள் துவண்டு, வார்த்தைகள் தொண்டையில் சிக்கிக்கொள்ள என்னுடைய தலை ஒருபக்கமாய் சாய்ந்தது. அப்படியே கீழே விழுந்து மூர்ச்சையாகிவிடுவேன் என்று ஒருகணம் நினைத்தேன். அந்த நேரத்தில் என்னை மருத்துவமனைக்குக் கொண்டு சென்றிருந்தால் என்னுடைய படுக்கையின் மேல் இருக்கும் குறிப்பேட்டில் மருத்துவர்கள் எழுதியிருக்கக்கூடும், 'பசி' என்று. மருந்துகளுக்கான ஏட்டில் காணக்கிடைக்காதது அந்த நோய்.

நடைபாதையில் என்னருகே தனது அழுக்கான கோடைகால மேல்கோட்டையும், வெண்ணிறப் பஞ்சுத்துணுக்கு வெளியே நீட்டியிருந்த தொப்பியையும் அணிந்துகொண்டு என்னுடைய அப்பா நின்றிருந்தார். கால்களில் பெரிய கனமான பூட்ஸ்களை போட்டிருந்தார். பாதங்களுக்குக் கீழே ஓட்டைகள் இருப்பதை யாரும் பார்த்துவிடக்கூடுமென்று பயந்துபோன அவர் பழைய

பூட்ஸ்களின் மேல்தோலை கால்களின் இடைவெளியில் செருகியிருந்தார்.

வறியவரும் முட்டாளும் விந்தையானவருமான இந்த மனிதரின் கோடைகால மேல்கோட்டு எத்தனைக்கெத்தனை அழுக்கடைந்து கிழிசலாகிறதோ அத்தனைக்கு அத்தனை அவரை எனக்குப் பிடித்திருந்தது. ஐந்து மாதங்களுக்கு முன்பு எழுத்தர் வேலையைத் தேடி மாஸ்கோவுக்கு வந்திருந்தார். இந்த ஐந்து மாதங்களுமே மாஸ்கோவில் வேலை தேடி அலைந்து திரிந்துவிட்டு, இனி தெருவில் நின்று பிச்சையெடுக்கலாம் எண்ணத்துடன் அன்றைக்குத்தான் அங்கே வந்திருந்தார்.

எங்களுக்கு எதிரில் 'உணவகம்' என்ற நீலப் பெயர்பலகை மாட்டப்பட்டிருந்த மூன்று மாடிகள் கொண்ட ஒரு கட்டடம். என்னுடைய தலை மிக மெதுவே பின்னாலும் ஒரு பக்கமாகவும் சரிந்தபோதும்கூட உணவகத்தின் ஒளிமயமான ஜன்னல்களை நோக்கி மேலே பார்க்காமல் இருக்க முடியவில்லை. மனித உருவங்கள் ஜன்னல்களில் தென்பட்டன.

இசைக்குழுவையும் இரண்டு வண்ண ஓவியங்களையும் தொங்கும் விளக்குகளையும் என்னால் பார்க்க முடிந்தது. ஜன்னல் ஒன்றின் வழியே பார்த்தபோது வெள்ளையான துண்டுப் பகுதியொன்று கண்ணில் பட்டது. அந்தத் துண்டுப் பட்டையில் அசைவேதுமில்லை. அடர்ந்த பழுப்புப் பின்னணியில் அதன் நீள்சதுர ஓரங்கள் துலக்கமாகத் தெரிந்தன. அதைக் கூர்ந்து பார்த்த பின் அந்த வெண்ணிறத் துண்டு, சுவரில் உள்ள ஒரு விளம்பர அட்டை என்பதை அறிந்தேன். அதன் மேல் என்னவோ எழுதியிருந்தது. ஆனால், என்ன எழுதப்பட்டுள்ளது என்பதை என்னால் பார்க்க முடியவில்லை.

அரைமணி நேரமாக அந்த விளம்பர அட்டையையே கூர்ந்து பார்த்திருந்தேன். அதன் வெள்ளை நிறம் என் கண்களைப் பறித்து மூளையை மயக்கியிருந்தது. அதைப் படிக்க முற்பட்டேன். ஆனால், முயற்சிகள் வீணாகின.

கடைசியில், விநோதமான அந்த நோய் தீவிரமடைந்தது.

வண்டிகள் தடதடக்கும் சத்தம் இடியோசை போலிருக்க அந்த வீதியின் முடைநாற்றத்துக்கு நடுவிலும் என்னால் ஏராளமான

வாசனைகளைப் பிரித்தறிய முடிந்தது. உணவகத்தின் விளக்குகளும் தீபங்களும் மின்னலைப் போல என் கண்களில் பளிச்சிட்டன. என்னுடைய ஐந்து புலன்களும் அளவுக்கு அதிகமாகச் சோர்ந்து சாதாரணமாக இருப்பதைவிட மிகவும் கூர்மையடைந்திருந்தன. முன்பு என்னால் பார்க்க முடியாததை இப்போது சரியாகப் பார்க்க முடிந்தது.

"ஆய்ஸ்டர்ஸ்..." விளம்பர அட்டையில் இருந்ததை என்னால் படிக்க முடிந்தது.

விநோதமான ஒரு சொல். இந்த உலகத்தில் நான் எட்டு வருடங்கள், மூன்று மாதங்கள் வாழ்ந்திருக்கிறேன். ஆனால், இந்த வார்த்தையை நான் முன்பு கேள்விப்பட்டதில்லை. அதற்கு என்ன பொருள்? நிச்சயம் இது உணவகத்தின் முதலாளியுடைய பெயர் கிடையாது. பெயர்களுடனான விளம்பரப் பலகைகள் கட்டடத்துக்கு வெளியில்தான் தொங்கிக்கொண்டிருக்கும். உள்ளே சுவர்களில் அவை இருக்காது. "அப்பா, ஆய்ஸ்டர் என்றால் என்ன?" கிசுகிசுப்பான குரலில் கேட்டேன். அப்பாவைப் பார்த்து முகத்தைத் திருப்ப முயன்றேன்.

அப்பாவின் காதில் விழவில்லை. நகரும் கூட்டத்தை கவனமாக பார்த்துக்கொண்டிருந்தார். கடந்துபோகும் ஒவ்வொருவரையும் தன் கண்களால் பின்தொடர்ந்தார். நகர்ந்து செல்பவர்களிடம் அவர் எதையோ சொல்ல விரும்புகிறார் என்பதை அவர் கண்களில் என்னால் பார்க்க முடிந்தது. ஆனால், உயிரையே எடுத்துவிடக்கூடிய அந்த சொல், நடுங்கும் அவரது உதடுகளில் உதிர்க்க முடியாத கனத்த எடைபோல ஒட்டிக்கொண்டிருந்தது. கடந்துசென்ற ஒரு நபரை நோக்கி ஓரடி வைத்து அவருடைய தோளைத் தொட்டார். ஆனால், அவர் திரும்பிப் பார்த்தபோது, "மன்னித்துவிடுங்கள்" என்று சொல்லிவிட்டுக் குழப்பத்துடன் பின்னகர்ந்தார்.

"அப்பா, ஆய்ஸ்டர் என்றால் என்ன?" மறுபடியும் கேட்டேன்.

"ஆய்ஸ்டர்ஸ்னா கடல்சிப்பி. அதுவொரு உயிரினம். கடலில் வாழ்வது..."

அறிந்திராத இந்த கடல் உயிரினத்தைப் பற்றி உடனடியாக நான் யோசித்துப்பார்த்தேன். மீனுக்கும் நண்டுக்கும் நடுவிலான ஒன்றாக இருக்க வேண்டும் என்று எண்ணினேன். கடலிலிருந்து கொண்டுவந்தது என்பதால் அதைக் கொண்டு அவர்கள் சுவையான, சூடான, மிளகும் புன்னை இலையும் இட்ட மீன் சூப்பையோ அல்லது வினிகருடனான கஞ்சியும் மீனும் முட்டைகோஸும் கலந்த வறுத்த இறைச்சியையோ அல்லது நன்னீர் நண்டுச் சாற்றையோ அல்லது சில்லென்ற முள்ளங்கியையோ பரிமாறக்கூடும். சந்தையிலிருந்து அதைக் கொண்டுவந்து வேகமாகச் சுத்தம் செய்து பாத்திரத்தில் இட்டு சீக்கிரமாக, வெகு சீக்கிரமாக அதை சமைப்பதை என்னால் தெளிவாகக் கற்பனையில் கொண்டுவர முடிந்தது. எல்லோரும் பசியுடன் இருக்கிறார்கள். மிகவும் பசியுடன் உள்ளனர். சமையல்கூடத்திலிருந்து சூடான மீனும் நன்னீர் நண்டும் இட்ட சூப்பின் நறுமணம் கமழ்ந்தது.

அந்த நறுமணம் என்னுடைய நாக்கிலும் மூக்கிலும் கிளர்ந்து மொத்த உடலையும் மெல்ல மெல்ல ஆட்கொள்ளத் தொடங்கிற்று. உணவகம், என்னுடைய அப்பா, விளம்பர அட்டை, என்னுடைய சட்டைத் துணி என எல்லாவற்றிலும் அதே மணம் வீசியது. நாக்கை சப்புக்கொட்டும் அளவுக்குத் திடமாக கமழ்ந்தது அந்த வாசனை. உண்மையிலேயே அந்தக் கடல் உயிரினத்தின் ஒரு துண்டை என் வாய்க்குள் போட்டுக்கொண்டதுபோல தாடையை அசைத்து விழுங்கினேன். நான் அடைந்திருந்த நிறைவான உணர்வுக்கு ஆட்பட்டதுபோல் என் கால்கள் துவழ, கீழே விழுந்து விடாமல் இருக்கும்பொருட்டு என் அப்பாவின் தோள்களைப் பற்றியபடி ஈரமான கோட்டின் மீது சாய்ந்துகொண்டேன். அப்பா நடுங்கிக்கொண்டிருந்தார். அவருக்குக் குளிரடித்தது.

"அப்பா, ஆய்ஸ்டர்ஸ் என்பது நோன்புக்குரிய பதார்த்தமா?" என்று கேட்டேன்.

"அதை உயிருடன் சாப்பிடுவார்கள். ஆமைகளைப் போல அவை ஓடுகளுக்குள் இருக்கும். ஆனால், இரண்டு பகுதிகளாக..." என்றார் அப்பா.

என்னை ஈர்த்திருந்த சுவையான வாசனை உடனடியாக அகன்றுவிட கற்பனையும் மறைந்தது. எல்லாமே எனக்குப் புரிந்துவிட்டது.

"எத்தனை அருவருப்பானது?" நான் கிசுகிசுத்தேன்.

'ஆய்ஸ்டர்' என்றால் தவளையைப் போன்று ஒரு உயிரை நான் கற்பனை செய்துகொண்டேன். தனது பெரிய பளபளக்கும் கண்களால் எட்டிப்பார்த்தபடி, கலவரப்படுத்தும் தாடையை அசைத்துக்கொண்டு, ஓட்டின் மீது அமர்ந்திருக்கும் தவளை. கூரிய நகங்களும் பளபளக்கும் கண்களும் மெலிந்த தோலுமாய் ஓடுடன் உள்ள இந்த உயிரைச் சந்தையிலிருந்து கொண்டுவருவதாய் நான் எண்ணியிருந்தேன். முகத்தில் அருவருப்புடன் சமையல்காரர் கொடுக்கைப் பற்றி ஒரு தட்டில் போட்டு சமையலறைக்குக் கொண்டுபோவதைக் கண்டு சிறுவர்கள் ஒளிந்துகொள்வார்கள். பெரியவர்கள் அதை அப்படியே எடுத்துச் சாப்பிடுவார்கள். கண்களையும் பற்களையும் கால்களையும் உயிருடன் சாப்பிடுவார்கள். கீச்சிட்டபடி அது அவர்களது உதடுகளைக் கடிக்க முயல்கிறது...

முகத்தைச் சுளித்தேன் நான். ஆனால், மெல்வதைப் போல ஏன் என்னுடைய பற்களை கடிக்கிறேன்? அருவருப்பாகவும் வெறுக்கத்தக்கதாகவும் பயங்கரமாகவும் இருந்த அந்த உயிரினத்தை நான் தின்றேன். ஆசையுடன் தின்றேன். அதன் சுவையையோ மணத்தையோ அறிந்துகொண்டுவிடுவேன் என்ற பயத்துடன் தின்றேன். ஒன்றைத் தின்று முடித்ததும் இரண்டாவதின் பளபளக்கும் கண்களைக் கண்டேன். அதன் பிறகு மூன்றாவது. அவற்றையும் தின்றேன். கடைசியில் மேசைத் துண்டையும் தட்டையும் என்னுடைய அப்பாவின் பூட்ஸையும் வெண்ணிற விளம்பர அட்டையையும் சாப்பிட்டேன். என் கண்ணில் பட்டதையெல்லாம் தின்றேன். ஏனென்றால், என்னுடைய நோயை விரட்டுவதற்கு சாப்பிடுவதைத் தவிர வேறெதுவுமே உதவாது என்று உணர்ந்தேன். ஆய்ஸ்டர்கள் கண்களில் பயங்கரத்துடனும் அருவருப்பாகவும் இருந்தன. அவற்றை நினைத்தவுடனே உடல் உலுக்கியது. ஆனாலும், அவற்றை நான் சாப்பிட வேண்டும். கட்டாயம் சாப்பிட வேண்டும்.

"கொஞ்சம் ஆய்ஸ்டர் கொடுங்கள்" என்னிடமிருந்து அந்தச் சத்தம் வெடிக்க கைகளை நீட்டினேன்.

"தயவுசெய்து எங்களுக்கு உதவுங்கள் கனவான்களே" வெறுமையான நடுங்கும் குரலில் அப்பா சொல்வதை அந்தக் கணத்தில் கேட்டேன்.

"கேட்க வெட்கமாகத்தான் இருக்கிறது. கடவுளே, என்னால் தாள முடியவில்லை."

"ஆய்ஸ்டர்ஸ்" அப்பாவின் கோட்டைப் பற்றி இழுத்தபடி கத்தினேன்.

"நீ ஆய்ஸ்டர் சாப்பிட வேண்டும் என்றா கேட்கிறாய்? பொடியனே..." என்னருகே சிரிப்பொலி கேட்டது.

தொப்பி அணிந்த இரண்டு கனவான்கள் எங்களுக்கு முன்னால் நின்றபடி என் முகத்தைப் பார்த்துச் சிரித்தார்கள். "உண்மையிலேயே நீ ஆய்ஸ்டர்ஸைச் சாப்பிடுவாயா? ஆச்சரியமாக உள்ளது. அவற்றை நீ எப்படி சாப்பிடுவாய்?"

வெளிச்சத்துடன் இருந்த உணவகத்தினுள் பலத்த கரமொன்று என்னை இழுத்துச்சென்றது எனக்கு நினைவிருக்கிறது. ஒரு நிமிடத்துக்குப் பின் என்னைச் சுற்றி ஒரு கூட்டம் எதிர்பார்ப்புடனும் ஆச்சரியத்துடனும் நின்றிருந்தது. ஒரு மேசையில் அமர்ந்து மெலிந்த உப்புச் சுவைகூட்டிய வழுவழுப்பான உளுத்துப்போனமாதிரியான ஒன்றைத் தின்றேன். எதைச் சாப்பிடுகிறேன் என்பதை அறிந்துகொள்ள முற்படாமல், மெல்லாமல் கண்களை மூடியபடி அப்படியே ஆவலுடன் விழுங்கினேன். கண்களைத் திறந்தால் பளபளக்கும் கண்களையும் கொடுக்கையும் கூரிய பற்களையும் பார்க்க நேரிடும் என்று யோசித்தேன்.

திடீரெனக் கெட்டியான ஏதோவொன்றைக் கடிக்கத் தொடங்கினேன். எதுவோ நொறுங்குகிற சத்தம்.

"ஹா... ஹா... அவன் ஓட்டைத் தின்கிறான்" கூட்டம் கெக்கலித்தது. "முட்டாள் சிறுவன், அதைச் சாப்பிடலாம் என்றா நினைத்தாய்?"

அதன் பிறகு, கடுமையான தாகமெடுத்தது எனக்கு நினை விருக்கிறது. என் படுக்கையில் கிடந்த நான் நெஞ்செரிச்சலாலும், வறண்டுபோன வாயில் உணர்ந்த விநோதமான சுவையாலும் தூங்கவேயில்லை. குறுக்கும்

நெடுக்குமாய் நடந்துகொண்டிருந்த அப்பா கைகளால் சைகை செய்துகொண்டிருந்தார்.

"எனக்கு சளி பிடித்திருக்கிறது என்று நினைக்கிறேன்" என்று முணுமுணுத்தார். "தலைக்குள் யாரோ உட்கார்ந்திருப்பது போல இருக்கிறது. இன்று முழுக்க நான் எதையும் சாப்பிடவில்லை என்பதால் அப்படி இருக்கலாம்... உண்மையிலேயே நான் கேவலமானவன், முட்டாள். ஆய்ஸ்டர்ஸ்காக அந்தக் கனவான் பத்து ரூபிள்கள் தருவதைப் பார்த்தேன். எனக்கு ஏதாவது தரும்படி அவர்களிடம் போய் நான் ஏன் கேட்கவில்லை. அவர்கள் எதுவும் தந்திருக்கக்கூடும்."

விடிந்தபோது கண்களை அசைத்தபடி ஓட்டின் மேல் உட்கார்ந்திருக்கும் தவளையைக் கனவுகண்டபடி நான் தூங்கியிருந்தேன். மதிய வேளையில் தாகத்தால் விழித்துக் கொண்ட நான் அப்பாவைத் தேடினேன். அவர் இன்னும் கைகளை அசைத்தபடி மேலும் கீழுமாய் நடந்து கொண்டிருந்தார்.

Oysters, December - 1884.

6

நீத்தார் பிரார்த்தனை

வெர்கினி ஐபுருதி கிராமத்தில் இருந்த அன்னை ஹொடிகிட்ரியா தேவாலயத்தில் காலை நேரப் பொது வழிபாடு அப்போதுதான் முடிவடைந்திருந்தது. மக்கள் கலைந்து தேவாலயத்திலிருந்து வெளியேறத் தொடங்கி யிருந்தார்கள். வெர்கினி ஐபுருதி கிராமத்தின் அறிவுஜீவியும் அந்தக் காலத்து மனிதருமான கடைக்காரர் ஆண்ட்ரூ ஆண்ட்ரிச் மட்டுந்தான் அப்படியே அசையாமல் உட்கார்ந் திருந்தார். இசைக்குழுவினருக்கென ஒதுக்கப்பட்ட பகுதியில் வலதுபுறத் தடுப்பில் முழங்கையைத் தாங்கிக் காத்திருந்தார். சுத்தமாக மழிக்கப்பட்ட, கொழுத்த, முகப்பருக்களால் மேடும் பள்ளமுமாக இருந்த அவரது முகம் இந்த சந்தர்ப்பத்தில் இரண்டு எதிரெதிரான உணர்ச்சிகளை வெளிப்படுத்தியது. மர்மமான விதிக்கு முன்பாக ஏற்படும் அடக்கம் ஒன்று. இன்னொன்று, கடந்துசெல்லும் கப்தான்களுக்கும் பலவண்ணக் கைகுட்டைகளுக்கும் முன்னால் மௌனத்துடன் தோன்றுகிற எல்லையற்ற இறுமாப்பு. ஞாயிற்றுக்கிழமைக்கென அவர் நேர்த்தியாக உடுத்தியிருந்தார். மஞ்சள் தந்தத்தாலான பொத்தான்களைக் கொண்ட சணலால் நெய்யப்பட்ட அங்கியும் அடர்நீலத்தில் கால்சட்டையும் அணிந்திருந்தார். நேர்மறையான எண்ணம்

கொண்ட, நியாயமான, உறுதியான மத நம்பிக்கைகள் மிக்கவரின் கால்களில் மட்டுமே பொருந்தக்கூடிய பெரிய கனத்த காலணிகளைப் போட்டிருந்தார்.

சிலுவைகளைக் கொண்ட தடுப்புக் கதவின் மேல், அவரது வீங்கிய சோம்பலான கண்கள் பதிந்தன. பிரபலமான துறவிமார்களின் நீண்ட முகங்களையும், மெழுகுவர்த்திகளை அணைப்பதற்காக வாயில் காற்றை நிரப்பி கன்னங்களை உப்பவைத்திருக்கும் மத்வேயையும், அடர்த்தியான உருத் தாங்கிகளையும், தேய்ந்துபோன கம்பளத்தையும், புனித மாடத்திலிருந்து வார்டனுக்குப் பிரார்த்தனை ரொட்டியை எடுத்தபடி விரையும் கோயில் பணியாளரான லொபுகோவையும் கண்டார் அவர். இவை யாவற்றையும், தன் கையில் ஐந்து விரல்களைப் போல, மீண்டும் மீண்டும் பார்த்தார். ஒரு விஷயம் மட்டும் ஏனோ விநோதமாகவும் வழக்கத்துக்கும் மாறாகவும் இருந்தது. வடக்கு வாசல் கதவருகே, அங்கியைக் இன்னும் களையாமல் அடர்த்தியான புருவங்களுடனான கண்களைச் சினத்துடன் இமைத்துக் கொண்டிருந்தார் அருட்தந்தை கிரிகோரி.

‘யாரை அவர் முறைத்துக்கொண்டிருக்கிறார், ஆண்டவர் துணையிருக்கட்டும்’ என்று யோசித்தார் கடைக்காரர். ‘விரலை நீட்டி எச்சரிக்கிறார். தரையைக் காலால் உதைக்கிறார். மாதாவே, என்ன நடக்கிறது? யாருக்கானது இது?’

ஆண்ட்ரூ ஆண்ட்ரிச் திரும்பிப் பார்த்தபோது தேவாலயமே ஏறக்குறைய காலியாகியிருப்பதைக் கண்டார். புனித மாடத்துக்குத் தங்கள் முதுகைத் திருப்பிக்காட்டியபடி சிலர் கதவருகே கூட்டமாக நின்றிருந்தனர்.

“அழைக்கும்போது நீங்கள் வர வேண்டும். ஏன் அங்கே சிலையைப் போல நிற்கிறீர்கள்? உங்களைத்தான் கூப்பிடு கிறேன், வாருங்கள்” அருட்தந்தை கிரிகோரியின் கோபமான குரல் கேட்டது.

அருட்தந்தை கிரிகோரியின் சிவந்த ஆத்திரம்கூடிய முகத்தைப் பார்த்த கடைக்காரருக்குப் புருவங்கள் துடிப்பதும் விரல் நீட்டிப் பேசுவதும் தன்னை நோக்கித்தான் என்பது புரிந்தது.

சற்றே அசைந்த அவர் இசைக்குழுவினரிடமிருந்து விலகி தடித்த காலணிகளால் கனத்த அடியெடுத்துவைத்து புனித மாடத்தை நோக்கி தயக்கத்துடன் நடந்தார்.

"ஆண்ட்ரூ ஆண்ட்ரிச், மறைந்த மரியாவைப் பற்றிய இந்தக் குறிப்பை அனுப்பியது நீங்கள்தானே?" வேர்வையுடனான அவரது தடித்த முகத்தைப் பார்த்தபடி சினத்துடன் கேட்டார் அருட்தந்தை.

"நான்தான்."

"அப்படியென்றால் இதை எழுதியது நீங்கள்தானே?"

ஒரு சிறு குறிப்பைக் கண்களுக்கு எதிரில் கோபத்துடன் நீட்டினார் அருட்தந்தை கிரிகோரி. காணிக்கையுடனும் வேண்டுதல் கோரிக்கையுடனும் ஆண்ட்ரூ ஆண்ட்ரிச் சமர்ப்பித்த அந்தக் குறிப்பில் பெரிய தாறுமாறான எழுத்தில் எழுதப்பட்டிருந்தது, "பிரிந்துபோன கடவுளின் சேவகி, விலைமகள் மரியாவுக்கு."

"அது நான் எழுதியதுதான்" கடைக்காரர் பதிலளித்தார்.

"ஆனால், இதை எழுத உங்களுக்கு எவ்வளவு தைரியம்?" ரகசியமாகக் கேட்டார் அருட்தந்தை. அவரது ரகசியமான கிசுகிசுப்பில் சினத்தையும் அச்சத்தையும் செவியுற முடிந்தது.

அமைதியான திடுக்கிடலுடன் அவரையே பார்த்துக் கொண்டிருந்த கடைக்காரர் மனக்குழப்பத்தையும் அச்சத்தையும் அடைந்திருந்தார். வெர்கினி ஐப்ருதி கிராமத்தின் அறிவுஜீவியுடன் அருட்தந்தை கிரிகோரி இதுபோன்ற குரலில் ஒருபோதும் பேசியதில்லை. இருவரும் அடுத்தவர் கண்களை உற்றுப்பார்த்தபடி சில நொடிப்பொழுது அமைதியாக இருந்தனர். சிதறிப்போகும் மாவைப் போல கடைக்காரரின் கொழுத்த முகம் எல்லாப் பக்கமும் இழுத்துக்கொள்ளும் அளவுக்கு அவரது மனக்குழப்பம் மிகுந்திருந்தது.

"எப்படி எழுதத் துணிந்தீர்கள்?" அருட்தந்தை மீண்டும் வினவினார்.

"என்ன... என்னது, ஐயா?" ஆண்ட்ரூ ஆண்ட்ரிச்சின் மனக் குழப்பம் தொடர்ந்தது.

"உங்களுக்குப் புரியவில்லையா?" திடுக்கிட்டுப் பின்னகர்ந்து தன் கைகளைப் பிசைந்தபடி மெதுவாகக் கேட்டார் அருட்தந்தை கிரிகோரி. "உங்களுடைய கழுத்துக்கு மேலே இருப்பது தலைதானா அல்லது வேறெதுவுமா? பொதுவில் சொல்லக் கூசும் வார்த்தையுடன் ஒரு குறிப்பை நீங்கள் திருக்கோயிலுக்கு அனுப்பியுள்ளீர்கள். உங்களுடைய கண்களை ஏன் இப்படி உருட்டுகிறீர்கள்? இந்த வார்த்தையின் பொருள் உங்களுக்குத் தெரியவில்லையா?"

"அது, விலைமகள் என்ற வார்த்தையைப் பற்றியதா ஐயா?" முகம் சிவந்து கண்களைச் சிமிட்டியபடி முணு முணுத்தார் கடைக்காரர். "ஆனால், தேவன் அவரது கருணையின் பெயரால், அதாவது... ஒரு விலைமகளை அவர் மன்னித்திருக்கிறார். அவளுக்காக ஒரு இடத்தை உறுதி செய்தார். கடவுளால் ஆசிர்வதிக்கப்பட்ட எகிப்து தேசத்தைச் சேர்ந்த மேரியின் வாழ்விலிருந்து நாம் இதை அறிய முடியும். அவருக்காக பயன்படுத்தப்பட்ட அந்தச் சொல்லின் அதே பொருளில்தான்... மன்னிக்க வேண்டும்."

தன் தவறுக்குக் காரணமாக மேலும் ஏதோ வாதத்தை முன்வைக்க விரும்பினார். ஆனால், குழப்பமடைந்து தன்னுடைய கைத்துணியால் வாயைத் துடைத்துக்கொண்டார்.

"நீங்கள் அதை அப்படித்தானா புரிந்துகொண்டிருக்கிறீர்களா?" அருட்தந்தை கிரிகோரி கைகளைக் கோர்த்துக்கொண்டார். "ஆனால், கடவுள் மன்னித்து அருளினார், சொல்வதை நன்றாகப் புரிந்துகொள்ளுங்கள், மன்னித்து அருளினார். ஆனால், நீங்களோ மோசமான பெயரைச் சொல்லி தீர்ப் பளித்து பழி சுமத்தியுள்ளீர்கள். அதுவும் யாரைப் பற்றி? செத்துப்போன உங்கள் சொந்த மகளைக் குறித்து அப்படிச் சொல்கிறீர்கள். புனித நூல்களில் மட்டுமல்ல, சமயசார்பற்ற புத்தகங்களில்கூட இதுபோன்ற ஒரு பாவத்தை நீங்கள் காண முடியாது. ஆண்ட்ரூ உங்களுக்கு மீண்டும் நினைவுறுத்துகிறேன், மிகவும் புத்திசாலியாக நடந்துகொள்ளாதீர்கள். ஆமாம், சகோதரரே, அதிக புத்திசாலித்தனம் வேண்டாம். தேடுதல் வேட்கையைக் கடவுள் உங்களுக்கு அருளியிருக்கலாம். ஆனால், அதை உங்களால் கட்டுப்பாட்டுடன் வைத்துக் கொள்ள முடியாதெனில் யோசிப்பதையே நீங்கள்

விட்டுவிடலாம். சிந்திப்பதை நிறுத்திவிட்டு அமைதியாக இருங்கள்."

"ஆனால், அவள் ஒருமாதிரி... மன்னித்துக்கொள்ளுங்கள்... ஒரு நாடக நடிகை" திடுக்கிட்ட ஆண்ட்ரூ ஆண்ட்ரிச் சொன்னார்.

"நாடக நடிகையா? ஆனால், அவள் யாராக இருந்தபோதும் செத்துப் போன பிறகு நீங்கள் எல்லாவற்றையும் மறந்துவிட வேண்டும். உங்களுடைய குறிப்பில் அதை எழுதக் கூடாது."

"அது சரிதான்..." கடைக்காரர் ஏற்றுக்கொண்டார்.

"உங்கள் தவறுக்கு நீங்கள் பிராயசித்தம் செய்தாக வேண்டும்" அவமானத்தில் சிறுத்துப்போன ஆண்ட்ரூ ஆண்ட்ரிச்சின் முகத்தைப் புனித மாடத்தினுள்ளிருந்து அலட்சியமாகப் பார்த்திருந்த அருட்தந்தையின் குரல் ஒலித்தது. "அப்படிச் செய்தால்தான் அதிபுத்திசாலியாக நடந்துகொள்வதை நிறுத்துவீர்கள். உமது மகள் புகழ்பெற்ற நடிகை. அவளது மரணத்தைப் பற்றி நாளிதழ்களில்கூட செய்திகள் வெளியாகின..."

"அது, உண்மையில், என்னவென்றால்..." கடைக்காரர் முணு முணுத்தார் "அது பொருத்தமான சொல் இல்லைதான். ஆனால், அருட்தந்தை கிரிகோரியே, அது நான் அவ்வாறு தீர்மானித்து எழுதியதல்ல. ஆண்டவரின் கருணையை வேண்டுவதுபோல... யாருக்காக யாரிடம் பிரார்த்தனை செய்கிறோமோ அதற்கேற்ப, உங்களுக்கே தெரியும்... இதுபோன்று கோரிக்கைகளின்போது ஒவ்வொருவரும் ஒவ்வொருமாதிரி எழுதுவார்கள், குழந்தையான அயோன், மூழ்கிப்போன பெலிகியா, போர்வீரனான யெகோர், கொலை காரன் பாவெல் என்கிறமாதிரி... அப்படித்தான் நானும் எழுத எண்ணினேன்..."

"நீங்கள் சொல்வது எதுவுமே ஏற்றுக்கொள்ளும்படியாக இல்லை, ஆண்ட்ரூ. ஆண்டவர் உம்மை மன்னிக்கட்டும். ஆனால், அடுத்த முறை எச்சரிக்கையாக நடந்துகொள்ளுங்கள். முக்கியமாக புத்திசாலித்தனமாக யோசிக்காதீர்கள். மற்றவர்களைப் போலவே நீங்களும் யோசியுங்கள். பத்துமுறை வணங்கிவிட்டுச் செல்லுங்கள்."

“சரி ஐயா” இனியும் அருட்தந்தை கிரிகோரி புத்திமதி சொல்ல மாட்டார் என்ற மகிழ்ச்சியில் சொன்ன கடைக்காரர் முக்கியமான ஏதோவொரு விஷயத்தை சொல்வதுபோல தீவிர பாவத்துடன் கேட்டார் “பத்து முறை வணங்க வேண்டுமா? மிகவும் நல்லது ஐயா. எனக்குப் புரிகிறது. அருட்தந்தையே, எனக்கொரு வேண்டுதல். அவளுடைய தகப்பன் என்பதால்தான் இதைக் கேட்கிறேன். என்ன இருந்தாலும்... உங்களுக்கே தெரியும். அவள் எப்படியிருந்தபோதும்... என்னுடைய மகள் அல்லவா? எல்லாவற்றுக்கும் மேலாக, ஒருவிதத்தில்... என்னை மன்னிக்கவேண்டும்... அவளுக்காக நீத்தார் பிரார்த்தனை ஒன்றை இன்றே ஏற்பாடு செய்ய அனுமதிக்க வேண்டும், அருட்தந்தையே.”

“இப்போதேவா? நல்லது” அங்கியைக் களைந்தபடியே சொன்னார் அருட்தந்தை கிரிகோரி “இதற்காக உம்மை நான் பாராட்டுகிறேன். நான் அனுமதிக்கிறேன், தாராளமாகச் செய்யலாம். நீங்கள் செல்லுங்கள், இதோ வருகிறேன் நான்.”

புனித மாடத்திலிருந்து இறுக்கத்துடன் நடந்த ஆண்ட்ரூ ஆண்ட்ரிச், தேவாலயத்தின் மத்தியில் முகம் சிவந்தவராய் நீத்தார் பிரார்த்தனைக்கான முகபாவத்துடன் பணிவுடன் நின்றார். பணியாளரான மத்வெய் பிரார்த்தனைக்கான கஞ்சியுடன் ஒரு சிறிய மேசையை அவர் முன் வைத்தார். சிறிது நேரத்திலேயே நீத்தார் பிரார்த்தனை ஆரம்பமானது.

தேவாலயத்தில் அமைதி. தூபகலசத்தின் ஓசை மட்டுமே கேட்டிருக்க அடங்கிய குரலில் பிரார்த்தனைப் பாடல் ஒலித்தது. ஆண்ட்ரூ ஆண்ட்ரிச்சுக்குப் பக்கத்தில் பணியாளர் மத்வெய், தாதிப்பெண் மகர்யேவ்னா, பக்கவாதத்தில் துவண்ட கையுடன் அவளது மகன் மித்கா ஆகியோர் இருந்தனர். வேறு யாருமில்லை. கோயில் பணியாளர் இனிமையற்ற கட்டைக்குரலில் மிக மோசமாகவே பாடிக்கொண்டிருந்தார். ஆனால், அந்தக் கீதத்தின் உருக்கமும் துயர் மிகுந்த சொற்களும் மெல்ல மெல்ல கடைக்காரரின் இறுக்கத்தைத் தளர்த்தி சோகத்தில் மூழ்கடித்தது. தனது செல்லப்பெண் மசுத்காவை அவர் நினைத்துக்கொண்டார். வெர்கினி ஐபுருதி கிராமத்தின் நிலக்கிழாரிடம் வேலை செய்துகொண்டிருந்த சமயத்தில் அவள் பிறந்ததை நினைத்துக்கொண்டார். வேலைக்காரராக அவரது பரபரப்பான அன்றாடத்தின்

நடுவே தனது மகள் வளர்ந்துகொண்டிருப்பதை அவர் கவனிக்கவே இல்லை. சிறுபெண்ணாக இருந்தவள் வளர்ந்து பழுப்புக் கூந்தலுடனான சிறிய தலையுடன் கொபேக்குகளைப் போல பெரிய பளபளப்பான கண்களைக் கொண்ட வனப்புமிக்கப் பெண்ணாக வளர்ந்து நின்ற நீண்ட பருவம் அவர் கவனத்திலேயே இல்லாமல்போனது. இணக்கமான வேலைக்காரர்களின் குழந்தைகளைப் போலவே அவளும் பிற இளம்பெண்களுடன் சேர்ந்து செல்லமாக வளர்ந்தாள். எஜமானனின் குடும்பத்தினரும் செய்வதற்கு வேறெதுவும் இல்லாத நிலையில் அவளுக்கு எழுதப் படிக்கவும் நடனமாடவும் கற்றுக்கொடுத்தனர். அவரும் அவளது வளர்ப்பில் எந்த விதத்திலும் தலையிடவே இல்லை. எப்போதாவது தற்செயலாய் வாசலிலோ அல்லது படிக்கட்டுகளின் அருகிலோ அவளைப் பார்க்க வாய்க்கும்போது அவள் தன்னுடைய மகள் என்பது அவருக்கு ஞாபகத்துக்கு வரும். நேரம் கிடைக்கும்போது அவளுக்குப் பிரார்த்தனைகளையும் புனிதர்களின் சரித்திரக் கதைகளையும் சொல்லத் தொடங்கினார். தேவாலயத்தின் பிரார்த்தனை முறைகளை நன்கறிந்தவர், புனித நூல்களை வாசித்தறிந்தவர் என்று அவருக்கு நல்ல மதிப்பிருந்தது. தனது அப்பாவின் முகம் கண்டிப்போடும் பணிவுடனும் இருந்தபோதும்கூட அவள் மிகுந்த விருப்பத்துடன் அவர் சொல்வதைக் கேட்டுக்கொண்டிருப்பாள். பிரார்த்தனைகளை அவர் தொடர்ந்து சொல்லும் வேளைகளில் கொட்டாவி விடுவாள் என்றாலும், மற்றபடி அவர் திக்கித்திணறி மிகுந்த கற்பனைகளைச் சேர்த்து கதைகளைச் சொல்லத் தொடங்கினால் அவளது கவனம் முழுக்கக் குவிந்துவிடும். காய்கறி சூப்புக்காகத் தன் பிறப்புரிமையை விட்டுக்கொடுத்த ஏசாவின் கதை, சோடோமைத் தண்டிக்கும் கதை, சிறுவன் ஜோசப்பின் சோதனைகள் ஆகியவற்றைக் கேட்கும்போது அவள் முகம் வெளுத்து நீலக் கண்கள் பெரிதாகிவிடும்.

பிறகு, வேலையை விட்டுவிட்டு வெளியேறி, தன் சேமிப்பிலிருந்த பணத்தைக் கொண்டு கிராமத்தில் சிறிய கடையைத் திறந்தபோது அவரது மகள் மசூத்கா எஜமானனின் குடும்பத்தோடு மாஸ்கோவுக்குப் புறப்பட்டுச் சென்றாள்.

சாவதற்கு மூன்று ஆண்டுகளுக்கு முன்பு தனது தந்தையைப் பார்க்க வந்தாள். அவளை அவருக்கு அடையாளமே தெரிய

வில்லை. மெலிந்த இளம் பெண்ணாக எஜமானக் குடும்பத்தைப் போன்று உடையணிந்திருந்த அவள் உயர்குடிப் பெண்ணைப் போன்ற நடவடிக்கைகளுடன் இருந்தாள். புத்தகத்திலிருந்து வாசிப்பதைப் போல மிகுந்த அறிவுக்கூர்மையுடன் உரையாடினாள். புகைபிடித்தாள். உச்சிப்பொழுதுவரை தூங்கினாள். என்ன செய்துகொண்டிருக்கிறாய் என்று ஆண்ட்ரூ ஆண்ட்ரிச் அவளிடம் கேட்டபோது நேராக அவர் கண்களைப் பார்த்துக்கொண்டே தைரியமாகச் சொன்னாள் "நான் ஒரு நடிகை." அத்தனை வெளிப்படையாக அவள் சொன்னது அந்த முன்னாள் வேலைக்காரரை வெறுப்பின் உச்சத்துக்குத் தள்ளியது. மசுக்தா தனது வெற்றிகளைக் குறித்தும், நடிகையாகத் தன் வாழ்வைப் பற்றியும் உற்சாகத்துடன் பேசிக்கொண்டிருந்தவள், தந்தையின் முகம் சிவப்பதையும் கரங்கள் மேல்நோக்கி விரிவதையும் கண்டவுடன் அமைதியானாள். அதன் பிறகு அவள் ஊருக்குத் திரும்பிச் செல்லும்வரையிலும் இரண்டு வாரங்கள் ஒருவரையொருவர் நேருக்குநேர் முகம் பார்க்காமல் அமைதியாகவே கழிந்தன. புறப்படுவதற்கு முன்பு சாலையோரமாகத் தன்னுடன் உலவ வர வேண்டும் என்று தந்தையைக் கட்டாயப்படுத்தினாள். நடிகையான தனது மகளுடன், பகல் வேளையில், நாணயமான மனிதர்களுக்கு முன்னால் உலவச் செல்வதைக் குறித்த பயம் இருந்தபோதும்கூட அவளுடைய வேண்டுதலை ஒப்புக்கொண்டார்.

"எத்தனை அழகான இடங்கள் உள்ளன இங்கே" நடந்து செல்கையில் அவள் புகழ்ந்தாள் "பள்ளங்களும் சதுப்பு நிலங்களுமாய் நான் பிறந்த இந்த இடம் எத்தனை அழகாக உள்ளது?"

அவள் அழுதாள்.

"இவையெல்லாம் பயனேதுமின்றி இடத்தைத்தான் பிடித்துக் கொண்டுள்ளன" பள்ளங்களை வெறுமனே வெறித்தவர் இப்படிப் புகழும்படி என்ன இருக்கிறது என்று யோசித்தார் ஆண்ட்ரூ ஆண்ட்ரிச். "காளைமாட்டுக்கு இருக்கும் காம்பைப் போன்று பயனற்றவை."

ஆனால், அவள் அழுதாள். அழுதபடியே மிகுந்த ஆசையுடன் நெஞ்சை விரித்து வெகுநாட்களுக்கு இப்படி

மூச்சுவிட முடியாது என்பதை உணர்ந்ததுபோல காற்றை உள்ளிழுத்தாள்.

ஆண்ட்ரிச் தாக்குண்ட குதிரையைப் போல தலையைச் சொடுக்கினார். வேதனை மிகுந்த அந்த நினைவுகளைத் துடைக்கும்பொருட்டு அவசரமாக சிலுவையிடலானார்.

"ஆண்டவரே, நினைவில் வைத்துக்கொள்ளுங்கள். மரித்துப் போன ஆண்டவரின் பணியாள், விலைமகளான மரியா, அறிந்தும் அறியாமலும் செய்த அத்துமீறல்களை நீர் மன்னித்து அருளவேண்டும்..." முணுமுணுத்தார்.

அமங்கலமான அந்த வார்த்தை அவரது வாயிலிருந்து வெளிப்பட்டது. அதை அவர் கவனிக்கவில்லை. அவரது ஆழ்மனத்தில் திடமாக ஒட்டிக்கொண்ட ஒன்றை பிடுங்கி வெளியே எடுக்க முடியாது. அருட்தந்தை கிரிகோரியின் நல்வழிப்படுத்தல்களால்கூட. மகரேய்வ்னா மூச்சிழுத்தபடி எதையோ முணுமுணுத்தாள். முடக்குவாதத்தால் துவண்ட கையுடன் மித்கா எதையோ யோசித்துக்கொண்டிருந்தான்.

"... நோய்மையும் துயரமும் தயக்கமும் எங்கே இல்லையோ..." கோயில் பணியாளர் தனது வலது கன்னத்தில் கைகளை இருத்தியபடி சலனமற்ற குரலில் சொல்லிக்கொண்டிருந்தார்.

தூபகலசத்திலிருந்து எழுந்த நீலப்புகை, தேவாலயத்தின் உயிர்ப்பற்ற இருண்ட வெறுமையைத் துளைத்து நின்ற சாய்வான வெயில் கற்றைகளினூடே கலந்திருந்தது. மறைந்துபோனவளின் ஆன்மாவும் புகையுடன் சேர்ந்து வெயில் கற்றையுடன் ஒன்றுகலந்து ஒளிர்வதைப் போல இருந்தது. குழந்தையின் சுருள்முடியைப் போல தெரிந்த புகைக் கற்றைகள் நெளிந்து பாவப்பட்ட இந்த ஆன்மாவினுள் நிறைந்திருந்த வெறுப்பையும் துக்கத்தையும் துடைப்பதுபோல ஜன்னலை நோக்கி விரைந்தது.

Panikhida, February - 1886.

7
சம்பவம்

காலைப்பொழுது. குழந்தைகளின் படுக்கையறை ஜன்னல் கண்ணாடிகளின் குறுக்கே பனி வரைந்த மெல்லிய திரையினூடே பிரகாசமான வெயில் கற்றைகள் சரிந்திருந்தன. மழித்த தலையும் பொத்தானைப் போன்ற சப்பை மூக்குமாயிருந்த ஆறு வயது சிறுவன் வானியாவும், கொழுத்த கன்னங்களும் சுருட்டை முடியுடனுமிருந்த அவனது நான்கு வயது தங்கை நீனாவும் கண்விழித்துத் தங்களது படுக்கைகளின் குறுக்கே இருந்த தடுப்புக் கம்பிகளின் வழியாக ஒருவரையொருவர் பார்த்துக்கொண்டிருந்தனர்.

"ஓ... வெட்கமாக இல்லையா?" தாதி முணுமுணுத்தாள், "நல்ல குழந்தைகள் எழுந்து காலையில சாப்பிட்டு முடித்துவிட்டார்கள். நீங்கள் இன்னும் அரைத்தூக்கத்தில் இருக்கிறீர்கள்?"

தரைக் கம்பளத்தின் மீதும், சுவரின் மீதும், தாதியின் உடைமேலும் ஒன்றையொன்று துரத்திக்கொண்டிருந்த சூரியக் கிரணங்கள் குழந்தைகளை விளையாட அழைப்பதுபோலிருந்தது. ஆனால், உற்சாகமற்ற மனநிலையுடன் கண்விழித்த இருவரும் சூரியனைக் கவனிக்கவில்லை. நீனா முகத்தைச் சுளித்துக் கோணலாக்கியபடி சிணுங்கலானாள்.

“தாதிம்மா, எனக்கு டீ வேண்டும்.”

முகம் சுளித்தபடியே எதை சாக்காக வைத்து கத்தலாம் என்று யோசித்தான் வானியா. கண்களை இமைத்தபடியே அவன் தன் வாயைத் திறந்த அதே சமயத்தில் உணவுக்கூடத்திலிருந்து அம்மாவின் குரல் கேட்டது “பூனைக்கு பால் ஊற்றி வைக்க மறந்து விடாதீர்கள். குட்டி போட்டுள்ளது.”

வானியாவும் நீனாவும் முகத்தை இழுத்தபடி ஒருவரை யொருவர் புரியாததுபோல பார்த்தார்கள். அடுத்த கணம் இருவருமே கத்தியபடி படுக்கையிலிருந்து குதித்து, சிறிய இரவு உடையும் வெறுங்காலுடனுமாய் சத்தமெழுப்பியபடி சமையலறைக்குள் தடதடவென ஓடினார்கள்.

“பூனை குட்டி போட்டுள்ளது. பூனை குட்டி போட்டுள்ளது” இருவரும் கூச்சலிட்டனர்.

சமையலறையில் பெஞ்சுக்கு அடியில் ஒரு பெட்டி. கணப்பு களில் நெருப்பு மூட்டும்போது கரித்துண்டுகளை அந்தப் பெட்டியில் போட்டுத்தான் ஸ்டீபன் எடுத்துச்செல்வான். அந்தப் பெட்டியிலிருந்து தலைநீட்டிப் பார்த்தது பூனை. அதன் முகத்தில் அபாரமான களைப்பு. சின்னஞ்சிறிய கருவிழிகளுடனான அதன் பச்சைக் கண்களில் சோர்வும் உணர்வுபூர்வமானதொரு பாவம் தென்பட்டது. அந்த நேரத்தில், ‘அப்பா’ பூனையை அங்கே எதிர்பார்த்திருந்ததை அது எழுப்பிய ஒலியிலிருந்து அறிய முடிந்தது. அது அங்கிருந்திருந்தால் அதன் மகிழ்ச்சி பூரணமாயிருந்திருக்கும். வாயை அகலத் திறந்து ‘மியாவ்’ எனக் கத்த முயன்றபோதும் அதன் தொண்டையிலிருந்து மூச்சிழுக்கும் சத்தமே வெளிப் பட்டது. பெட்டியின் உள்ளேயிருந்து குட்டிப் பூனைகள் முனகும் ஓசை ஒலித்தது.

பெட்டியின் அருகே மண்டியிட்டு, மூச்சைப் பிடித்தபடி, அசை யாமல் பூனையையே உற்றுப்பார்த்தபடி அமர்ந்திருந்தனர் குழந்தைகள். ஆச்சரியமும் திகைப்புமாக வாயடைத்திருந்த இருவருக்கும் தொண்டையை உறுமியபடி அழைத்த தாதியின் குரல் காதிலேயே விழவில்லை. இருவரின் கண்களிலும் மட்டற்ற மகிழ்ச்சி.

வளர்ப்புப் பிராணிகள் குழந்தைகளின் வாழ்விலும் கல்வியிலும் பயனுள்ளதாகவும் கண்ணுக்குத் தெரியாத வகையிலும்

பங்களிக்கின்றன. குழந்தைப் பருவத்தில் பழகிய வலிமையான, மிகுந்த விசுவாசம் கொண்ட நாயையோ அல்லது ஆசையுடன் வளர்த்த ஸ்பானியல் நாயையோ யாருக்குத் தான் நினைவிருக்காது? அல்லது கூண்டில் அடைபட்டு செத்துப்போன பறவைகளை? முட்டாள்தனமும் செருக்கும் கொண்ட நெருப்புக்கோழிகளையோ, விளையாட்டுக்காக வாலை மிதித்து வலிக்கச் செய்தபோதும் பொறுத்துக்கொண்டு நம்மை மன்னிக்கத் தயாராக இருந்த பாவப்பட்ட வயதான பூனைகளையோ யாரால்தான் நினைத்துப்பார்க்க முடியாது? யாரோ ஒரு உற்சாகமற்ற, கடனே என்று பாடங்களை நடத்தும் ஜெர்மன் ஆசிரியரைவிட அல்லது தண்ணீர் என்பது ஆக்ஸிஜனும் ஹைட்ரஜனும் சேர்ந்த ஒன்று என்பதை விளங்கவைக்க முயலும் ஆசிரியையின் சோம்பலான விளக்கங்களைக் காட்டிலும் நம்முடைய வளர்ப்புப் பிராணிகளிடம் காணமுடிகிற விசுவாசம், பொறுமை, மன்னிக்கும் மனப்பான்மை, நம்பகத்தன்மை போன்றவை குழந்தைகளின் மனத்தில் கணிசமான பாதிப்பை ஏற்படுத்துகின்றன என்றே நான் சிலசமயங்களில் யோசிக்கிறேன்.

"எவ்வளவு சிறியதாக உள்ளது பாரேன்" பூனைக்குட்டிகளைப் பார்த்து வியப்பில் விரிந்த கண்களும் முகத்தில் வெடிக்கும் சிரிப்புமாய் நீனா கூச்சலிட்டாள், "பார்ப்பதற்கு எலிக்குஞ்சு போலவே உள்ளது."

"ஒன்று, இரண்டு, மூன்று" வானியா குட்டிகளை எண்ணினான். "அப்பிடியென்றால் எனக்கு ஒன்று, உனக்கு ஒன்று, இன்னொருத்தருக்கு இன்னொன்று."

"ம்ர்ர்... ம்ர்ர்" தன்னையே இருவரும் உற்றுப்பார்ப்பதால் அசௌகரியம் அடைந்த பூனை சற்றே சீறியது.

பூனைக்குட்டிகளைப் பார்த்து சலித்தவுடன் இருவரும் பூனை யிடமிருந்து அந்தக் குட்டிகளை வெளியே எடுத்து அமுக்கியும் கிள்ளியும் பார்த்தார்கள். இதிலும் திருப்தியடையாமல் இரவு உடையின் நீண்ட பகுதியில் அவற்றைப் பொதிந்துகொண்டு வரவேற்பறைக்கு ஓடினார்கள்.

அம்மா முன்பின் தெரியாத ஒரு மனிதருடன் அங்கே உட்கார்ந் திருந்தாள். குளிக்காமல், உடை மாற்றாமல் அணிந்திருக்கும்

இரவு உடை காற்றில் பறக்க அங்கே வந்த குழந்தைகளைக் கண்டதும் அவள் முகம் சிவந்து எச்சரிப்பதுபோல பார்த்தாள்.

"கருமம். சட்டையைக் கீழே விடுங்கள். உள்ளே போங்கள். இல்லையென்றால் தொலைத்துவிடுவேன்" கத்தினாள்.

ஆனால், அம்மாவின் எச்சரிக்கையையோ புதிதாக வந்தவரின் இருப்பையோ குழந்தைகள் இருவரும் பொருட்படுத்தவில்லை. பூனைக்குட்டிகளைத் தரைவிரிப்பில் படுக்கவைத்துவிட்டு உற்சாகத்துடன் கூச்சலிட்டனர். அம்மா பூனை அவர்களின் காலடியில் சுற்றிவந்து பலவீனமாகக் கத்தியது. சில கணங்களுக்குப் பின் குழந்தைகள் பிடிக்கப்பட்டு, உடைமாற்றவும் உணவு தரவும் பிரார்த்தனைகளைச் சொல்லவுமென தங்களது அறைக்குள் அடைக்கப்பட்டார்கள். சலிப்பூட்டும் இந்தக் கடமைகளை விரைவில் முடித்துவிட்டு சமையலறைக்குள் மீண்டும் புகுந்துவிட அவர்களின் இதயம் துடித்துக்கிடந்தது.

வழக்கமான அவர்களது விளையாட்டுகளும் காரியங்களும் முக்கியமற்றவையாகின. இந்த உலகத்துக்குள் தலைகாட்டி, பிற அனைத்தையும் மறக்கச் செய்து, அன்றைய நாளில் அவர்களை கவரும்படியான புதுமையுடனும் ஈர்ப்புடனும் ஆட்கொண்டன பூனைக்குட்டிகள். பூனைக்குட்டிகளுக்குப் பதிலாக வானியாவுக்கும் நீனாவுக்கும் எண்ணற்ற மிட்டாய் களையும் ஆயிரக்கணக்கில் பணத்தையும் தருவதாகச் சொல்லியிருந்தால்கூட கணநேரத் தயக்கமுமின்றி அந்த யோசனையையும் மறுத்திருப்பார்கள். தாதியும் சமையல் காரியும் கடுமையாக எச்சரித்தபோதும் உணவுவேளை நெருங்கும்வரையில் சமையலறையில் பூனைக்குட்டிகளுக்கு அருகிலேயே உட்கார்ந்திருந்தனர். தீவிரமும் பரபரப்பும் ஆழ்ந்த கவலையுடனுமாயிருந்தன அவர்களது முகங்கள். பூனைக்குட்டிகளுக்கு இப்போது என்னவாகும் என்று மட்டுமல்லாது, அவற்றின் எதிர்காலம் குறித்தும் கவலைகொண்டனர். மூன்றில் ஒரு பூனைக்குட்டி தன் அம்மாவை சமாதானப்படுத்துவதற்கென அங்கேயே இருக்க வேண்டுமென்றும் இரண்டாவது குட்டி கிராமத்து வீட்டுக்குப் போய்விட வேண்டுமெனவும், மூன்றாவது பூனைக்குட்டி ஏராளமாய் எலிகள் சுற்றித்திரியும் நிலவறையில் இருப்பதென்றும் அவர்கள் தீர்மானித்தார்கள்.

“இவை ஏன் கண்களைத் திறக்காமல் உள்ளன? பிச்சைக் காரர்கள் மாதிரியும் குருடர்களைப் போலவும்” நீனா வியப்புடன் சொன்னாள்.

வானியாவுக்கும் இந்த விஷயத்தைப் பற்றிக் குழப்பமாகவே இருந்தது. பூனைக்குட்டிகளில் ஒன்றின் கண்களைத் திறக்க முயன்ற அவன் வெகுநேரம்வரை தீவிரமாகத் தன் காரியத்தைத் தொடர்ந்தபோதும் அது தோல்வியிலேயே முடிந்தது. பூனைக்குட்டிகள் தமக்கு முன்னால் வைக்கப்பட்ட கறித்துண்டுகளையோ பாலையோ பிடிவாதமாகத் தொட மறுத்தது அவர்களைக் கவலைகொள்ளச் செய்தது. அவற்றின் சின்னஞ்சிறு மூக்குகளுக்கு அடியில் வைக்கப்பட்ட அனைத்தையும் சாப்பிட்டுவிட்டது தாய்ப்பூனை.

“சரி வா, நாம் இவற்றுக்கு சிறியதாக வீடுகள் கட்டலாம்” வானியா யோசனை சொன்னான், “இந்தப் பூனைகள் தனித் தனியாக அவரவர் வீட்டில் அவரவர் இருக்கட்டும். அம்மா பூனை அவ்வப்போது வந்து பார்த்துக் கொள்ளட்டும்.”

சமையலறையின் வெவ்வேறு மூலைகளில் தொப்பிகளுக்கான அட்டைப்பெட்டிகளை வைத்து, பூனைக்குட்டிகளைத் தனித்தனியாக அவற்றில் போட்டனர். ஆனால், குடும்பத்தை இவ்வாறு பிரித்துவைத்தது அவரசமான முடிவென்று நிரூபணமானது. கெஞ்சுவதுபோன்ற உணர்ச்சி ததும்பும் முகத்துடன் தாய்ப் பூனை அந்தப் பெட்டிகளைச் சுற்றிவந்த பிறகு தன் குட்டிகளை மீண்டும் பழைய இருப்பிடத்துக்கே தூக்கிச்சென்றது.

“இந்தப் பூனைதான் அம்மா. அப்பா யார்?” வானியா வினவினான்.

“ஆமாம், இவைகளின் அப்பா யார்?” நீனாவும் திருப்பிக் கேட்டாள்.

“கண்டிப்பாக ஒரு அப்பா இருக்கவேண்டும்” இருவரும் தீர்மானித்தார்கள்.

பூனைக்குட்டிகளுக்கு யார் அப்பாவாக இருக்க வேண்டும் என்று வானியாவும் நீனாவும் நெடுநேரம் விவாதித்தனர். இறுதியில், படிகளுக்கு அடியில் உள்ள அலமாரியில் தூக்கிப்

போடப்பட்ட, உடைந்த தேவையற்ற பிற பொம்மைகளுடன் கழித்திருக்கும் காலத்தை முடிவுக்குக் கொண்டுவரக் காத்திருக்கும், வால் உடைந்த அடர்சிவப்பு குதிரை அவர்களின் தேர்வாக அமைந்தது. அந்தக் குதிரையை வெளியே இழுத்துவந்து பூனைக்குட்டிகள் இருக்கும் பெட்டிக்குப் பக்கத்தில் வைத்தனர்.

"ஒழுங்காக பார்த்துக் கொள். குட்டிகள் நல்லபடியாக இருக்கின்றனவா என்று பார்த்துக் கொள்ளவேண்டும்" என்று குழந்தைகள் அறிவுறுத்தினர்.

இரவு உணவுக்கு சற்று முன்பாக அப்பாவின் அறையில் மேசையின் அருகில் உட்கார்ந்திருந்தான் வானியா. விளக்குக்குக் கீழே மையுறிஞ்சும் தாளின் மேல் உருண்டுகொண்டிருந்த பூனைக்குட்டியை ஆர்வத்துடன் பார்த்துக்கொண்டிருந்தான். சிறிய அந்த உயிரின் ஒவ்வொரு அசைவையும் அவனது கண்கள் கவனித்துக்கொண்டிருந்தன. முதலில் ஒரு பென்சிலையும், பிறகு ஒரு தீக்குச்சியையும் அதன் வாயில் திணிக்க முயன்றான். திடீரென்று தரையிலிருந்து குதித்தெழுந்தவர்போல அவனுடைய அப்பா மேசையின் அருகில் வந்துநின்றார்.

"என்ன அது?" கோபத்துடனான அவரது குரலைக் கேட்டான் வானியா.

"அது வந்து... அது ஒரு குட்டிப் பூனை அப்பா."

"உனக்கு நான் காட்டுகிறேன் குட்டிப் பூனையை. என்ன செய்து வைத்திருக்கிறாய் பார் நீ. சனியனே, மையுறிஞ்சும் தாள் மொத்தத்தையும் வீணாக்கி விட்டாயே."

பூனைக்குட்டிகளின் மீது அப்பா பிரியத்தைக் காட்டவில்லை என்பது வானியாவுக்குப் பெரிய ஆச்சரியத்தைத் தந்தது. அவனுடன் சேர்ந்து ஆர்ப்பரித்து மகிழ்வதை விட்டுவிட்டு வானியாவின் காதைப் பிடித்து அவர் கத்தினார் "ஸ்டீபன், இங்கே வந்து இவனை வெளியே தூக்கிக் கொண்டு போ."

இரவு உணவின்போதும் ஒரு பிரச்சினை வெடித்தது. சாப்பிட்டுக்கொண்டிருந்தபோது திடீரென சன்னமான கீச்சொலியை அனைவரும் கேட்டனர். காரணம்

என்னவென்று தேடியபோது அது நீனாவின் ஏப்ரனுக்குக் கீழே இருந்தது.

“நீனா, இப்போதே இங்கிருந்து போய்விடு” அப்பா கோபத்துடன் சீறினார் “ஸ்டீபன், இந்தப் பூனைக்குட்டிகளைத் தூக்கிக் கொண்டு போய் குப்பைத் தொட்டியில் போடு. இது மாதிரி அசிங்கத்தை வீட்டுக்குள் வைத்திருக்க விடமாட்டேன்.”

வானியாவும் நீனாவும் பயந்துபோயினர். இது கொடுமையானது என்பதைவிடவும், குப்பைத்தொட்டியில் செத்துப்போவதன் மூலம் முதிய பூனையிடமிருந்தும் மரக்குதிரையிடமிருந்தும் அவர்களது குட்டிகள் பிரிக்கப்பட்டுவிடும். அந்தப் பெட்டியை சூனியமாக்கிவிடும். ஒரு பூனைக்குட்டி முதிய தனது தாயைக் கவனித்துக்கொள்வது, இன்னொன்று கிராமத்தில் வசிப்பது, மற்றொன்று நிலவறையில் இருக்கும் எலிகளைப் பிடிப்பது என்கிற அழகான எதிர்காலத்துக்கான பிரமாதமான திட்டத்தைக் குலைத்துவிடும். குழந்தைகள் பூனைக்குட்டிகளின் உயிருக்காக மன்றாடி அழுதனர். எந்தவொரு சமயத்திலும் சமையலறைக்குள் நுழையவோ, பூனைக்குட்டிகளைத் தொடவோ கூடாது என்ற நிபந்தனையுடன் பூனைக்குட்டிகளை விட்டுவிட அப்பா ஒத்துக்கொண்டார்.

இரவு உணவு முடிந்த பிறகு வானியாவும் நீனாவும் இருப்பு கொள்ளாமல் பூனைக்குட்டிகளை நினைத்து வருந்தியபடி வீட்டுக்குள் உலவினர். சமையலறைக்குள் நுழையக் கூடாது என்ற கட்டுப்பாடு அவர்களை சோர்வடையச் செய்தது. மிட்டாய்கள் தரப்பட்டபோது வாங்க மறுத்த அவர்கள், அம்மாவிடம் பிடிவாதம் காட்டி முரண்டுபிடித்தனர். மாலையில் பீட்டர் மாமா வீட்டுக்கு வந்தபோது அவரை அழைத்துச்சென்று பூனைக்குட்டிகளைக் குப்பைத்தொட்டியில் எறிய விரும்பிய அப்பாவைப் பற்றி புகார் கூறினார்கள்.

“மாமா, பூனைக்குட்டிகளை எங்களுடைய அறைக்குக் கொண்டுவந்து தரும்படி அம்மாவிடம் சொல்லுங்கள்” என்று கெஞ்சினார்கள்.

“சரி, சொல்கிறேன்” அவர்களிடமிருந்து விடுபட வேண்டி ஒப்புக்கொண்டார் மாமா.

பீட்டர் மாமா தனியாக வருவதென்பது அரிது. தொங்கி அசையும் காதுகளுடனும் தடியைப் போன்று உறுதியான வாலுடனும் உள்ள உயரமான கருப்பு நாய் நீரோ எப்போதுமே அவருடன் வருவதுண்டு. தனது பெருமையைக் குறித்த தன்னுணர்வுகொண்ட அமைதியும் இறுக்கமும் கொண்ட நாய் அது. குழந்தைகளைப் பொருட்படுத்தாத அது அவர்களால் துரத்தப்படும்போது அவர்களை நாற்காலிகளைப் போல தன் வாலால் உரசித் தள்ளிவிட்டுப் போகும். குழந்தைகள் அந்த நாயை வெறுத்தபோதும் இப்போது நடைமுறைத் தேவைகள் உணர்ச்சிகளை வெற்றிகொண்டன.

"நீனா, நான் என்ன சொல்கிறேன் தெரியுமா?" கண்களை விரியத் திறந்தபடி வானியா சொன்னான், "அந்தக் குதிரைக்கு பதிலாக நீரோவை அப்பாவாக ஆக்கிவிடலாம். குதிரை செத்துப்போனது. இது உயிரோடு இருக்கிறது அல்லவா?"

சீட்டு விளையாடுவதற்காக அப்பா உட்கார்ந்த பின்பு நீரோவை சமையலறைக்குள் அனுமதிக்கிற நேரத்துக்காக மாலைப் பொழுது முழுவதும் அவர்கள் காத்திருந்தார்கள். கடைசியில் அப்பா சீட்டாடத் தொடங்கினார். அம்மா சமோவாரில் தேநீர் தயாரிப்பதில் முனைந்திருக்க குழந்தைகளை அவள் கவனிக்கவில்லை. மகிழ்ச்சியான அந்த சந்தர்ப்பம் வந்துவிட்டது.

"வாடி..." தங்கையிடம் வானியா கிசுகிசுத்தான்.

அதே சமயத்தில், அறைக்குள் வந்த ஸ்டீபன் புன்னகையுடன் சொன்னான், "அம்மா, நீரோ பூனைக்குட்டிகளைத் தின்று விட்டது."

வானியாவும் நீனாவும் அதிர்ந்துபோய் ஸ்டீபனின் முகத்தை அச்சத்துடன் ஏறிட்டனர்.

"ஆமாம், தின்றுவிட்டது" பரிசாரகன் கெக்கலித்தான் "அந்தப் பெட்டியைக் கண்டுபிடித்து எல்லாவற்றையும் தின்று விட்டது."

வீட்டில் இருக்கும் அனைவருமே அலறி எழுந்து வஞ்சகம் பிடித்த நீரோவின் மீது பாய்வார்கள் என்று குழந்தைகள் நினைத்தார்கள். ஆனால், எல்லோரும் அவரவர் இடங்களில்

அமைதியாக இருந்தபடி அருமையான இந்த நாயின் ஜீரணத் திறனைக் குறித்து ஆச்சரியம் கொண்டனர். அப்பாவும் அம்மாவும் சிரித்தார்கள். மேசையைச் சுற்றி வாலை அசைத்த படி நடந்த நீரோ, மிகுந்த சுய திருப்தியுடன் தாடையை நக்கியது. பூனை மட்டுமே பதற்றத்துடன் காணப்பட்டது. வாலைக் காற்றில் உயர்த்தியபடி ஒவ்வொருவரையும் சந்தேகத்துடன் பார்த்தபடி துயரத்துடன் ஒலியெழுப்பிக்கொண்டு வீட்டைச் சுற்றி அலைந்தது.

"குழந்தைகளே, மணி பத்தாகிவிட்டது. தூங்கப் போங்க" அம்மா கூவினாள்.

அழுதபடியே படுக்கைக்குச் சென்ற வானியாவும் நீனாவும் பாவப்பட்ட, வஞ்சிக்கப்பட்ட பூனையைக் குறித்தும் பயங்கர மான, வஞ்சகமான, தண்டிக்கப்படாத நீரோவைப் பற்றியும் யோசித்தபடியே நெடுநேரம் உறங்காமல் படுத்திருந்தார்கள்.

An Incident, November - 1886.

8
குடியானவப் பெண்கள்

ரய்பு கிராமத்தில் தேவாலயத்திலிருந்து செல்லும் குறுக்குத் தெருவில், கற்களைக் கொண்டு அமைத்த அஸ்திவாரத்துடன் இரும்புக் கூரை வேயப்பட்ட இரண்டு தளங்களைக் கொண்ட வீடு உள்ளது. உரிமையாளரான துத்யா என்று அழைக்கப்படும் ஃபிலிப் இவானோவிச் கஷின் தன் குடும்பத்துடன் கீழ்த் தளத்தில் வசிக்கிறார். கோடையில் மிகுந்த வெப்பத்துடனும் குளிர்காலத்தில் கடுங்குளிருடனும் விளங்கும் மேல்தளத்தை அந்த வழியாகச் செல்லும் அதிகாரிகளும் வியாபாரிகளும் நிலக் கிழார்களும் தங்குகிற விடுதியாக அமைத்திருக்கிறார். துத்யா நிலங்களைக் குத்தகைக்கு விட்டிருக்கிறார், நெடுஞ்சாலையில் மதுபானக்கடையொன்றை நடத்துகிறார், தார், தேன், கால்நடைகள், கீரிகள் ஆகியவற்றை வாங்கி விற்கிறார். ஏற்கெனவே எட்டாயிரம் ரூபிள்கள் வரையிலான அவரது சேமிப்பு, நகரிலுள்ள வங்கியில் பத்திரமாக இருக்கிறது.

தொழிற்சாலையொன்றில் முதுநிலை தொழில்நுட்பப் பணியாளராக உள்ள அவருடைய மூத்த மகன் ஃபியோதர், குடியானவர்கள் அவனைப் பற்றி சொல்வதுபோல, இந்த உலகத்தில் வேறெவரும் தொட முடியாத உயரத்தை அடைந்துவிட்டான். ஃபியோதரின் மனைவி சோஃபியா, குடும்பப்பாங்கானவள், உடல்நலக் குறைபாடுள்ளவள்,

மாமனார் வீட்டில் வசிக்கிறாள். எந்நேரமும் அழுது வடிந்து கொண்டே இருக்கும் அவள் ஒவ்வொரு ஞாயிற்றுக்கிழமையும் சிகிச்சைக்காக மருத்துவமனைக்குச் செல்வாள். துத்யாவின் இரண்டாவது மகன், கூன்விழுந்த அல்யோஷ்காவும் தன் தந்தையின் வீட்டில்தான் வசிக்கிறான். ஏழைக் குடும்பத்தைச் சேர்ந்த வார்வராவுடன் அண்மையில் திருமணம் நடந்தது. அவள் இளம்பெண், அழகும் ஆரோக்கியமும் மிக்கவள். அருமையாக உடுத்திக்கொள்பவள். அதிகாரிகளும் வியா பாரிகளும் அங்கு தங்குகையில் வார்வராதான் தங்களுக்குத் தேநீர் தயாரித்துத் தர வேண்டும், தங்களது படுக்கைகளை ஒழுங்குசெய்ய வேண்டும் என்று வேண்டுவார்கள்.

ஜூன் மாதத்தின் ஒரு மாலை வேளையில் சூரியன் அஸ்தமிக்கும்போது வைக்கோலும் வெம்மையான உரமும் கறந்த பாலும் சேர்ந்ததுபோல் காற்று மணந்திருக்கையில் மூன்று நபர்களைச் சுமந்துகொண்டு ஒரு சாதாரண வண்டி துத்யாவின் முற்றத்தில் வந்து நின்றது. பருத்தி உடையுடன் முப்பது வயது மதிக்கத்தக்க ஒருவன், அவரருகில் பெரிய எலும்புப் பொத்தான்களுடனான நீண்ட கருப்பு அங்கியுடன் எட்டு வயது சிறுவன், வண்டியோட்டியாக சிவப்புச் சட்டையுடனான இளைஞன்.

வண்டியோட்டி, குதிரைகளை அவிழ்த்து தெருவில் மேலும் கீழுமாக நடக்கச் செய்திருக்க, அந்தப் பயணி கைகால்களைக் கழுவிவிட்டு தேவாலயத்தை நோக்கித் தொழுதான். பிறகு வண்டியிலிருந்து விரிப்பொன்றை எடுத்துப்போட்டு இரவு உணவுக்காகச் சிறுவனுடன் அமர்ந்தான். அவசரப்படாமல் நிதானமாகச் சாப்பிட்டான். தனது வாழ்நாளில் அநேக பயணிகளைக் கண்டிருக்கும் துத்யா, தன் மதிப்பை அறிந்த யதார்த்தமான தீவிரமான மனிதன் அவன் என்பதை அறிந்தார்.

உள்கோட்டுடன் தொப்பி அணியாமல் திண்ணையில் அமர்ந் திருந்த துத்யா, அந்தப் பயணி பேசுவதற்காகக் காத்திருந்தார். மாலைப்பொழுதுகளில் தூங்குவதற்கு முன்பாகப் பலவிதமான கதைகளை பயணிகள் சொல்லக் கேட்டுப் பழகிய அவர் அவற்றை மிகவும் விரும்பினார். அவருடைய மனைவி அஃபனாஸ்யேவ்னவும் மருமகள் சோஃபியாவும்

கொட்டிலில் பால் கறந்துகொண்டிருந்தார்கள். இன்னொரு மருமகளான வார்வரா, மாடியில் இருந்த திறந்த ஜன்னலருகே சூரியகாந்திப் பூ விதைகளைக் கொறித்தபடி அமர்ந்திருந்தாள்.

"இந்தப் பையன் உங்களுடைய பிள்ளையா?" பயணியிடம் கேட்டார் துத்யா.

"இல்லை. இவன் தத்தெடுக்கப்பட்டவன். அனாதை. என் ஆன்ம திருப்திக்காக இவனை நான் ஏற்றுக்கொண்டேன்."

அவர்கள் பேசலானார்கள். சளசளவென வாய்ஓயாமலும் சுவாரஸ்யமாகவும் பேசுபவன் அந்தப் பயணி என்பது நிரூபணமானது. நகரத்தில் இருக்கும் அவன் ஒரு வியாபாரி, வீட்டு உரிமையாளர் என்றும் அவனது பெயர் மத்வேய் சவ்விச் என்பதையும் ஜெர்மானியர்களிடமிருந்து குத்தகைக்கு எடுத்திருக்கும் தோட்டங்களைப் பார்ப்பதற்காக இப்போது சென்றுகொண்டிருக்கிறான் என்றும், அந்தச் சிறுவனின் பெயர் குஷ்கா என்றும் துத்யா அறிந்துகொண்டார். வெப்பமும் புழுக்கமும் மிகுந்த இரவுப் பொழுதாகையில் யாருக்கும் தூக்கம் வரவில்லை. இருட்டு விழுந்து வானத்தில் அங்குமிங்குமாய் நட்சத்திரங்கள் மினுமினுத்தபோது குஷ்கா எங்கிருந்து கிடைத்தான் என்பதை மத்வேய் சவ்விச் சொல்லத் தொடங்கினான். அஃபனாஸ்யேவ்னவும் சோஃபியாவும் சற்று தள்ளி நின்று கவனித்தனர். வாயில்கதவருகே குஷ்கா சென்றுவிட்டான்.

மத்வேய் சவ்விச் சொல்லத் தொடங்கினான் "மிகவும் விரிவான கதை இது, தாத்தா. நடந்த எல்லாவற்றையும் அப்படியே சொல்வதென்றால் இன்றிரவுப் பொழுது போதாது. பத்து வருடங்களுக்கு முன்பு எங்களது தெருவில், என் வீட்டுக்கு அடுத்திருந்த சிறிய வீட்டில், இப்போது அது மெழுகுவர்த்தித் தொழிற்சாலையாகவும் பழச்சாறு தயாரிக்கும் இடமாகவும் உள்ளது, மார்ஃபா சிமோனோவ்னா கப்லுன்த்ஸெவ் எனும் வயதான விதவை தன் இரண்டு மகன்களுடன் வசித்து வந்தாள். மூத்தவன் ரயில்வேயில் பரிசோதகராகவும், என் வயதையொத்த இளையவன் தாயுடனும் வசித்தான். மறைந்த கிழவர் கப்னுத்ஸெவ், ஐந்து ஜதை குதிரைகளை வைத்திருந்தார். நகரில் வண்டிகளை ஓட்டினார். அதே தொழிலைத் தொடர்ந்த அந்த விதவை நாளொன்றுக்கு ஐந்து

ரூபிள்களுக்கும் குறைவில்லாமல் லாபம் ஈட்டும்பொருட்டு வண்டியோட்டிகளைப் பிணங்களைவிட மோசமாக ஏசுவாள். அந்தச் சிறுவனும் சிறிதளவு சம்பாதித்தான். வளர்ப்புப் புறாக்களைக் குஞ்சுபொரிக்கச் செய்து வளர்த்து விருப்பமானவர்களுக்கு விற்றான். தன் பெரும்பகுதி நேரத்தை அவன் கூரையின் மீதுதான் கழிப்பான். விசிலடித்தபடி துடைப்பத்தை மேலே எறிய, கரணமடிக்கும் புறாக்கள் வானில் சுழன்று பறக்கும். ஆனால், அந்த உயரம் அவனுக்குப் போதாது. இன்னும் உயரமாய் அவை பறக்க வேண்டும். குருவிகளையும் பறவைகளையும் பிடித்துக் கூண்டுகளில் அடைப்பான். சில்லறை விஷயந்தான். ஆனால், அந்தச் சில்லறைகளெல்லாம் மாதத்துக்குப் பத்து ரூபிள்கள் சேர்ந்துவிடும். சிறிது காலத்துக்குப் பிறகு அவளுடைய கால்கள் விளங்காமல்போக, படுக்கையில் விழுந்தாள். இதனால், வீடு எஜமானி இல்லாமல் ஆனது. மனிதன் தன் கண்ணை இழப்பது போன்றதல்லவா அது? வாஸ்யாவுக்கு மணம் முடிப்பதென்று கிழவி ஊக்கத்துடன் தீர்மானித்தாள். விதவையான ஸமோக்வாலிகா மாஷென்காவை மணமகளாக நிச்சயித்தாள். மிகுந்த ஆரவாரம் ஏதுமின்றி தம்பதி ஆசிர்வதிக்கப்பட்டு ஒரு வாரத்துக்குள்ளாகவே நிலைமை சீரடைந்தது. பதினேழு வயதான அந்தச் சிறுபெண் உயரம் குறைவாக ஒல்லியாக இருந்தபோதும் சிவப்பாகவும் கனிவான முகமுடையவளாகவும் ஒரு இளவயது மங்கையைப் போல எல்லாக் குணங்களுடனும் இருந்தாள். ரொக்கமாக ஐநூறு ரூபிள்கள், பசுமாடு ஒன்று, துணிமணிகள் என வரதட்சணையிலும் குறை இல்லை. திருமணம் முடிந்து மூன்றாவது நாள், முன்பே அறிந்ததுபோல, மூதாட்டி 'பிணியோ ஏக்கமோ இல்லாத'* பரலோகத்துக்கு விடைபெற்றுச் சென்றாள். அவளுக்குரிய சடங்குகளை நிறைவேற்றிய பின், இளம் தம்பதி தங்களது வாழ்வைத் தொடங்கினார்கள். ஆறு மாதங்கள் வரையிலும் நல்லமுறையாக வாழ்ந்திருந்தபோதுதான் திடீரென்று புதிய ஒரு துன்பம் தலைகாட்டியது. துரதிர்ஷ்டங்கள் தனித்து வருவதில்லை. ராணுவ அலுவலகத்துக்கு ஆள் தேர்வுக்காக வரவழைக்கப்பட்டான் வாஸ்யா. படைவீரனாக அவனை அழைத்துச்சென்றவர்கள் அவனது பணிக்காலத்தையும் குறைக்கவில்லை. அவனது தலையை மழித்து போலந்து

ராஜ்யத்துக்கு அனுப்பிவிட்டனர். கடவுளின் சித்தம் அது. ஒன்றும் செய்வதற்கில்லை. முற்றத்தில் நின்று தன் மனைவியிடம் விடைபெறும்போது சாதாரணமாக இருந்த அவன் புறாக்கள் அடைந்திருந்த வைக்கோல் பரணை ஏறிட்டுப் பார்த்தபோது மனமுடைந்து அழுதுவிட்டான். பார்ப்பதற்கு மிகவும் பாவமாக இருந்தது. தொடக்கத்தில் தனியாக இருப்பதில் பொழுது போகாதென்று மாஷென்கா தன் அம்மாவை அழைத்துவைத்துக்கொண்டாள். குஷ்கா பிறக்கும் வரை உடனிருந்த அம்மா, ஓபோயானில் திருமணம் முடித்த தன் இன்னொரு மகளின் வீட்டுக்குச் சென்றுவிட மாஷென்கா தன் குழந்தையுடன் தனித்து விடப்பட்டாள். ஐந்து வண்டியோட்டிகள், எல்லோருமே குடிகாரர்கள், குறும்புக்காரர்கள், தவிர குதிரைகள், வண்டிகள். அவ்வப்போது வேலி உடையும். புகைப்போக்கியில் தீப்பிடித்துக்கொள்ளும். இவையெல்லாமே பெண் சமாளிக்கக் கூடியவை அல்ல. எனவே, ஒவ்வொரு சிறிய பிரச்சினைக்கும், அண்டைவீட்டுக்காரன் என்ற முறையில் என்னை நாடினாள். நானும் சென்று சரிசெய்தேன், ஆலோசனை வழங்கினேன். வேறெந்த எண்ணமும் கிடையாது. வீட்டுக்குப் போய், தேநீர் குடித்துவிட்டு சற்று நேரம் பேசுவேன். அவ்வளவுதான். நான் ஒரு பித்துப் பிடித்த இளைஞன். பல விஷயங்களையும் பேசுவேன். அவள் படித்தவள், பண்பானவள். சுத்தமாக உடையணிந்திருப்பாள். கோடைகாலத்தில் கையில் குடையுடன்தான் உலவுவாள். தெய்வீகத்தைப் பற்றியோ அல்லது அரசியலைக் குறித்தோ நான் பேசத் தொடங்குவேன். அதில் ஆர்வமுற்று எனக்குத் தேநீரையோ பழச்சாறையோ கொடுத்து உபசரிப்பாள். சுருக்கமாகச் சொல்கிறேன். நான் சுற்றிவளைக்க விரும்பவில்லை. ஒரு வருடத்திற்குள்ளாகவே ஆபாசமான அந்தக் கெட்ட ஆவி, மனித இனத்தின் விரோதி, எனக்குள் தலையெடுத்தது. ஒருநாள் அவளைப் பார்க்காவிட்டாலும்கூட நான் வசமிழப்பதை உணரத் தொடங்கினேன். அவளைச் சந்திப்பதற்காகவே காரணங்களை கண்டுபிடித்தேன். 'குளிர்காலத்துக்கான கண்ணாடிகளைப் பூட்ட வேண்டிய நேரம் வந்துவிட்டது' என்று சொல்லிவிட்டு நாள் முழுக்க அவளுடைய வீட்டிலேயே சுற்றித் திரிந்து கண்ணாடிகளை மாட்டுவேன். அதே சமயத்தில் மறுநாளுக்கென இரண்டு கண்ணாடிகள் மீதியிருக்கும்படியும் பார்த்துக்கொள்வேன். 'வாஸ்யாவின் புறாக்களை எண்ணிப்

பார்க்க வேண்டும், எதுவும் தொலைந்துபோய்விடவில்லை என்று உறுதிசெய்துகொள்ள வேண்டும்' என்பதுபோல. வேலிக்கு அப்பாலிருந்து அவளிடம் பேசிக்கொண்டிருந்தவன், சுற்றிவரும் சிரமத்தைக் குறைக்கும்பொருட்டு கடைசியில் ஒரு சிறிய கதவையே அமைத்துவிட்டேன். பெண் இனத்தினால் ஏராளமான கெடுதிகளும் எல்லாவிதமான இழிவுகளும் இந்த உலகத்தில் உள்ளன. பாவிகள் நாம் மட்டுமல்ல, புனிதர்களேகூட பாதை மாறிப்போயிருக்கிறார்கள். மாஷென்கா தன்னிடமிருந்து என்னை விலக்கவென எதுவும் செய்யவில்லை. தனது கணவனை நினைத்துக்கொண்டு தன்னைக் கவனித்துக்கொள்வதற்குப் பதிலாக என்னிடம் காதல் வசப்பட்டாள். அவளும் நிலையிழந்து வேலியருகில் வந்து இடைவெளிகளின் வழியாக என் வீட்டை நோட்டமிடுவதை நான் கவனித்தேன். தலைக்குள் இருந்த மூளை, கற்பனையில் சுழன்றது. ஈஸ்டருக்கு முந்தைய வாரத்தின் வியாழக்கிழமை விடிகாலையில் சந்தைக்குப் போகும்போது அவளது வாயிற்கதவைக் கடந்துசெல்கையில் தூய்மையற்ற அந்த ஒன்று அங்கே காத்திருந்தது. அவளுடைய வீட்டுக் கதவின் மேற்பகுதியில் இருந்த பின்னல் தட்டியின் வழியாக நான் பார்த்தபோது ஏற்கெனவே விழித்திருந்த அவள் முற்றத்துக்கு நடுவில் நின்று வாத்துகளுக்குத் தீனிபோட்டுக் கொண்டிருந்தாள். என்னை நானே கட்டுப்படுத்திக்கொள்ள முடியாமல் அவளை அழைத்தேன். கதவருகில் வந்து பின்னல்தட்டி வழியாக என்னைப் பார்த்தாள். அழகிய சிறிய முகம், கனிவான இன்னும் தூக்கக் கலக்கத்துடனான கண்கள். அவளை எனக்கு மிகவும் பிடித்திருந்தது. கதவருகில் அல்லாது ஏதோவொரு பிறந்தநாள் கொண்டாட்டத்தில் இருப்பதுபோல அவளை நான் புகழத் தொடங்கினேன். வெட்கப்பட்டு சிரித்த அவள் இமைக்காமல் என் கண்களையே பார்த்துக்கொண்டிருக்க நான் புத்தியிழந்து அவள் மீதான என்னுடைய ஆசை உணர்வுகளை விளக்கமாகச் சொல்லத் தொடங்கினேன். கதவைத் திறந்து என்னை உள்ளே அனுமதித்தாள். அதன் பிறகு, அந்த காலைப் பொழுதிலிருந்து நாங்கள் இருவரும் கணவன் மனைவியாக வாழத் தொடங்கினோம்.

கூன்விழுந்த அல்யோஷ்கா வெளியிலிருந்து முற்றத்துக்கு மூச்சு வாங்க ஓடி வந்தவன் யாரையும் கவனிக்காமல் வீட்டுக்குள்

ஓடினான். சில நிமிடங்களுக்குப் பிறகு கையில் ஒரு பையில் சில்லறைகள் குலுங்க அகார்டியனுடன் சூரியகாந்தி விதைகளை மிதித்தபடி ஓடிவந்து வாசலில் மறைந்தான்.

"யார் அது?" கேட்டான் மத்வேய் சவ்விச்.

"எங்கள் மகன் அலெக்ஸிதான். குடிகாரப் பொறுக்கி. கடவுள் அவன் முதுகில் கூன் விழச்செய்து தண்டனையைக் கொடுத்து விட்டார் என்பதால் நாங்கள் ஒன்றும் கண்டுகொள்வதில்லை" என்றார் துத்யா.

"தொடர்ந்து அவன் குடித்துக்கொண்டேதான் இருக்கிறான். பையன்களுடன் சேர்ந்து குடிக்கிறான். அவன் குணமாகி விடுவான் என்று நாற்பது நாள் நோன்புக்கு முன்பாக அவனுக்குத் திருமணம் முடித்தோம். ஆனால், நிலைமை மேலும் மோசமாகிவிட்டது" என்று பெருமூச்செறிந்தாள் அஃபான்ஸ்யேவ்னா.

"உதவாக்கரை. முன்பின் தெரியாத ஒரு பெண்ணுக்கு வெறுமனே அதிர்ஷ்டத்தைக் கொடுத்துவிட்டான்" என்றார் துத்யா.

தேவாலயத்துக்குப் பின்னால் எங்கிருந்தோ ஒரு பிரமாதமான உருக்கமான பாடலைப் பாடத் தொடங்கியிருந்தார்கள். சொற்களைத் தெளிவாகப் புரிந்துகொள்ள முடியவில்லை, குரல்களை மட்டுமே கேட்க முடிந்தது. உச்சத்தில் இரண்டும் அடித்தொண்டையில் ஒன்றுமாக ஒலித்தன. எல்லோரும் அதைக் கவனிக்க முற்றம் முழுக்க அமைதியானது. திடீரென்று கணகணவென ஒலிக்கும் சிரிப்புடன் இரண்டு குரல்கள் பாடலிலிருந்து விலகிவிட உச்சக்குரல் மட்டும் தொடர்ந்து பாடிச்சென்று மேலும் உயரத்தைத் தொட்டொலிக்க அது வானையே எட்டிவிட்டதுபோல அனைவரும் தம்மையறியாமல் மேலே பார்த்தார்கள். சூரிய ஒளியிலிருந்து மறைப்பதுபோல கைகளால் கண்களை மறைத்தபடி வீட்டிலிருந்து வெளியே வந்த வார்வரா, தேவாலயத்தைப் பார்த்தாள்.

"பாதிரியாரின் மகனும் பள்ளி ஆசிரியரும்தான் அது" என்றாள்.

மீண்டும் மூன்று குரல்களும் இணைந்து பாடின. மத்வேய் சவ்விச் பெருமூச்செறிந்தபடி தொடர்ந்தான்.

"அப்படித்தான் அது முடிந்தது, தாத்தா. இரண்டு வருடங் களுக்குப் பிறகு வார்ஷாவில் இருந்த வாஸ்யாவிடமிருந்து ஒரு கடிதம் வந்தது. அவனது அதிகாரிகள் புத்துணர்வு பெறும்பொருட்டு அவனை வீட்டுக்கு அனுப்புவதாக எழுதி யிருந்தான். நோய்வாய்ப்பட்டிருந்தான். அந்த சமயத்தில்தான் என் மண்டையிலிருந்து அந்த முட்டாள்தனத்தை வெளியேற்றி யிருந்தேன். நல்ல பெண்ணொருத்தியும் எனக்காக வாய்த் திருந்தாள். இந்தக் காதலிலிருந்து எப்படி என்னை விடுவித்துக்கொள்வது என்று தெரியாமல் இருந்தேன். ஒவ்வொரு நாளும் மாஷென்காவுடன் பேசலாம் என்று நினைப்பேன். ஆனால், பெண் ஒருத்தி கத்தி அழுவதை எப்படி சமாளிப்பதென்று தெரியவில்லை. அந்தக் கடிதம் என் கைகளை அவிழ்த்துவிட்டது. மாஷென்காவும் நானும் அதைப் படித்தோம். பனியைப் போல் வெளிறிப் போனாள். "கடவுளே, மீண்டும் உன் கணவனின் மனைவியாகி விடுவாய்" என்றேன். "அவனுடன் நான் வாழ மாட்டேன்" என்றாள் என்னிடம். "ஆனால், அவன்தான் உன் கணவன், இல்லையா?" என்று கேட்டேன். "இது உனக்கு சுலபம். அவனை ஒருநாளும் நான் நேசித்ததில்லை. என் விருப்பத்துக்கு மாறாகவே அவனை நான் மணந்துகொண்டேன். என் அம்மாதான் அப்படி செய்யச் சொன்னாள்." "சமாளிக்காதே, முட்டாள் பெண்ணே" என்றேன். "நீங்கள் தேவாலயத்தில்தானே மணந்துகொண்டீர்கள்?" "ஆமாம். ஆனால், நான் உன்னைக் காதலிக்கிறேன். சாகும்வரை உன்னுடன்தான் நான் வாழ்வேன். மற்றவர்கள் சிரிக்கட்டும், எனக்கு அதைப் பற்றி கவலையில்லை" என்றாள். "நீ மதப்பற்றுள்ளவள். தேவ வசனங்களை வாசிக்கிறவள். அதில் என்ன சொல்லப் பட்டிருக்கிறது?" என்று கேட்டேன்.

"நீ ஒருவனை மணந்துகொள், அவனுடன்தான் நீ வாழ வேண்டும்" என்றார் துத்யா.

"கணவனும் மனைவியும் ஒரே உடலால் ஆனவர்கள். நீயும் நானும் பாவம் புரிந்துவிட்டோம்" என்றேன். 'போதும், இதற்கு நாம் அவமானப்பட வேண்டும், கடவுளுக்கு அஞ்ச

வேண்டும். வாஸ்யாவிடம் பாவமன்னிப்பு கேட்போம், அவன் அமைதியானவன். கனிவானவன். நம்மை ஒன்றும் செய்ய மாட்டான். சட்டப்படி உன்னுடைய கணவனிடம் கொடுமையை அனுபவிப்பது இறுதித் தீர்ப்பின்போது வருந்துவதைக் காட்டிலும் நல்லது அது." இவை எதையுமே அவள் காதில்போட்டுக்கொள்ளாமல் தன்னுடைய கருத்தில் உறுதியாக நின்றாள், அவ்வளவுதான். 'உன்னை நான் விரும்புகிறேன்' என்பதை மட்டுமே சொன்னாள். டிரினிடி தினத்துக்கு** முந்தைய நாள், சனிக்கிழமையன்று காலையிலேயே வாஸ்யா வந்துசேர்ந்தான். வேலியின் வழியாக எல்லாவற்றையும் என்னால் பார்க்க முடிந்தது. வீட்டுக்குள் ஓடிச்சென்றான், கையில் குஷ்காவைத் தூக்கிக்கொண்டு வெளியில் வந்தான், அழுதான், சிரித்தான், குஷ்காவை முத்தமிட்டான். பிறகு, வைக்கோல் பரணை ஏறிட்டுப் பார்த்தான். குஷ்காவை விட்டுவிட்டுப் போவது வருத்தம்தான் என்றாலும் அவனுக்குத் தன் புறாக்களைப் பார்க்க வேண்டியிருந்தது. அவன் மிகவும் மென்மையானவன், புத்திகூர்மையானவனும்கூட. நாட்கள் அமைதியாகவும் சாதாரணமாகவும் கடந்தன. மாலை வேளைக்கான அழைப்பு மணி ஒலித்ததும், நாளைக்கு டிரினிடி நாள் என்பதால் கதவுகளையும் வேலியையும் பச்சை இலைகளாலும் கிளைகளாலும் இவர்கள் அலங்கரிக்கலாமே என்று எண்ணினேன். எதுவோ சரியாக இல்லை என்று நினைத்தேன். அவர்களுடைய வீட்டுக்குச் சென்றேன். அறையின் மத்தியில் தரையில் உட்கார்ந்திருப்பதைக் கண்டேன். குடிகாரனைப் போல அவனது கண்கள் அங்குமிங்குமாய் அலைந்தன. கன்னங்களில் கண்ணீர் வழிந்தது. கைகள் நடுங்கின. தன்னுடைய பொட்டலத்திலிருந்து உப்பு பிஸ்கட்களையும் மணிகளையும் இஞ்சி ரொட்டியையும் மற்ற பொருட்களையும் எடுத்து தரையில் எறிந்தான். அப்போது மூன்று வயதாயிருந்த குஷ்கா தரையில் தவழ்ந்தபடி இஞ்சி ரொட்டியை மென்றான். அடுப்பருகில் வெளுத்துப்போய் நடுங்கி நின்றாள் மாஷென்கா "நான் உன் மனைவியில்லை. உன்னுடன் வாழ விரும்பவில்லை நான்." மடத்தனமாகக் கண்டதையும் உளறிக்கொண்டிருந்தாள். வாஸ்யாவின் கால்களில் வணங்கி சொன்னேன், "வஸிலி மக்ஸிமிச், உங்களுக்கு முன்னால் நாங்கள் குற்றவாளிகள். எங்களை மன்னித்துவிடுங்கள்."

பிறகு நான் எழுந்து மாஷென்காவிடம் சொன்னேன், "மரியா ஷெம்யேநோவ்னா, நீ வஸிலி மாக்ஸிவிச்சின் பாதங்களைக் கழுவி அந்த நீரைக் குடிக்க வேண்டும். அவருடைய பணிவான மனைவியாக இருக்க வேண்டும். எனக்காக அவர் மனமிரங்க வேண்டும் என கடவுளிடம் பிரார்த்திப்பாயாக." பிறகு, நான் கூறினேன், "உங்கள் விஷயத்தில் தலையிட்டமைக்காக மன்னித்துவிடுங்கள்." சொர்க்கத்திலிருந்து ஏதோவொரு தேவதை என்னை உத்வேகப்படுத்தியதுபோல அவளை நான் நன்னெறிப்படுத்தினேன், நானே கண்ணீர்விடுமளவுக்கு உணர்ச்சிவேகத்துடன் பேசினேன். இரண்டு நாட்களுக்குப் பின் வாஸ்யா என்னிடம் வந்தான். "மத்யூஸா, உன்னை நான் மன்னித்துவிட்டேன். என் மனைவியையும். ஆண்டவர் உனக்குத் துணையிருக்கட்டும். அவளொரு ராணுவவீரனின் மனைவி. பெண்களுக்கான விஷயம் இது, அவள் இளம்பெண், தன்னை சமாளிக்க அவளால் முடியவில்லை. இதுமாதிரி நடந்துகொள்ளும் முதல் பெண்ணும் அவள் அல்ல, கடைசிப் பெண்ணும் அவளல்ல. உங்களிடையே எதுவுமில்லை என்பதுபோல நீங்கள் இருக்கலாம். எதையும் வெளியில் காட்டிக்கொள்ள வேண்டாம். என்னால் முடிந்தவரையில் எல்லாவிதத்திலும் அவளை திருப்தி செய்ய முயல்கிறேன். மீண்டும் அவள் என்னை விரும்புவாள்" என்றான். என் கையைப் பற்றிக் குலுக்கினான். தேநீர் அருந்தினான். பிறகு, உற்சாகத்துடன் சென்றான். அப்போது நான், 'கடவுளே, எல்லாம் நல்லவிதமாய் முடிந்துவிட்டது' என்று நினைத்தேன். ஆனால், வாஸ்யா சென்றவுடனே மாஷென்கா வந்தாள். உண்மையான தண்டனை. என் கழுத்தைக் கட்டிக்கொண்டு அழுது கெஞ்சினாள், "கடவுளின் பெயரால் கேட்கிறேன், என்னைக் கைவிட்டுவிடாதே. நீ இல்லாமல் என்னால் இருக்க முடியாது."

"கேடுகெட்டவள்" என்று பெருமூச்சு விட்டார் துத்யா.

"அவளைப் பார்த்துக் கத்தினேன், காலால் தரையில் உதைத்தேன். அவளைக் கூடத்துக்கு இழுத்துவந்துவிட்டு கதவைத் தாளிட்டேன். "உன் புருஷனிடம் போ" என்று கத்தினேன். 'எல்லோர் முன்னாலும் என்னை அசிங்கப் படுத்தாதே." என்றேன். ஒவ்வொரு நாளும் இதே கதைதான். ஒருநாள் காலையில் என் முற்றத்தில் லாயத்தின் அருகில்

கடிவாளத்தை சரிசெய்தபடி நின்றிருந்தேன். திடீரென கதவின் வழியாக வெறுங்காலுடன் பாவாடையைத் தவிர வேறு எதுவுமில்லாமல் என்னை நோக்கி நேராக அவள் ஓடி வருவதைக் கண்டேன். தார் பூசியிருந்த கடிவாளத்தைப் பற்றி அசைத்தபடியே கதறினாள், "வெறுக்கத்தக்க அந்த மனிதனுடன் என்னால் இருக்க முடியாது. என்னால் முடியாது. என்னை நீ விரும்பாவிட்டால், என்னை சாகடிப்பதே நல்லது." சினமுற்ற நான் கடிவாளத்தால் இரண்டு முறை அவளை அடித்தேன். அதே நேரத்தில் கதவின் வழியாக இரைஞ்சும் குரலில் கதறியபடியே வந்தான் "அவளை அடிக்காதே. அடிக்காதே." பித்துப் பிடித்தவன்போல ஓடியவன் தாவித் திரும்பி தன் முஷ்டியால் தன்னால் முடிந்தவரை வலுவுடன் அவளை அடிக்கத் தொடங்கினான். பிறகு அவளைத் தரையில் போட்டு காலால் மிதித்தான். நான் அவளைக் காப்பாற்ற முயன்றேன். ஆனால், அவன் குதிரை வார்களை அள்ளிக்கொண்டு அவளிடம் சென்றான். அவளை அடித்துக்கொண்டிருந்த அவன் குதிரைக்குட்டியைப் போல 'ஹீ ஹீ ஹீ' என ஒலிகளை எழுப்பினான்.

"அந்த வார்களை எடுத்து உன்னையும் அதேபோல விளாசியிருக்க வேண்டும்" என்று முணுமுணுத்துவிட்டு நகர்ந்தாள் வார்வரா "பெண்களை வேட்டையாடும் உங்கள் எல்லோரையும் சபிக்கிறேன்."

"வாயை மூடு, பெட்டைக்குதிரையே" துத்யா அவளைப் பார்த்துக் கத்தினார்.

மத்வெய் சவ்விச் தொடர்ந்தான் "ஹீ ஹீ ஹீ. முற்றத்திலிருந்து வண்டிக்காரன் ஓடிவர என்னுடைய கூலிக்காரனைக் கூப்பிட்டேன். மூவருமாய் மாஷென்காவை அவனிடமிருந்து விடுவித்து, கைத்தாங்கலாக அவள் வீட்டுக்கு அழைத்துச் சென்றோம். என்னவொரு அவமானம். அதே நாள் மாலையில் அவளைப் பார்க்கச்சென்றேன். கண்களும் மூக்கும் மட்டும் வெளியில் தெரிய உடல் முழுவதையும் போர்த்திக்கொண்டு கூரையையே வெறித்துப் பார்த்தபடி படுத்திருந்தாள். "மாலை வணக்கம், மரியா செம்யோவ்னா." பதிலில்லை. வாஸ்யா தன் அறையில் அமர்ந்து தலையைக் கையால் பிடித்துக்கொண்டு அழுதான், "நான்தான் மோசக்காரன். என் வாழ்க்கையை

அழித்துக்கொண்டேன். எனக்கு மரணதண்டனை கொடு, எம் ஆண்டவரே." மாஷென்காவின் அருகில் அரைமணி நேரம் அமர்ந்து அவளுக்குப் புத்தி சொன்னேன். அவளுக்குள் அச்சத்தை விதைத்தேன் "ஒழுக்கமானவர்கள் மற்ற உலகில் இருக்கும் சொர்க்கத்தில் புக, பரத்தைகளுடன் சேர்ந்து நீ நரகத்தில் விழுவாய். உன் கணவனை எதிர்க்காதே. போய் அவன் காலில் விழு." அவள் ஒரு வார்த்தை பேச வில்லை. கண்களைக்கூட இமைக்காமல் நான் ஏதோ மரக்கட்டையிடம் பேசுவதுபோல உட்கார்ந்திருந்தாள். மறுநாள் வாஸ்யாவுக்கு காலராபோல ஏதோ காய்ச்சல் கண்டது. அன்று மாலை அவன் இறந்துவிட்டான் என்று கேள்விப்பட்டேன். அவனைப் புதைத்துவிட்டனர். அவமானகரமான முகத்தையும் காயங்களையும் பிறருக்கு காட்ட விரும்பாத மாஷென்கா கல்லறைக்குச் செல்லவில்லை. வாஸ்யா இயற்கையாக செத்துப்போகவில்லை, மாஷென்காதான் அவனைக் கொன்றுவிட்டாள் என்று நகரமெங்கும் கிசுகிசுக்கத் தொடங்கினர். அதிகாரிகளின் கவனத்துக்கு வந்தது. புதைகுழியைத் தோண்டி உடலைக் கிழித்து அவனது வயிற்றில் விஷம் இருப்பதைக் கண்டனர். பகல்வேளையைப் போல் விஷயம் தெள்ளத் தெளிவானது. காவல்துறை வந்து மாஷென்காவையும் கையில் எந்த காசும் இல்லாத குஷ்காவையும் அழைத்துச் சென்றது. சிறையில் அடைக்கப்பட்டாள் அவள். எல்லாவற்றையும் அவளே வரவழைத்துக்கொண்டாள். ஆண்டவர் அவளை தண்டித்தார். எட்டு மாதங்களுக்குப் பிறகு வழக்கு விசாரிக்கப்பட்டது. வெள்ளை கைகுட்டையும் சாம்பல் உடையுமாக ஒல்லியாகி வெளுத்து சுருங்கிய கண்களுடன் பெஞ் சில் உட்கார்ந்திருந்தாள். பார்க்கவே பரிதாபமாக இருந்தது. அவளுக்குப் பின்னால் துப்பாக்கியுடன் காவலன் ஒருவன் நின்றிருந்தான். அவள் எதையுமே ஒப்புக்கொள்ளவில்லை. விசாரணையின்போது சிலர் அவள்தான் தன் கணவனுக்கு விஷம் வைத்தாள் என்றும் இன்னும் சிலர் அவன் தனக்குத் தானே விஷம் வைத்துக்கொண்டான் என்றும் நிரூபிக்க முயன்றனர். சாட்சிகளில் ஒருவனாக நான் இருந்தேன். என்னை அவர்கள் கேட்டபோது உளச்சான்றின்படியே எல்லாவற்றையும் சொன்னேன். "தவறு அவள்மீதுதான். இதில் மறைப்பதற்கு ஒன்றுமில்லை. கணவனை அவள்

விரும்பவில்லை. உணர்ச்சிவசப்பட்டவளாய் இருந்தாள்.' காலையில் தொடங்கிய விசாரணையின் முடிவில் அன்று மாலை அவர்கள், சைபீரியாவில் பதிமூன்று ஆண்டுகள் கடுங்காவல் தண்டனை என தீர்ப்பளித்தனர். தீர்ப்புக்குப் பிறகு மாஷென்கா மூன்று மாதங்கள் சிறையிலிருந்தாள். அவளைப் போய் நான் பார்த்ததுண்டு. மனிதாபிமானத்தின் அடிப்படையில் தேநீரும் சர்க்கரையும் வாங்கிக்கொடுத்தேன். ஆனால், என்னை பார்க்கும்போதெல்லாம் நடுங்கிய படியே கைகளை வீசிக்கொண்டு முணுமுணுப்பாள், "போய்விடு, போய்விடு." குஷ்காவை நான் அழைத்துச் சென்றுவிடுவேன் என்ற பயத்துடன் அவனை இழுத்து அணைத்துக்கொள்வாள். "இதைப் பார்க்கத்தான் நீ வந்தாயா மாஷா. உன் ஆன்மாவைத் தொலைத்துவிட்டவள் நீ. உனக்கு நான் எடுத்துச் சொன்னபோது நீ அதை கவனிக்க வில்லை. ஆகவே இப்போது நீ அழலாம். தவறு முழுக்க உன்னுடையது. வேறு யாரும் பொறுப்பல்ல." அவளுக்குப் புத்தி சொன்னபோது அவள் சொன்னாள், "நீ போய்விடு." தன்னையும் குஷ்காவையும் சுவருடன் சேர்த்து அழுத்தியபடி நடுங்கினாள். இங்கிருந்து அவளை மாகாணத் தலைநகருக்கு அனுப்பியபோது வழியனுப்புவதற்கு நான் ரயில்நிலையம் சென்றேன். என் ஆன்ம திருப்திக்காக அவளது மூட்டையில் ஒரு ரூபிளைச் செருகினேன். ஆனால், அவள் சைபீரியாவுக்குப் போய்ச் சேரவில்லை. தலைநகரில் காய்ச்சல் கண்ட அவள் சிறையிலேயே மாண்டுவிட்டாள்."

"நாய்மகளுக்கு நாயைப் போன்ற சாவு" என்றார் துத்யா.

"குஷ்கா வீட்டுக்கு அழைத்துவரப்பட்டான். சற்றே யோசித்து விட்டு அவனைஎன் வீட்டுக்குள் அழைத்துக்கொண்டேன். ஏன் கூடாது? சிறைக்கைதியின் வாரிசு என்றாலும் அவன் உயிரூட்டமுள்ள ஆன்மா, ஒரு கிறிஸ்தவன். பாவம். அவனை நான் மேற்பார்வையாளனாக நியமித்துக்கொள்வேன். எனக்குப் பிள்ளைகள் இல்லையென்றால் அவனையே வியா பாரியாக்குவேன். இப்போது எங்கே போனாலும் அவனையும் அழைத்துச்செல்கிறேன். அவனும் எல்லாவற்றையும் பழகிக்கொள்ளட்டும்."

மத்வெய் சவ்விச் அவனுடைய கதையைச் சொல்லிக் கொண்டிருந்தபோது வாயிற்கதவருகே இருந்து கல்லின்

மேல் கைகளால் தலையைத் தாங்கி வானைப் பார்த்தபடி உட்கார்ந்திருந்தான் குஷ்கா. அந்தி வெளிச்சத்தில் சற்று தொலைவில் பார்த்தபோது சிறிய ஒரு அடிக்கட்டையைப் போல தெரிந்தான்.

"குஷ்கா, போய் படு" மத்வெய் சவ்விச் அவனைப் பார்த்துக் கத்தினான்.

"ஆமாம். நேரமாகிவிட்டது" துத்யா எழுந்தார். சத்தமாகக் கொட்டாவி விட்டபடியே சொன்னார், "அவரவர் சொந்த புத்தியின்படி வாழ வேண்டும். அடுத்தவர் சொல்வதைக் கேட்கக் கூடாது. அப்படி நடந்துகொண்டால் விளைவுகளை சந்தித்துத்தான் ஆக வேண்டும்."

முற்றத்துக்கு மேலே வானில் நிலவு நகர்ந்துகொண்டிருந்தது. அதுவொரு திசையில் வேகமாக நகர்ந்திருக்க கீழே இருந்த மேகங்கள் அதற்கு எதிர்த் திசையில் மிதந்திருந்தன. மேகங்கள் தமது பாதையில் போய்க்கொண்டிருக்க நிலவை இன்னும் முற்றத்துக்கு மேலாக வானில் காண முடிந்தது. மத்வெய் சவ்விச் தேவாலயத்தை நோக்கிப் பிரார்த்தித்துவிட்டு எல்லோருக்கும் இரவு வணக்கம் சொன்னான். பிறகு வண்டிக்கு அருகில் தரையில் படுத்துக்கொண்டான். குஷ்காவும் பிரார்த்தனை செய்துவிட்டுத் தனது நீண்ட அங்கியால் போர்த்திக்கொண்டு வண்டிக்குள் படுத்தான். வசதியாகப் இருக்கும்பொருட்டு வைக்கோலில் லேசான பள்ளத்தை ஏற்படுத்தி, கைகளை மடித்து முழங்காலில் படும்படி சுருண்டு படுத்துக்கொண்டான். கீழ்த்தள அறையில் மெழுகுவர்த்தியை ஏற்றி, கண்ணாடிகளை அணிந்தபடி கையில் புத்தகத்துடன் துத்யா நிற்பதை முற்றத்திலிருந்து காண முடிந்தது. வெகுநேரம் வரை படித்துக்கொண்டும் தலைவணங்கியபடியும் இருந்தார்.

பயணிகள் உறங்கிவிட்டனர். அஃபனாஸ்யேவ்னவும் சோஃபியாவும் வண்டியருகில் வந்து குஷ்காவை எட்டிப் பார்த்தனர்.

"பாவம் அனாதைக் குழந்தை தூங்கிவிட்டான். ஒல்லியாக எலும்பும் தோலுமாக இருக்கிறான். இவனுக்கு சரியாக உணவளிக்க அம்மாவும் இல்லை, வேறு யாரும் இல்லை" என்றாள் கிழவி.

“என்னுடைய கிரிசுக்தா இவனைவிட இரண்டு வயது அதிகமாக இருக்கக்கூடும். தொழிற்சாலையில் ஒரு கைதியைப் போல, அம்மா இல்லாமல் இருக்கிறான். முதலாளி அவனை அடிக்கவும் கூடும். இந்தச் சிறுவனை இன்று பார்த்ததுமே என்னுடைய கிரிசுக்தாவை நினைத்து என் இதயத்தில் ரத்தம் கசிந்தது” என்றாள் சோஃபியா.

ஒரு நிமிடம் மௌனத்தில் கழிந்தது.

“தன் அம்மாவை இவனுக்கு நிச்சயமாய் நினைவிருக்காது” என்றாள் கிழவி.

“எப்படி இருக்க முடியும்?”

சோஃபியாவின் கண்களிலிருந்து கண்ணீர் பெருகியது.

“எப்படி சுருண்டு படுத்திருக்கிறான் பார், பாவம் இந்த அனாதைச் சிறுவன்” விசும்பியபடியே கனிவுடன் சிரித்தாள்.

உடலை உலுக்கிய குஷ்கா கண்களைத் திறந்தான். அவன் எதிரே அசிங்கமாய் சுருக்கங்களுடன் கண்ணீர் உலர்ந்த ஒரு முகத்தையும் அதனருகிலேயே பொக்கைவாயுடன் கூரான முகவாயும் வளைந்த மூக்கும் கொண்ட இன்னொரு முதியவளின் முகத்தையும் அவற்றுக்கு மேலே நகரும் மேகங் களுடனும் நிலவுடனுமான நெடிய வானையும் கண்டவன் பயத்தில் அலறினான். சோஃபியாவும் அலறினாள். இருவருக்கும் பதிலளிப்பதுபோல எதிரொலி கேட்டது. புழுக்கமான காற்றினூடே கலக்கம் கடந்து சென்றது. இரவுக் காவலன் பக்கத்து வீட்டில் தன் லட்டியால் தட்டினான். நாயொன்று குரைத்தது. மத்வெய் சவ்விச் தூக்கத்தில் எதையோ முணுமுணுத்துவிட்டு மறுபக்கமாய்ப் புரண்டு படுத்தான்.

பின்னிரவில் துத்யாவும் கிழவியும் அண்டை வீட்டுக் காவலரும் தூங்கிய பிறகு கதவுக்கு வெளியே சென்று பெஞ்சில் உட்கார்ந்தாள் சோஃபியா. அவளுக்குக் காற்று வேண்டியிருந்தது. அழுததில் தலை வலித்தது. அகலமும் நீளமுமாகக் கிடந்தது தெரு. வலதுபக்கமாய் இரண்டு மைல் அளவுக்கும் அதேயளவு இடதுபுறமுமாய் நீண்டிருக்க எல்லையைக் காண முடியவில்லை. முற்றத்திலிருந்து நகர்ந்துபோய் தேவாலயத்துக்குப் பின்னால் நின்றது நிலவு.

சாலையின் ஒருபக்கம் நிலவொளியில் ஒளிர்ந்திருக்க மறுபக்கம் நிழலின் இருட்டில் கிடந்தது. பாப்லர் மரங்களின், பறவைக் கூடுகளின் நீண்ட நிழல்கள் தெருவின் குறுக்கே நீண்டிருக்க கருப்பாகவும் பயம் தருவதாகவும் இருந்த தேவாலயத்தின் நிழல் அகன்று துத்யாவின் வாயில் கதவையும் வீட்டின் பாதியையும் விழுங்கியிருந்தது. அந்த இடம் ஆளரவமற்றும் அமைதியாகவும் இருந்தது. அவ்வப்போது சன்னமாகக் காதில் விழும் இசை தெரு முனையிலிருந்து கேட்டது. அல்யோஷ்காதான் அக்கார்டியன் வாசித்துக்கொண்டிருக்க வேண்டும்.

தேவாலய வேலியருகே நிழலில் யாரோ நடந்துபோவதைப் போலிருந்தது. அதுவொரு ஆளா பசுமாடா அல்லது யாருமே இல்லையா என்று கண்டறிய முடியாதபடியிருக்க மரங்களில் பெரிய பறவை ஒன்று சலசலத்திருந்தது. ஆனால், அதன் பிறகு, நிழலிருந்து தோன்றிய ஒரு உருவம் நின்று ஆண் குரலில் எதையோ சொல்லிவிட்டு தேவாலயத்தின் அருகில் இருந்த சந்தில் மறைந்தது. சற்று நேரத்துக்குப் பிறகு கதவிலிருந்து ஐந்து அடி தொலைவில் இன்னொரு உருவம் தோன்றியது. தேவாலயத்திலிருந்து கதவை நோக்கி நேராக நடந்த அது பெஞ்சின் மேல் சோஃபியா அமர்ந்திருப்பதைக் கண்டதும் நின்றது.

"வார்வரா, நீதானா அது?" சோஃபியா கேட்டாள்.

"இருந்தால் என்ன?"

அது வார்வராதான். ஒரு நிமிடம் நின்ற அவள் பெஞ்ச் அருகில் வந்து அமர்ந்தாள்.

"எங்கே போயிருந்தாய்?" கேட்டாள் சோஃபியா.

வார்வரா பதிலளிக்கவில்லை.

"இப்படித் திரிந்துகொண்டிருந்துவிட்டுத் துக்கத்தை வரவழைத்துக்கொள்ளாதே பெண்ணே. மாஷென்கா எப்படி அழிவைச் சந்தித்தாள் என்று கேட்டாயல்லவா? உனக்கும் அதுபோலத்தான் நடக்கும்" என்றாள் சோஃபியா.

"அதைப் பற்றி கவலையில்லை."

கைக்குட்டையால் மூடிக்கொண்டு சிரித்த வார்வரா கிசுகிசுத்தாள், "பாதிரியாரின் மகனுடன்தான் இத்தனை நேரம் இருந்தேன்."

"உளறாதே."

"ஆண்டவரின் மேல் ஆணை."

"அது பாவம்" சோஃபியா முணுமுணுத்தாள்.

"எனக்குக் கவலையில்லை. அதைப் பற்றி வருத்தப்பட என்ன இருக்கிறது? அது பாவமென்றால், பாவம்தான். அப்படியொரு வாழ்க்கை வாழ்வதைவிட என் தலையில் இடி விழுவதே மேல். நான் இளம்பெண். ஆரோக்கியமானவள். என் கணவரோ கூனன், வெறுக்கத்தக்கவன், முரடன். சபிக்கப்பட்ட துத்யாவைவிட மோசம். திருமணத்துக்கு முன்பு சாப்பிடுவதற்குப் போதுமான அளவு கிடைக்காது. வெறுங்காலில் நடப்பேன். அல்யோஷ்காவின் செல்வத்தைப் பார்த்து, சபிக்கப்பட்ட அந்த வாழ்விலிருந்து வெளியே வருவதாக நினைத்து, வலையில் மாட்டிய மீனைப் போல் சிக்கிக்கொண்டேன். அந்த அழுக்கு அல்யோஷ்காவுடன் படுப்பதைவிட ஒரு நச்சுப் பாம்புடன் இருப்பது சுலபம். நீ என்ன வாழ்ந்துவிட்டாய்? அதைப் பார்க்கக்கூட விரும்பவில்லை நான். உன்னுடைய ஃபியோதர், தொழிற்சாலையிலிருந்து உங்களைத் தந்தையிடம் விரட்டிவிட்டு இன்னொருத்தியைச் சேர்த்துக்கொண்டார். உன்னிடமிருந்து உன் பிள்ளையைப் பிடுங்கி அடிமையாக்கிவிட்டான். ஒரு குதிரையைப் போல உழைக்கிறாய், ஆனாலும் ஒருபோதும் அன்பான வார்த்தையைக் கேட்டதில்லை. இதற்குப் பதிலாக வாழ்நாள் முழுக்க திருமணம் செய்துகொள்ளாமலே வாடிக்கிடக்கலாம். பாதிரியாரின் மகனிடமிருந்து ஐம்பது கொபேக்குகள் வாங்கிக்கொள்ளலாம், பிச்சையெடுக்கலாம், கிணற்றுக்குள் தலைகீழாகக் குதிக்கலாம்."

"அது பாவம்" சோஃபியா மறுபடியும் முணுமுணுத்தாள்.

"கவலையில்லை."

தேவாலயத்தின் பின்னாலிருந்து அதே மூன்று குரல்கள், உச்சபட்சமாய் இரண்டும் அடிக்குரல் ஒன்றுமாய், மீண்டும்

துயரமான பாடலைப் பாடத் தொடங்கின. அதில் ஒலிக்கும் சொற்களை இப்போதும் பிரித்தறிவது கடினமாக இருந்தது.

“இரவு நேரத்து ஆந்தைகள்” வார்வரா சிரித்தாள்.

பிறகு, அவள் பாதிரியாரின் மகனுடன் எப்படித் தன் இரவு களைக் கழிக்கிறாள், அவளிடம் அவன் என்ன சொல்கிறான், என்ன மாதிரியான நண்பர்கள் அவளுக்கு உள்ளனர், பயணம் செய்கிற அதிகாரிகளிடமும் வியாபாரிகளிடமும் எவ்விதம் நேரம் செலவிடுகிறாள் என்றெல்லாம் சொல்லத் தொடங்கினாள். துயரார்ந்த அப்பாடல் சுதந்திரமான வாழ்வைச் சொல்ல, சோஃபியா சிரிக்கத் தொடங்கினாள். அவள் சொல்வதைக் கேட்பது பாவமென்றும் பயம் தருவதாகவும், ஆனால் கேட்பதற்கு சுவையாக இருப்பதாகவும் உணர்ந்தாள். இளமையும் அழகும் இருந்தபோதும் இதுவரை பாவம் செய்யவில்லை என்பதற்காக வருத்தமும் பொறாமையும் கொண்டாள்.

பழைய கல்லறை தேவாலயத்தில் நள்ளிரவு மணியொலித்தது.

“தூங்கப் போகலாம். இல்லையெனில் துத்யா நம்மைக் கண்டு பிடித்துவிடுவார்” சோஃபியா எழுந்தாள்.

இரண்டு பெண்களும் முற்றத்துக்குள் மெல்ல நடந்தனர்.

“நான் சென்ற பின்னால் மாஷென்காவைப் பற்றி அவர் என்ன சொன்னார் என்று எனக்குக் கேட்கவில்லை” என்ற வார்வரா ஜன்னலுக்குக் கீழே தன் படுக்கையை போட்டாள்.

“சிறைக்குள் அவள் இறந்துவிட்டாள் என்று அவன் சொன்னான். கணவனுக்கு விஷம் வைத்துவிட்டாள்.”

சோஃபியாவின் அருகில் படுத்துக்கொண்ட வார்வரா சற்றே யோசித்துவிட்டு மெதுவாகச் சொன்னாள், “அதேபோல அல்யோஷாவுக்கும்கூட என்னால் செய்ய முடியும். அதற்காக வருத்தப்பட மாட்டேன்.”

“நீ உளறுகிறாய். ஆண்டவர் உன்னைக் காப்பாற்றட்டும்.”

சோஃபியா தூக்கத்தில் ஆழ்ந்திருக்க, அவளையொட்டிப் படுத்த வார்வரா காதில் கிசுகிசுத்தாள், “துத்யாவுக்கும் அல்யோஷ்காவுக்கும் அதுபோல் செய்வோம்.”

சோஃபியா ஒருமுறை அசைந்தாள். ஆனால், ஒன்றும் சொல்லவில்லை. பிறகு, கண்களைத் திறந்து இமைக்காமல் நெடுநேரம் வானத்தையே பார்த்துக்கொண்டிருந்தாள்.

"கண்டுபிடித்துவிடுவார்கள்" என்றாள்.

"இல்லை. யாரும் கண்டுபிடிக்க மாட்டார்கள். துத்யாவுக்கு ஏற்கெனவே வயதாகிவிட்டது. சாவு வரும் சமயம்தான். அல்யோஷ்கா குடித்தே செத்துவிட்டான் என்றுதான் சொல்வார்கள்."

"பயமாயிருக்கிறது. ஆண்டவர் நம்மை கொன்றுவிடுவார்."

"கவலையில்லை."

விழித்தபடியே படுத்திருந்த இரு பெண்களும் அமைதியாக யோசித்தார்கள்.

"குளிரடிக்கிறது" என்ற சோஃபியா நடுங்கத் தொடங்கினாள். "விடிந்திருக்க வேண்டும். நீ தூங்குகிறாயா?"

"வேண்டாம். நான் சொல்வதைக் கேட்காதே நீ" வார்வரா கிசுகிசுத்தாள். "சபிக்கப்பட்ட இந்தக் கூட்டத்தின் மேல் எனக்குக் கடும் கசப்பு. நான் என்ன சொல்கிறேன் என்று எனக்கே தெரியவில்லை. நீ தூங்கு. ஏற்கெனவே விடிந்து விட்டது. கண்ணை மூடித் தூங்கு."

எதுவும் பேசாமல் அமைதியான இருவரும் சீக்கிரத்திலேயே தூங்கிவிட்டனர்.

முதியவள்தான் முதலில் விழித்தாள். சோஃபியாவை எழுப்பினாள். இருவரும் பால் கறக்க கொட்டிலுக்குச் சென்றனர். கடுமையான போதையில் கையில் அகார்டியன் இல்லாமல் கூனனான அல்யோஷ்கா வந்தான். நெஞ்சிலும் முழங்காலிலும் மண்ணும் வைக்கோலும் ஒட்டியிருந்தது. வழியில் எங்கேனும் கீழே விழுந்திருக்க வேண்டும். தடுமாறியபடியே குடிலுக்குச் சென்றவன் உடுப்புகளைக் களையாமலே திண்ணையில் படுத்தவன் உடனடியாகக் குறட்டைவிடத் தொடங்கினான். உதயசூரியனின் பிரகாசமான கிரணங்கள் தேவாலயத்தின் சிலுவைகளின் மீதும் ஜன்னல்களிலும் விழுந்திருந்தன. மரங்களின் நிழல்களும் நீர் இறைப்பானும் பனித்துளிகள் மினுமினுத்த புல்வெளியில்

சரிந்திருந்தன. துள்ளி எழுந்த மத்வெய் சவ்விச் குரலெழுப்பத் தொடங்கினான்.

"குஷ்கா, எழுந்திரு. வண்டியைப் பூட்ட வேண்டும். சுறு சுறுப்பாக இருக்க வேண்டும்" என்று கத்தினார்.

காலைவேளைக்கான பரபரப்பு தொடங்கியது. குஞ் சங்களுடனான பழுப்பு உடையுடன் வந்த இளம் யூதன் தண்ணீர் காட்டுவதற்காகக் குதிரையுடன் வாசலுக்கு வந்தான். நீர் இறைப்பான் பாவமாகக் கீச்சிட, வாளி தொங்கிக் கொண்டிருந்தது. தூக்கக் கலக்கத்துடன் அசதியாக, பனித்துளிகள் படிந்த வண்டிக்குள் உட்கார்ந்திருந்த குஷ்கா நீண்ட தன் கோட்டை, சோம்பலுடன் அணிந்துகொண்டு கிணற்று வாளியிலிருந்து சளசளக்கும் நீரின் ஓசையைக் கேட்டபடியே குளிரில் நடுங்கினான்.

"அம்மா, பையனைக் கொஞ்சம் எழுப்பிவிடு. போய் வண்டியைப் பூட்டட்டும்" என்று சோஃபியாவைப் பார்த்துக் கத்தினான் மத்வெய் சவ்விச்.

அப்போதுதான் துத்யா ஜன்னலிலிருந்து கத்தினார் "சோஃபியா, அந்த யூதனிடமிருந்து தண்ணீருக்காக ஒரு கொபேக் வாங்கு. விட்டுவிடாதே."

தெருவில் கத்தியபடியே ஆடுகள் மேலும் கீழுமாய் ஓடின. மேய்ப்பவனைப் பார்த்து பெண்கள் கத்தினார்கள். புல்லாங்குழலை இசைத்திருந்த அவன், கையில் இருந்த சவுக்கை வீசினான். பெண்களிடம் அடித்தொண்டையில் பதில் சொன்னான். முற்றத்தில் ஓடிய மூன்று ஆடுகள் வழியைக் கண்டுபிடிக்க முடியாமல் வேலியில் முட்டின. அந்தச் சத்தம் வார்வராவை எழுப்பிவிட, படுக்கையைச் சுருட்டி வைத்துவிட்டு வீட்டுக்குள் போனாள்.

"இந்த ஆடுகளையாவது விரட்டலாம் நீ" முதியவள் அவளைப் பார்த்துக் கத்தினாள், "நல்ல பெண்ணம்மா..."

"வேறென்ன? உங்களுக்கெல்லாம் வேலை செய்ய ஆரம்பிக்க வேண்டும்" வீட்டுக்குள் புகுந்த வார்வரா உறுமினாள்.

வண்டிச் சக்கரங்களுக்கு மசியிட்டு குதிரைகளைப் பூட்டினார்கள். கையில் அபாகஸுடன் வீட்டிலிருந்து வந்த

துத்யா முன்வாசலில் அமர்ந்து இரவு தங்கியமைக்கும் தானியங்களுக்கும் தண்ணீருக்கும் பயணி எத்தனை தர வேண்டும் என்பதைக் கணக்கிடலானார்.

"தானியங்களுக்கு நீங்கள் அதிகமாக விலை போடுகிறீர்கள், தாத்தா" என்றான் மத்வெய் சவ்விச்.

"அதிகமென்றால் எடுத்துக்கொள்ளாதே வணிகனே. உன்னை யாரும் கட்டாயப்படுத்தவில்லை."

வண்டியில் ஏறி அவர்கள் புறப்படும் சமயத்தில் ஒரு விஷயத்துக்காக சில நிமிடங்கள் தாமதிக்க வேண்டிவந்தது. குஷ்காவின் தொப்பியைக் காணவில்லை.

"எங்கே வைத்தாய் அதை. குட்டிப் பன்றியே. எங்கே அது?" சினத்துடன் கத்தினான் மத்வெய் சவ்விச்.

பயத்தில் குஷ்காவின் முகம் கோணியது. வேகமாக வண்டியைச் சுற்றிவந்தான். அங்கே இல்லையென்றதும் வாசலுக்கு ஓடினான். பிறகு குடிலுக்குள் விரைந்தான். முதியவளும் சோஃபியாவும் அதைத் தேட உதவினார்கள்.

"உன் காதை அறுத்துக் கையில் கொடுத்துவிடுகிறேன். ராஸ்கல்" மத்வெய் சவ்விச் கத்தினான்.

வண்டிக்கு அடியில் தொப்பி கண்டுபிடிக்கப்பட்டது. சட்டையின் கைத்துணியால் அதைத் துடைத்துவிட்டு குஷ்கா போட்டுக்கொண்டான். தயக்கத்துடனும் முகத்தில் இன்னும் பின்னாலிருந்து அடிவிழக்கூடும் என்பதுபோல பயத்துடனான பார்வையுடனும் வண்டிக்குள் ஏறி உட்கார்ந்தான். மத்வெய் சவ்விச் சிலுவையிட்டுக்கொள்ள, வண்டியோட்டி வார்களைச் சுண்ட, வண்டி மெதுவாக நகர்ந்து முற்றத்தைவிட்டு வெளியே ஓடியது.

Peasant Woman, June - 1891.

* 'பிணியோ ஏக்கமோ இல்லாத' என்ற இந்த சொற்றொடர், ரஷ்யாவின் தேவாலயங்களில் நிகழ்த்தப்படும் நீத்தார் பிரார்த்தனையில் இடம்பெறும் ஒன்று.

** ஈஸ்டருக்கு பதினைந்து நாள் கழித்து தரப்படும் விருந்து.

9

நலவாழ்வு இல்லம்

மனநலம் குன்றிய, தீர்க்க முடியாத வியாதிகளால் அவதிப் படுபவர்களுக்கான இல்லத்துக்கு ஒவ்வொரு சனிக்கிழமை மாலையிலும் எலும்புருக்கி நோயால் பாதிக்கப்பட்ட சாஷா என்யகீனா எனும் சிறுமி, கிழிந்த காலணிகளைப் போட்டுக்கொண்டு தன் அம்மாவுடன் செல்வதுண்டு. ஓய்வுபெற்ற காவலர் பணியாளரான அவளுடைய தாத்தா பர்ஃபெனி சவிச் அங்கு வசிக்கிறார். தாத்தாவின் அறை காற்றோட்டமில்லாமல் எண்ணெய் வாடையுடன் இருக்கும். நீராடும் அழகி, வெயில்காயும் இளம்பெண், பின்னந்தலையில் மாட்டிய தொப்பியுடன் துளை வழியாக நிர்வாண மங்கையை எட்டிப்பார்க்கும் ஒருவன் என 'நிவா' இதழிலிருந்து கத்தரிக்கப்பட்ட படங்கள் சுவரெங்கும் ஒட்டப்பட்டிருக்கும். மூலைகளில் ஒட்டடைகள். மேசையின் மீது ரொட்டித் துணுக்குகளும் மீன் முட்களும். தாத்தாவுமே கண்ணுக்கு இனிமையானவர் அல்ல. மூப்படைந்து முதுகு வளைந்து கண்டபடிக்குப் பொடி இழுப்பவர். கண்களில் எப்போதும் நீர் வழிய, அவரது பொக்கை வாய் திறந்தே இருக்கும். அம்மாவுடன் சாஷா உள்ளே போகும்போது தாத்தா புன்னகைப்பார். ஒரு பெரிய முகச்சுருக்கம்போலவே இருக்கும் அந்தப் புன்னகை.

"என்னம்மா? உன்னுடைய அப்பா எப்படி இருக்கிறார்?" சாஷா அவரிடம் சென்று கைகளைப் பற்றி முத்தமிடும்போது தாத்தா கேட்டார்.

சாஷா எதுவும் சொல்லவில்லை. அம்மா அழத் தொடங்கினாள்.

"இன்னும் சாராயக்கடைகளில் பியானோ வாசித்துக்கொண்டு திரிகிறானா? இருக்கட்டும். அடக்கமில்லாதவன். தலைகனம் பிடித்தவன். உன் அம்மாவைக் கட்டிக்கொண்டான். கடைசியில் முட்டாள் என்று தெரிந்தது. நல்ல குடும்பத்தில் பிறந்தவன். கௌரவமிக்க தந்தையின் மகன். அப்படிப்பட்டவன் ஒன்றுமில்லாதவளை மணந்துகொண்டான். இதோ இங்கிருக்கிறாளே இந்த நடிகை, செர்ஜியின் மகள். செர்ஜி என்னிடம் கிளாரினெட் வாசித்துக்கொண்டிருந்தான். லாயங்களை சுத்தம் செய்வான். அவனுடைய மகள் இவள். அழு. நன்றாக அழு பெண்ணே. உண்மையைத்தான் நான் சொல்கிறேன். நீ ஒரு சாதாரணப் பெண். அவ்வளவு தான்."

செர்ஜியின் மகளும் நடிகையுமான தன் அம்மாவைப் பார்த்து சாஷாவும் அழத் தொடங்கினாள். வேதனைமிக்க இறுக்கமான இடைவெளி. கட்டைக் கால் பொருத்திய குள்ளமான ஒருவன் தாமிரத்தாலான சிறிய தேநீர் பாத்திரத்தை எடுத்துவந்தான். விநோதமான மிக அடர்த்தியான தேநீரைப் பாத்திரத்தில் வார்த்து கலக்கத் தொடங்கினார் பர்ஃபினி சவிச்.

மூன்று பெரிய கோப்பைகளில் ஊற்றினார், "எடுத்துக்கொள். நடிகையே, இதைக் குடி."

இருவரும் தமது கோப்பைகளை எடுத்துக்கொண்டனர். தேநீர் கேவலமாக இருந்தது. கெட்ட வாடையுடன் இருந்தபோதும் அதை அவர்கள் குடிக்க வேண்டியிருந்தது. தாத்தா தவறாக நினைத்துக்கொள்வார். தேநீருக்குப் பிறகு முழங்கால்களை மடக்கி அமர்ந்து பேத்தியிடம் போலியான பாசம்கொண்ட பார்வையுடன் கொஞ்சத் தொடங்கினார்.

"பிரமாதமான ஒரு குடும்பப் பெயர் உனக்குண்டு என்பதை நீ மறந்துவிடாதே கண்ணே. நம்முடைய பாரம்பரியம் ஏதோவொரு நடிகையுடையது அல்ல. நான் இல்லாதவனாக இருப்பதையோ உன்னுடைய அப்பா சாராயக்கடைகளில்

வாசிப்பதையோ நீ கண்டுகொள்ளாதே. உன்னுடைய அப்பா அப்படி இருப்பதற்கு அவனுடைய முரட்டுத்தனமும் ஆணவமும்தான் காரணம். எனக்கோ ஏழ்மை. ஆனால், நாங்கள் விளைவுகளை அனுபவிப்பவர்கள். நான் எப்படியிருந்தவன் என்பதை கேட்டுப்பார். நீ ஆச்சரியப்படுவாய்."

தாத்தா தனது எலும்பும் தோலுமான கையால் சாஷாவின் தலையைத் தடவியபடியே அதைப் பற்றி சொன்னார்.

"நம்முடைய குபெர்னியாவில் மொத்தமே மூன்று பெரிய ஆட்கள்தான் இருந்தார்கள். கோமகனான எகோர் கிரிகோரிச், ஆளுநர், பிறகு நான். நாங்கள்தான் முக்கியஸ்தர்கள். மிக முக்கியமானவர்கள். நான் பணக்காரனில்லை. என்னிடம் இருந்ததெல்லாம் ஐயாயிரம் டெசின் அளவுக்கான காய்ந்துபோன பூமியும் அறுநூறு அடிமைகளும்தான். அவ்வளவுதான். முக்கியமானவர்களுடன் தொடர்புகளோ அல்லது உயர்மட்டத்தினருடனான உறவோ என்னிடம் இருக்கவில்லை. நான் எழுத்தளானோ அல்லது ரஃபேலோ* அல்லது ஒரு தத்துவாதியாகவோ இருக்கவில்லை. ஒரு வார்த்தையில் சொல்லப்போனால், சராசரி மனிதன். அவ்வளவுதான். ஆனால், நான் சொல்வதைக் கவனி என் கண்ணே, யாரிடமும் நான் பணிந்துபோனதில்லை. கவர்னரான வாஸ்யாவைச் சந்தித்திருக்கிறேன், பேரரசருடன் கைகுலுக்கியிருக்கிறேன், கோமகன் எகோர் கிரிகோரிச்சின் நண்பன். இவற்றின் காரணமாக நான் அறிவார்ந்தவனாக ஐரோப்பியச் சிந்தனையுடன் வாழ முடிந்தது."

நீண்ட முன்னுரையுடன் தாத்தா தனது கடந்தகாலத்தைக் குறித்துச் சொன்னார். உற்சாகத்துடன் நீளமாகப் பேசினார்.

"குடியானவப் பெண்களை உலர்ந்த கொட்டைகளின் மேல் முட்டியிடச் செய்வேன் நான். அவர்கள் முகம் கோணிவிடும். பெண்கள் வேதனைப்பட்டனர். ஆனால், ஆண்கள் கெக்கலித்தார்கள். நானும் சிரித்தேன். குதூகலம் கொண்டேன். படித்தவர்களுக்கான தண்டனை வேறு. சற்று மென்மையானது. கணக்குப் பேரேட்டை அவர்கள் மனப்பாடம் செய்ய வேண்டும் அல்லது கூரை மேலேறி நின்று 'யூரி மிலோஸ்லாவ்ஸ்கி'**யை, என்னுடைய அறையிலிருந்து நான் கேட்கும்படியாக உரக்கப் படிக்க வேண்டும் என்று

சொல்வேன். உள்ளத்தைத் திருத்தும் தண்டனைகள் சரிப் படாதபோது உடல் வதைதான்.”

“ஒழுக்கமற்ற மனிதன் என்பவன் நடைமுறையில் செயல்படுத்த முடியாத வெறும் கோட்பாடுகள் போன்றவன்'' என்று ஒழுக்கத்தைப் பற்றி அவர் பேசும்போது தண்டனைகளுக்கு சமமாகப் பரிசுகளும் தரப்படுவது முக்கியம் என்று குறிப்பிட்டார்.

“திருடனைப் பிடிப்பதுபோன்ற சாகசக் காரியங்களுக்கு நான் தகுந்த பரிசளிப்பேன். வயதான மனிதனுக்கு இளம்பெண்ணை மணம் முடித்துவைப்பது, ராணுவ சேவையிலிருந்து இளைஞனுக்கு விலக்களிப்பதுபோல பலவும்.”

''யாருமே இப்போது உல்லாசமாக இருப்பதில்லை'' என்று சொன்ன தாத்தா தான் மிகுந்த உல்லாசத்துடன் இருந்ததாகச் சொன்னார்.

“அவ்வளவாய் வசதியில்லையென்றாலும் என்னிடம் இசைக் கலைஞர்களும் பாடகர்களும் இருந்தார்கள். அறுபது பேர். இசைக்குழுவை யூதன் ஒருவன் பார்த்துக்கொள்ள பணிநீக்கம் செய்யப்பட்ட தேவாலய உதவியாளன் பாட்டு பாடுவதை நிர்வகித்தான். யூதன் பிரமாதமான இசைக்கலைஞன். அவனைப் போல சாத்தானால்கூட இசைக்க முடியாது. கலக்கிவிடுவான். ரூபின்ஸ்டனையோ அல்லது பீதோவானைப் போல டபுள் பேஸில் உச்சத்தைத் தொட்டுவிடுவான். ஒருபோதும் சுருதி பிசகியது கிடையாது. வெளிநாட்டில் இசை கற்றவன். எல்லாவிதமான இசைக்கருவிகளையும் கையாள்வான். இசைநிகழ்ச்சியை ஒருங்கிணைப்பதிலும் தேர்ந்தவன். அவனிடம் உள்ள ஒரே பிரச்சினை அவனிடமுள்ள அழுகின மீனைப் போன்ற வாடைதான். மேடையையே அசிங்கப்படுத்திவிடுவான். இதற்காகவே தனியாகத் திரை போட வேண்டியிருந்தது. தேவாலய உதவியாளனும் சளைத்தவனல்ல. அவனால் இசைக்குறிப்புகளை வாசிக்க முடியும். நிகழ்ச்சியின்போது எவ்வாறு கலைஞர்களை இசைக்கச் செய்வதென்றும் அறிவான். நானே வியக்குமளவுக்கு அபாரமான ஒழுக்கம் கொண்டவன். அவனுக்கு வேண்டியதெல்லாம் கிடைத்தது. அவனுடைய அடிக்குரல் உச்சத்தை எட்டக்கூடியது. அதே

சமயத்தில், அவனது கீழ்ஸ்தாயியைப் பெண்குரலுடன் ஒப்பிட முடியும். அவன் கலைஞன். கிறுக்கன். கண்ணுக்கு இனிய நன்னடத்தையுள்ளவன். மூக்குமுட்டக் குடிப்பான் என்பதுதான் அவனிடம் உள்ள குறை. ஆனால், பேத்தியே, நீ எப்படிப்பட்டவள் என்பதைப் பொறுத்தது அது. குடி சிலருக்கு கெடுதலாக அமையும். மற்றவர்களுக்கு உதவும். பாடகருக்குக் குடிக்க வேண்டிய அவசியம் உள்ளது. வோட்கா குரலுக்கு நல்லது. வருடத்துக்கு நூறு ரூபிள்களை யூதனுக்குக் கொடுத்தேன். ஆனால், உதவியாளனுக்கு ஒன்றும் தரவில்லை. அவனுக்கு உணவும் தங்குமிடமும்தான். சம்பளம் என்பது சாப்பாடு, மாமிசம், பண்டங்கள், பெண்கள், விறகு என்று சேவையாக மட்டுமே தரப்பட்டது. போர்வையில் ஒட்டிக்கொண்டிருக்கும் மூட்டைப்பூச்சிபோல என்னையே அண்டிவாழ்பவன் அவன். இரண்டு பேர் அவனைப் பிடித்துக்கொள்ள அவனை நான் சவுக்கால் அடிப்பதுண்டு. எனக்கு நினைவிருக்கிறது, ஒருமுறை அவன் செர்ஜியுடன், இவளுடைய அப்பாதான், உன் அம்மாவின் அப்பாவுடன் படுத்திருப்பதை நான் பார்த்தேன். அப்புறம்..."

சாஷா திடீரென்று கீழே குதித்துச் சென்று, காகிதத்தைப்போல வெளுத்து நடுங்கிக்கொண்டிருந்த அம்மாவிடம் தாவினாள்.

"அம்மா, எனக்கு பயமாயிருக்கிறது. வீட்டுக்குப் போகலாம்."

"பேத்தியே, உனக்கு என்ன பயம்?"

பேத்தியின் அருகில் தாத்தா சென்றார். முதுகைத் திருப்பிக் கொண்ட அவள் நடுங்கியபடியே அம்மாவை இன்னும் இறுக்கி அணைத்துக்கொண்டாள்.

"அவளுக்குத் தலை வலிக்குமாயிருக்கும்" மன்னிப்பு கேட்கும் தொனியில் சொன்னாள் அம்மா "அவளுக்குத் தூக்கம் வந்திருக்கும். நான் புறப்படுகிறேன்."

வெளியேறுவதற்கு முன்பு சாஷாவின் அம்மா, தாத்தாவிடம் சென்று கூச்சத்துடன் காதில் எதையோ முணுமுணுத்தாள்.

"உனக்கு ஒரு பைசாகூடத் தர மாட்டேன்" புருவத்தை நெரித்தபடி உதடுகளைக் கடித்துக்கொண்டே சொன்னார் தாத்தா "ஒரு பைசா தர மாட்டேன். அவளுக்குச் செருப்பு

வேண்டுமென்றால் அவளைப் பெற்றவன் சாராயக்கடையில் சம்பாதித்து வாங்கித் தரட்டும். என்னிடமிருந்து ஒரு பைசாகூடக் கிடைக்காது. நிறைய கெடுத்து வைத்தாயிற்று. உனக்கு நான் எப்போதும் உதவிக்கொண்டுதான் இருக்கிறேன். பதிலுக்கு உன்னிடமிருந்து மோசமான கடிதங்களைத் தவிர எதுவும் கிடைத்ததில்லை. என்ன மாதிரியான கடிதத்தை உன்னுடைய கணவன் அன்றைக்கு அனுப்பினான் என்று உனக்குத் தெரியுமா? 'ப்ளூஸ்கினிடம்*** போய் மண்டியிடுவதைக் காட்டிலும் சாராயக்கடைகளில் பொறுக்கித் திரிவேன் நான்.. அதுவும் யாருக்கு? தன்னைப் பெற்ற அப்பாவுக்கு..."

"அவரை மன்னித்துவிடுங்கள். ரொம்பக் கஷ்டப்படுகிறார். சரியாக இல்லை" சாஷாவின் அம்மா கெஞ்சினாள்.

நெடுநேரம் மன்றாடினாள். கடைசியில் வெறுப்புடன் காறித் துப்பிவிட்டு தாத்தா, தன் உடம்பைக் கொண்டு முழுசாக மறைத்துக்கொண்டு பெட்டியைத் திறந்து பழுப்பான கசங்கிய தாள் ஒன்றை எடுத்தார். தன்னை அது அழுக்காக்கிவிடுமோ என்று அஞ்சியதுபோல அவள் இரண்டு விரல்களால் அதை வாங்கி அவசரமாய் பைக்குள் போட்டுக்கொண்டாள். சில நிமிடங்களுக்குப் பிறகு அவளும் அவளுடைய மகளும் இல்லத்தின் இருண்ட வாயிலின் வழியே விரைவாக நடந்துபோயினர்.

"அம்மா, இனிமேல் என்னைத் தாத்தாவிடம் கூட்டிக்கொண்டு வராதே. என்னை அவர் பயமுறுத்துகிறார்" நடுங்கியபடியே சொன்னாள் சாஷா.

"அப்படி சொல்லக் கூடாது நீ. தாத்தாவைப் போய் பார்த்துத்தான் ஆக வேண்டும். இல்லையென்றால் நமக்கு சாப்பிடுவதற்கு எதுவும் கிடைக்காது. உன்னுடைய அப்பாவால் எதையும் சம்பாதித்துத் தர முடியாது. அவருக்கு உடம்பு சரியில்லை. குடிக்கிறார்."

"ஏன் அவர் குடிக்கிறார், அம்மா?"

"அவர் மகிழ்ச்சியாக இல்லை. அதனால், அவர் குடிக்கிறார். சாஷா, ஞாபகத்தில் வைத்துக்கொள், தாத்தாவை போய் பார்த்தோம் என்று அவரிடம் சொல்லக் கூடாது. அவருக்குக்

கோபம் வந்துவிடும். பிறகு இருமலும் அதிகமாகிவிடும். அவர் கௌரவமானவர். நாம் போய் இப்படிப் பிச்சையெடுப்பது அவருக்குப் பிடிக்காது. அவரிடம் சொல்ல மாட்டாயல்லவா? சொல்வாயா?"

In the Home for the Senile and Incurably ill, 1884.

* புகழ்பெற்ற ஓவியர்

* யூரி மிலோவ்ஸ்கி மிகைல் ஜகோஸ்கின் எழுதிய சரித்திர நாவல்

** புளூஸ்கின் நில உடைமையாளர், நிகைல் கோகைல் எழுதிய 'மாண்ட ஆன்மாக்கள்' நாவலின் ஒரு கதாபாத்திரம்.

10

மாயக் கண்ணாடி

என் மனைவியும் நானும் வரவேற்பறையில் நுழைந்தோம். ஈரப்பதமும் பாசியுமான வாடை. ஒரு நூற்றாண்டாக வெளிச்சத்தையே காணாத சுவர்களை நாங்கள் ஒளியூட்டிய போது எண்ணற்ற எலிகள் விரைந்தோடின. எங்களுக்குப் பின்னால் இருந்த கதவை நாங்கள் மூடியபோது வேகமாக அடித்த காற்று மூலைகளில் குவிந்திருந்த காகிதங்களைக் கலைத்துப்போட்டது. தாள்களின் மேல் வெளிச்சம் விழ புராதனமான எழுத்துகளையும் மத்தியக் காலத்து ஓவியங்களையும் கண்டோம். சுவர்களில் தொங்கிக் கொண்டிருந்த முன்னோர்களின் உருவப்படங்கள் கால வோட்டத்தில் பச்சையாகத் திரிந்திருந்தன. பார்ப்பதற்குத் கர்வத்துடனும் கண்டிப்புடனும் தென்பட்ட அவர்கள் 'உனக்கு சவுக்கடி தர வேண்டும்' என்று சொல்வதுபோல தெரிந்தது.

வீடெங்கும் எங்கள் காலடியோசை கேட்டது. எனது இருமலுக்கு இன்னொரு எதிரொலி பதில் தந்தது. ஒருமுறை என் முன்னோர்களுக்குப் பதில்சொன்னது இன்னொரு எதிரொலி.

காற்று முனகி ஊளையிட்டது. கனப்பருகே யாரோ அழுதுகொண்டிருக்க அந்த ஓசையில் அத்தனை கசப்பு.

கனத்த மழைத்துளிகள் இருண்ட இறுக்கமான ஜன்னல்களின் மேல் விழும் சத்தம் திகைப்பைத் தந்தது.

"ஓ, என் முன்னோர்களே. மூதாதையரே, நான் எழுத் தாளனாக இருந்திருந்தால் இந்தப் படங்களைப் பார்த்து பெரிய நாவலொன்றை எழுதுவேன். இந்த முதியவர்கள் ஒவ் வொருவரும் ஒரு காலத்தில் இளமையுடன் இருந்திருப்பார்கள். ஒவ்வொருவருக்கும் அவரவருக்கான காதலும் இருந்திருக்கும். என்னமாதிரியான காதல்? அந்தக் கிழவியைப் பாருங்கள், என் கொள்ளுப் பாட்டி. அழகில்லாமல் பயங்கரமான அந்த பெண்ணிடமும்கூட மிக சுவாரஸ்யமான ஒரு கதை இருக்கும். அதோ அந்த மூலையில் தொங்கும் கண்ணாடியைப் பார்த்தாயா?" என் மனைவியிடம் கேட்டேன்.

அறையின் மூலையில் என் கொள்ளுப் பாட்டியின் படத்துக்கு அருகே வெண்கலச் சட்டத்துடன் தொங்கிக்கொண்டிருந்த பெரிய கண்ணாடியை அவளிடம் காட்டினேன்.

"மாயசக்திகள் கொண்டது அந்தக் கண்ணாடி. என் கொள்ளுப் பாட்டியை வீணடித்தது அதுதான். மிக அதிக விலை கொடுத்து வாங்கிய அதனிடமிருந்து அவள் சாகும்வரை பிரியவே இல்லை. இரவும் பகலுமாக சலிக்காமல் அதில் தன்னைப் பார்த்துக்கொண்டிருப்பாள். சாப்பிடும்போதும் குடிக்கும்போதுகூட அதில் தன்னை ரசித்திருப்பாள். இரவு தூங்கப் போகும்போது படுக்கைக்கு அதை உடன் எடுத்துச் செல்லும் அவள் சாகும் தருவாயில் அந்தக் கண்ணாடியை தன் சவப்பெட்டியிலிட்டு தன்னுடனே புதைக்க வேண்டும் என்று கேட்டுக்கொண்டாள். அவளது ஆசையை அப்படியே நிறைவேற்ற முடியாமல் போனதற்கு ஒரே காரணம் சவப் பெட்டியில் வைக்க முடியாத அளவுக்கு அது அளவில் பெரியதாக இருந்ததே."

"அவள் கவர்ச்சியானவளா?" என் மனைவி கேட்டாள்.

"அப்படித்தான் இருக்க வேண்டும். அவளிடம் வேறு கண்ணாடிகள் இல்லையா? குறிப்பாக இந்தவொரு கண்ணாடியை மட்டும் ஏன் விரும்பினாள்? இதைவிட வேறு நல்ல கண்ணாடிகள் இல்லையா என்ன? அப்படியில்லை. ஏதோவொரு பயங்கரமான ரகசியம் இருக்க வேண்டும்.

நிச்சயமாக. அந்தக் கண்ணாடியில் பேய்கள் இருந்ததாக கதைகள் உலவுகின்றன. கொள்ளுப் பாட்டிக்குப் பேய்களின் மேல் ஆர்வம் இருந்துள்ளது. அதெல்லாம் நம்பமுடியாதவை என்றாலும் வெண்கலச் சட்டத்துடனான அந்தக் கண்ணாடியில் ஏதோ மாய சக்திகள் உள்ளதென்பதில் சந்தேகம் கிடையாது."

கண்ணாடியின் மேல் இருந்த தூசியைத் துடைத்துவிட்டு அதில் என்னைப் பார்த்து நான் சிரித்தேன். என்னுடைய சிரிப்புக்குப் பதில் சொல்வதுபோல அடங்கிய எதிரொலி கேட்டது. மேடுபள்ளங்களுடன் அமைந்திருந்த கண்ணாடியில் என் முகம் எல்லாப் பக்கங்களிலும் இழுபட்டிருந்தது. இடது கன்னத்தில் என்னுடைய மூக்கு ஒட்டிக்கொண்டிருக்க எனது தாடை இரண்டாகி ஒரு பக்கமாய் மேலேறியிருந்தது.

"என் கொள்ளுப் பாட்டியின் ரசனை விநோதமானதுதான்" என்றேன்.

என் மனைவி தயக்கத்துடன் கண்ணாடியருகில் சென்று தன்னை அதில் பார்த்தாள். அப்போது மிரட்சியடையும் படியான ஒன்று நிகழ்ந்தது. உடல் மொத்தமும் வெளுத்து நடுங்கிக்கொண்டிருக்க அவள் வீறிட்டாள். மெழுகுவர்த்தி தாங்கி அவள் கையிலிருந்து கீழே விழுந்து தரையில் உருண்டது. சுடர் அணைந்தது. எங்களை இருள் சூழ்ந்தது. கனமான எதுவோ தரையில் விழும் சத்தம் கேட்டது. என் மனைவிதான் மயங்கி கீழே விழுந்திருந்தாள்.

இன்னும் சோகத்துடன் காற்று முனகிட எலிகள் அங்கு மிங்குமாய் ஓடின. காகிதங்களுக்கு நடுவே புரண்டன. ஜன்னலிலிருந்து ஒரு பலகை கழன்று தரையில் விழுந்தபோது என் தலைமுடி நட்டுக்கொண்டது. ஜன்னலின் வழியே நிலவு தென்பட்டது.

என் மூதாதையரின் வசிப்பிடத்திலிருந்து என் மனைவியைத் தூக்கிக்கொண்டு வெளியே வந்தேன். மறுநாள் மாலை வரையிலும் அவளுக்கு நினைவு திரும்பவில்லை.

"கண்ணாடி. அந்தக் கண்ணாடியைக் கொடுங்கள்" நினைவு திரும்பியதுமே அவள் கேட்டாள், "எங்கே அது?"

அதன் பிறகு வாரம் முழுவதும் அவள் எதையும் குடிக்கவில்லை, உண்ணவில்லை, உறங்கவில்லை. அந்தக் கண்ணாடியைக் கொண்டுவந்து தரும்படி தொடர்ந்து கேட்டுக்கொண்டே இருந்தாள். அழுதாள், தலைமுடியைப் பிய்த்துக்கொண்டாள், கீழே விழுந்து உருண்டு புரண்டாள். கடைசியில், அவள் மிகவும் ஆபத்தான நிலையில் இருக்கிறாள், உடல் நலிந்து இறந்துவிடக்கூடும் என்று மருத்துவர் தெரிவித்தபோது என்னுடைய பயத்தை சமாளித்துக்கொண்டு தரைதளத்துக்குச் சென்று என் கொள்ளுப் பாட்டியின் கண்ணாடியை அவளுக்கு எடுத்து வந்து கொடுத்தேன். அதைக் கண்டவுடனே மகிழ்ச்சியுடன் சிரித்த அவள், என் கையிலிருந்து அதைப் பறித்து முத்தமிட்டுவிட்டு அதில் தன்னைப் பார்க்கத் தொடங்கினாள்.

அப்போதிருந்து பத்தாண்டுகள் கழிந்துவிட்டன. இன்னும் அவள் அந்தக் கண்ணாடியில் தன்னைப் பார்த்துக்கொண்டே இருக்கிறாள். ஒரு கணமும் அதைவிட்டுப் பிரிவதில்லை.

“உண்மையிலேயே இதில் தெரிவது நான்தானா?” என்று அவள் முணுமுணுக்கும்போது களிப்பிலும் உற்சாகத்திலும் அவளது முகத்தசை பிரகாசம் கொள்ளும். “ஆமாம், இது நான்தான். இந்தக் கண்ணாடியைத் தவிர பிற அனைத்துமே பொய்யுரைக்கின்றன. ஓ... முன்பே என்னை நான் பார்த்திருந்தால், உண்மையில் நான் எப்படி இருக்கிறேன் என்று முன்பே தெரிந்திருந்தால் அவனை நான் மணந்திருக்க மாட்டேன். எனக்குப் பொருத்தமில்லாதவன். மிகவும் அழகான மேன்மைமிக்க மன்னர்கள்கூட என் காலில் விழுந்துகிடப்பார்கள்.”

ஒருமுறை, என் மனைவிக்குப் பின்னால் நின்றிருந்த நான் கண்ணாடியைப் பார்க்க நேர்ந்தபோது பயங்கரமான ரகசியமொன்றைக் கண்டுபிடித்தேன். என் வாழ்வில் இதுவரையிலும் பார்த்திராத அபாரமான அழகுடனான பெண்ணைக் கண்டேன். இயற்கையின் அற்புதமாக, அழகின் ஒத்திசைவாக, எழிலுடனும் இனிமையாகவும் இருந்தது அத்தோற்றம். ஆனால், எப்படி வந்தது இது? என்ன நடந்தது? அருவருப்பான கவர்ச்சியற்ற என் மனைவி கண்ணாடியில் அத்தனை அழகுடன் எப்படித் தென்பட்டாள்? ஏன்?

ஏனென்றால், மேடுபள்ளங்களைக் கொண்ட அந்தக் கண்ணாடி என் மனைவியின் அசிங்கமான முகத்தைக் கலைத்து எல்லாப் பக்கங்களிலும் இழுத்துக் காட்டியபோது தற்செயலாக அது அழகானதாகிவிட்டது. எதிர்மறை எதிர்மறையுடன் கூடி நேர்மறையாகிவிட்டது.

இப்போது நாங்கள் இருவரும், நானும் என் மனைவியும், கண்ணாடிக்கு முன்னால் உட்கார்ந்து நொடியும் கண்களை அதிலிருந்து விலக்காமல் பார்த்துக் கொண்டே இருந்தோம். இடது கன்னத்துக்கு என்னுடைய மூக்கு நகர்ந்திருக்க என் தாடை இரண்டாகப் பிளந்து ஒருபக்கமாய் போனது. ஆனால், என் மனைவியின் முகம் அழகில் மிளிர்ந்தது. தவிர்க்க முடியாத கிறுக்குத்தனமான பித்து என்னை ஆட் கொண்டுவிட பயங்கரமாய் சிரித்தேன் நான்.

என் மனைவி காதில் விழாததுபோல கிசுகிசுத்தாள் "நான் அழகாய் இருக்கிறேன் அல்லவா?"

The Crooked Mirror, 1883.

11
ஆயர்

பழைய பெட்ரோவ்ஸ்கி மடத்தில் குருத்தோலை ஞாயிறு வருவதையொட்டி வழிபாடு நடந்துகொண்டிருந்தது. பட்டுத்தண்டுகளை அவர்கள் எடுத்துத் தரும்போது பனிமூட்டமடைந்ததைப் போல விளக்குகள் மங்கலாகி, திரிகள் கருத்திருந்தன. நேரம் இரவு பத்து மணியாகியிருந்தது. தேவாலயத்தின் ஒளியில் கடலெனக் கொந்தளித்துக்கொண்டிருந்தது கூட்டம். மூன்று நாட்களாக உடல்நலமில்லாமல் இருந்த ஆயர் பியோதருக்கு முதியவர்கள், இளைஞர்கள், ஆண்கள், பெண்களென அனைவரது முகங்களும் ஒன்றுபோலவே தென்பட்டன. பட்டுத்தண்டுகளை வாங்குவதற்கென வரிசையில் வந்த ஒவ்வொருவரின் கண்ணிலும் ஒரேமாதிரியான உணர்வே இருந்தது. மடத்தின் கதவுகள் தென்படாத அளவுக்கு பனிமூட்டம். முடிவே இல்லாத, இனியும் முடியவே முடியாத ஒன்றைப் போல கூட்டம் நகர்ந்தபடியே இருந்தது. பெண்கள் சேர்ந்திசைக் குழுவொன்று பாடிக்கொண்டிருக்க கன்னியாஸ்திரி ஒருத்தி பிரார்த்தனையை வாசித்துக் கொண்டிருந்தாள்.

கடும் வெயில். ஏராளமான புழுக்கம். வழிபாடு நீண்டு கொண்டேயிருந்தது. ஆயர் பியோதர் களைத்திருந்தார்.

சுவாசிக்க சிரமப்பட்டார். அவருடைய தோள்கள் களைப்பால் வலித்தன. கால்கள் நடுங்கின. பார்வையாளர் அரங்கிலிருந்து அவ்வப்போது ஏதேனுமொரு முட்டாள் பக்தனின் கூச்சல் அவருக்கு இடைஞ்சலாகி தொந்தரவு ஏற்படுத்தியது. கூடவே, தூக்கத்தின் நடுவிலோ அல்லது கனவிலோ நடந்ததுபோல ஆயர் ஒன்பது வருடங்களாகப் பார்க்காத தனது அன்னை மரியா டிமோஃபினாவோ அல்லது அவளைப் போன்றே இருக்கும் ஒரு முதியவளோ கூட்டத்தின் இடையேயிருந்து அவரிடம் வந்து பட்டுத்தண்டொன்றை வாங்கிக்கொண்டு திரும்பிச் செல்வதையும் பார்வையிலிருந்து மறையும்வரையிலும் அன்புமிகுந்த சந்தோஷமான புன்னகையுடன் அவரைப் பார்த்தபடியே போவதையும் கண்டார். ஏதோவொரு காரணத்தால் அவரது கண்களிலிருந்து நீர் வழிந்தது. அவருடைய ஆன்மா அமைதியில் ஆழ்ந்திருக்க, அனைத்துமே சரியாக இருந்தபோதும், ஒருவரைக்கூட அடையாளம் காண முடியாத அந்தி இருளில் இடதுபுறம் வாசித்துக்கொண்டிருந்த சேர்ந்திசைக் குழுவின் மேல் பார்வையைப் பதித்தபடி அழுதார். அவரது முகத்தையும் தாடியையும் கண்ணீர் நனைத்தது. அதன் பிறகு, அவரருகில் நின்றிருந்த யாரோ ஒருவர் அழுதார். இன்னும் சற்றுத் தள்ளி நின்றிருந்த மற்றொருவரும் அழுதார். அடுத்தடுத்து இன்னும் சிலர் அழுதனர். மெல்ல மெல்ல ஆலயம் முழுவதுமே ஓசையற்ற அழுகையில் நிறைந்தது. ஆனால், சிறிது நேரத்திற்குள், ஐந்து நிமிடங்களில், மடத்தின் சேர்ந்திசைக் குழு பாடத் தொடங்கிய பின் யாரும் அழவில்லை. எல்லாமே முன்பிருந்ததுபோல இயல்புநிலைக்குத் திரும்பியது.

விரைவிலேயே வழிபாடு முடிந்தது. ஆயர் இல்லத்துக்குத் திரும்புவதற்காகத் தனது வண்டியில் ஏறியபோது நிலவொளி ததும்பியிருந்த தோட்டம் முழுவதும் விலையுயர்ந்த, கனத்த ஆலயமணிகளின் இனிமையான ரம்மியமான ஓசையால் நிரம்பிற்று. வெண்ணிறச் சுவர்கள், கல்லறைகளின் மேல் இருந்த வெண்ணிறச் சிலுவைகள், வெண்ணிற பிர்ச் மரக் கிளைகள், கருநிழல்கள், மடத்துக்கு நேராக மேலே தூரத்து வானில் நின்ற நிலவு ஆகிய அனைத்துமே புரிந்துகொள்ள முடியாத ஆனாலும் மனிதர்களுக்கு இணையான, தமக்கேயுரிய தனித்துவமான வாழ்வை அனுபவிப்பதாகத்

தோன்றியது. இப்போதுதான் துவங்கியுள்ளது ஏப்ரல் மாதம். இளவேனிற்காலத்தின் கதகதப்பான நாளுக்குப் பிறகு இப்போது மென்மையான குளிர்க்காற்றில் சில்லென்ற, சற்றே உறைபனியுடனான பருவத்தின் சுவாசத்தை உணர முடிந்தது. மடத்திலிருந்து நகரத்துக்குச் செல்லும் பாதை மணற் பாங்கானது. எனவே, அவர்கள் நடைவேகத்திலேயே செல்ல வேண்டியிருந்தது. பிரகாசமான, அசைவற்ற நிலவொளியில் வண்டியின் இரு புறமும் பக்தர்கள் கால்புதைய மெல்ல நடந்துவந்தனர். அனைவருமே மௌனத்தில் ஆழ்ந்து அவரவர் யோசனைகளில் மூழ்கியிருந்தனர். மரங்களும் வானும் நிலவும் எனச் சூழ்ந்திருந்த அனைத்துமே மனத்தை ஈர்ப்பதாகவும் இளமையுடனும் மிகுந்த நெருக்கமானவையாகவும் இருக்க காலம் முழுக்க இவை இப்படியே இருக்கவேண்டும் என ஒவ்வொருவரும் நினைத்தார்கள்.

கடைசியில், அந்த வண்டி நகரத்துக்குள் நுழைந்து பிரதான வீதியின் வழியாக ஓடியது. லட்சாதிபதி வணிகரான யெரகினின் கடையைத் தவிர மற்ற கடைகள் மூடப் பட்டிருந்தன. அந்தக் கடையை மின்சார விளக்குகளால் அலங்கரிக்க முயன்றிருந்தனர். ஆனால், அது மிக மோசமாக அணைந்து அணைந்து எரியவும் ஆட்கள் சூழ்ந்து நின்று வேடிக்கை பார்த்தனர். அகலமான, இருண்ட, ஆள் நடமாட்டமற்ற தெருக்கள் அடுத்தடுத்து அமைந் திருந்தன. அவற்றைக் கடந்ததும் நகரத்துக்கு வெளியில் அகன்ற சாலையும் வயல்வெளிகளும் ஊசியிலைகளின் வாசனையும். பிறகு, திடீரென்று அவருடைய கண்ணெதிரில் வெண்மையாய் ஓர் அரண்மதில் உயர்ந்து நின்றது. அதற்குப் பின்னால் முற்றிலும் ஒளியூட்டப்பட்ட உயரமான மணிக்கூண்டு. அதனருகே பளபளப்பான பொன்னிறமான ஐந்து கோபுரங்களைக் கொண்ட புனித பன்கிரதி மடாலயம். ஆயர் பியோதர் வசிப்பது இங்குதான். இங்கும்கூட மடாலயத்துக்கு நேர் மேலே வானில் அமைதியும் தீவிரமும் கொண்ட நிலவு மிதந்திருந்தது. மணலை நெரித்தபடி வாயிலின் வழியே வண்டி ஓடியது. தரையில் பதிக்கப்பட்ட கற்பாளங்களின் மேல் காலடியோசை எழுப்பியபடி இங்கும் அங்குமாய் உலவும் துறவிகளின் கருப்பு உருவங்களை நிலா வெளிச்சத்தில் பார்க்க முடிந்தது.

“நீங்கள் வெளியில் சென்றிருந்தபோது உங்கள் அன்னை வந்திருந்தார், ஆயர் அவர்களே” ஆயர் தனது இல்லத்துக்குள் நுழைந்தபோது அவருடைய உதவியாளர் தெரிவித்தார்.

“அம்மாவா? எப்போது வந்தார்கள்?”

“வழிபாட்டுக்கு முன்பு. நீங்கள் எங்கே என்று விசாரித்துவிட்டு அதன் பிறகு மடத்துக்குச் சென்றார்கள்.”

“அப்படியென்றால் தேவாலயத்தில் நான் பார்த்தது அவர்களைத்தான். கர்த்தரே!” ஆயர் மகிழ்ச்சியுடன் சிரித்தார்.

“அவர்கள் நாளை வருவதாக உங்களிடம் தெரிவிக்கச் சொன்னார், ஆயர் அவர்களே” உதவியாளர் தொடர்ந்து சொன்னார் “அவருடன் ஒரு சிறுமியும் இருந்தாள். பேத்தியாக இருக்கக்கூடும். அவ்ஸ்யானிகோவ் விடுதியில் அவர்கள் தங்கியுள்ளனர்.”

“இப்போது என்ன நேரம்?”

“பதினொரு மணி.”

“சலிப்பாக இருக்கிறது.”

இத்தனை நேரமாகியிருக்கும் என்பதை நம்ப முடியாதவராய் யோசித்தபடியே வரவேற்பறையில் சற்று நேரம் அமர்ந்திருந்தார் ஆயர். அவருடைய கைகால்கள் வலித்தன. பின்னந்தலையிலும் வலி. உடல் கொதிப்பதுபோலவும் அசௌகரியமாகவும் உணர்ந்தார். சிறிது ஓய்வெடுத்ததும் தனது படுக்கையறைக்குச் சென்ற அவர், அங்கும் சற்று நேரம் தன் அன்னையைப் பற்றி எண்ணியபடியே உட்கார்ந்திருந்தார். உதவியாளர் புறப்பட்டுச் செல்லும் சத்தமும் சுவரின் மறுபக்கத்தில் அருட்தந்தை சிசோய் இருமும் ஓசையும் கேட்டன. மடாலயத்தின் கடிகாரத்தில் கால்மணிக்கான சத்தம் ஒலித்தது.

ஆயர் உடை மாற்றிக்கொண்டு தூங்குவதற்கு முன்பு பிரார்த்தனையை வாசிக்கத் தொடங்கினார். பழைய, நீண்டகாலப் பரிச்சயமுள்ள பிரார்த்தனையைக் கவனத்துடன் வாசித்துக்கொண்டிருந்த அதே நேரத்தில் தன் அன்னையைப் பற்றியும் நினைத்தார். அம்மாவுக்கு ஒன்பது குழந்தைகளும்

நாற்பது பேரக்குழந்தைகளும் உண்டு. தேவாலயத்தின் மணி அடிக்கும் உதவியாளராகப் பணிபுரிந்த தனது கணவருடன் பாவப்பட்ட ஒரு கிராமத்தில் பதினேழு வயதிலிருந்து அறுபது வயதுவரைக்குமான நீண்டகாலம் அவர் வசித்திருந்தார். குழந்தைப் பருவம் முதலே, மூன்று வயதிலிருந்து அம்மா அவர்மீது எத்தனை பாசத்துடன் இருந்தார் என்பது அவருக்கு நினைவில் உள்ளது. இனிமையான அன்பான மறக்க முடியாத குழந்தைப் பருவம். எப்போதைக்குமாய் கைவிட்டுப்போன, மீட்க முடியாத அந்தக் காலம் யதார்த்தத்தில் இருப்பதைவிட ஏன் ஒளிமயமாகவும் கூடுதல் கொண்டாட்டமும் வளமும் கொண்டதாகத் தெரிகிறது? குழந்தையாக இருந்தபோதும் இளம் பருவத்திலும் உடல்நலம் கெட்டிருந்த சமயங்களில் அவர் எத்தனை வாஞ்சையுடனும் அக்கறையுடனும் இருந்தார்! ஆனால், இப்போது அவருடைய பிரார்த்தனைகள் தீ நாக்குகளைப் போல ஒளிர்ந்த ஞாபகங்களுடன் கலந்திருந்தின. தன் அன்னையைப் பற்றிய அவரது எண்ணங்களைப் பிரார்த்தனைகள் தடைசெய்யாமல் இருந்தன.

பிரார்த்தனையை முடித்ததும் உடைகளைக் களைந்துவிட்டுப் படுத்துக்கொண்டவுடன், தன்னைச் சுற்றி இருள் சூழ்ந்த நிலையில், அவர் தனது அப்பாவையும் அம்மாவையும் தான் பிறந்த கிராமமான லெஸோபோலியையும் நினைத்துப் பார்த்தார். கோடைகாலத்தின் வெயில் கூசும் காலை வேளையில் தேவாலயங்களின் மணிகள் கனத்து ஒலிக்கும்போது, வண்டிச் சக்கரங்கள் சத்தமிட கத்திக்கொண்டு ஓடும் ஆடுகளுடன் கடந்து செல்லும் நாடோடிகளை ஜன்னல் வழியாகப் பார்த்த இனிய அனுபவத்தை நினைத்துப் பார்த்தார். லெஸோபோலி கிராமத்தின் பாதிரியார் அருட்தந்தை சைமனை அவருக்கு நினைவிருந்தது. சாந்தமும் தெளிவும் நற்பண்புகளும் கொண்ட அவர் ஒல்லியானவர், குள்ளமும்கூட. ஆனால், வேதாகமம் பயின்ற அவருடைய மகன் நல்ல உயரம். சினம் தெறிக்கும் குரலில் பேசுபவர். ஒருமுறை அவர் தனது சமையற்காரனிடம் கோபித்துக்கொண்டு, "ஏய், ஜூயுடியலின் கழுதையே!" என்று ஏசினார். இதைக் கேட்ட அருட்தந்தை சைமன் ஒன்றுமே சொல்லவில்லை. அவ்வாறான ஒரு கழுதையைப் பற்றி எந்தப் புனித நூலில் குறிப்பிடப்பட்டுள்ளது என்பதை அவரால் நினைவுக்குக் கொண்டுவர முடியவில்லை

என்பதை எண்ணியே வெட்கப்பட்டார். அவருக்குப் பிறகு லெஸோபோலிக்குப் பொறுப்பேற்றவர் அருட்தந்தை டிம்யான். பெரும் குடிகாரர். விலக்கப்பட்ட கனியைத் தின்னும்படி ஆதாமைத் தூண்டிய பச்சைப் பாம்பைக் கண்ணெதிரே காணும் அளவுக்குப் போதை முற்றும்படி குடிப்பதுண்டு என்பதால் அவருக்கு 'பச்சைப் பாம்பைக் கண்ட டிம்யான்' என்ற செல்லப்பெயருண்டு. லெஸோபோலியில் ஆசிரியராக இருந்தவர் மத்வெய் நிகோலிச். வேதாகமம் பயிற்றுவிப்பவராக இருந்த அவர் மிகவும் கனிவானவர். அவரும் குடிகாரர்தான் என்றாலும் முட்டாள்தனமாக நடந்துகொள்ள மாட்டார். ஒருபோதும் தனது மாணவர்களை அவர் அடித்ததில்லை என்றபோதும் ஏதோவொரு காரணத்துக்காக பிர்ச் மரக் குச்சிகளைச் சுவரில் மாட்டி அதனருகே 'குழந்தைகளைத் திருத்துவதற்கான பிரம்புகள்' என்ற முற்றிலும் அர்த்தமே இல்லாத லத்தீன் வாசகத்தை எழுதி வைத்திருந்தார். அவரிடம் நிறைய மயிரடர்ந்த ஒரு நாய் இருந்தது. அதை 'சின்டேக்ஸ்' என்று அழைத்தார்.

ஆயர் சிரித்துக்கொண்டார். லெஸோபோலியிலிருந்து ஐந்து மைல் தொலைவில் உள்ளது அபினினோ கிராமம். அங்குதான் அற்புதங்களை நிகழ்த்தும் புனிதச் சிலை உள்ளது. கோடைகாலத்தில் நாள் முழுக்க ஒலிக்கும் மணியோசையுடன் பக்கத்து கிராமங்களுக்கெல்லாம் அந்தப் புனிதச் சிலையை ஊர்வலமாக எடுத்துச் செல்வார்கள். அந்த நேரத்தில் சூழல் மொத்தமுமே உற்சாகத்துடனும் மகிழ்ச்சியுடனும் இருந்ததாக ஆயர் உணர்ந்திருந்தார். அப்போது அவர் பாவ்லூசா என்று அழைக்கப்பட்டார். தொப்பி இல்லாமல் வெறுங்காலுடன் களங்கமற்ற நம்பிக்கையுடனும் களங்கமற்ற புன்னகையுடனும் எல்லையற்ற மகிழ்ச்சி ததும்ப அவரும் அந்த ஊர்வலத்தில் பங்கேற்றிருந்தார். அப்னினோவில் எப்போதுமே நிறைய ஆட்கள் குழுமியிருந்ததை அவரால் நினைவு கூற முடிந்தது. அங்கிருந்த அருட்தந்தை அலெக்ஸி, ஆண்டவருக்கு அளிக்கப்படும் அருட்காணிக்கைகளைப் பெற்றுக்கொள்வதற்காகக் காது கேளாத தனது உறவினர் இலேரியனை பிரார்த்தனை ரொட்டியுடன் 'ஜீவித்திருப்பவருக்காக' என்றும், 'நீத்தாருக்காக' என்றும் தரப்படுகிற பட்டியல்களை வாசிக்கச்செய்வார். இலேரியன் அவற்றை வாசித்துவிட்டு ஒவ்வொரு பூசனைக்கும் ஐந்தோ

பத்தோ கொபேக்குகள் பெற்றுக்கொள்வான். தலை நரைத்து சொட்டையாகி ஆயுள் தேய்ந்தபோதுதான் தாள் ஒன்றில் 'இலேரியன், எப்படிப்பட்ட அடிமுட்டாள் நீ!' என்று எழுதப்பட்டிருப்பதைத் திடீரென கவனித்தான். பதினைந்து வயதுவரைக்கும் பாவ்லூசா அவ்வளவாய் தேறாமல் மோசமான மாணவனாக இருந்த காரணத்தால் அவரை இறையியல் பள்ளியிலிருந்து வெளியேற்றி கடை ஒன்றில் வேலை செய்ய அனுப்பினர். ஒருமுறை, அபினினோவில் உள்ள தபால் அலுவலகத்துக்குக் கடிதங்களைப் பெறச்சென்ற போது அங்கு இருந்த அலுவலர்களை நெடுநேரம் பார்த்துக் கொண்டிருந்தான். "உங்களிடம் ஒன்று கேட்க வேண்டும். உங்களுக்கு சம்பளம் எப்படி? மாதம் ஒரு முறையா அல்லது தினசரியா?"

சிலுவையிட்டுக்கொண்ட ஆயர் வேறெதையும் யோசிக்காமல் தூங்க வேண்டும் என மறுபுறம் புரண்டு படுத்தார்.

'என்னுடைய அம்மா வந்திருக்கிறார்...' என்பதை நினைத்துச் சிரித்தார்.

ஜன்னலின் வழியே நிலவு தெரிந்தது. தரையில் படர்ந்திருந்த வெண்ணொளியின் மீது நிழல்கள். பூச்சியின் இரைச்சல். அடுத்த அறையில், சுவரின் மறுபக்கமாய், அருட்தந்தை சிசோயின் குறட்டையொலி. அந்த முதியவரின் குறட்டைச் சத்தத்தில் தனித்துவிடப்பட்ட அனாதையின், அலைந்து திரியும் ஆதரவற்றவனின் குரலைக் கேட்க முடிந்தது. சிசோய் முன்பு மறைமாவட்டத் தலைவரின் நிர்வாகியாகப் பணியாற்றியவர் என்பதால் அவர் இப்போது 'முன்னாள் அருட்தந்தையின் நிர்வாகி' என்றே அழைக்கப்பட்டார். அவருக்கு வயது எழுபது. நகரத்திலிருந்து பத்து மைல்களுக்கு அப்பால் இருக்கும் மடாலயத்திலும் நகரத்திலும் அல்லது அவர் இருக்க நேர்ந்த இடங்களிலெல்லாம் வசித்திருக்கிறார். மூன்று நாட்களுக்கு முன்பு அவர் புனித பன்கிராதி மடாலயத்துக்கு வந்தபோது ஓய்வு நேரங்களில் பல்வேறு விஷயங்களைப் பற்றியும் உள்ளூர் சமாச்சாரங்களையும் பேசுவதற்காகவும் ஆயர் அவரை அங்கே தங்க அனுமதித்திருந்தார்.

ஒன்றரை மணிக்கு அதிகாலைப் பிரார்த்தனைக்கான மணியொலித்தது. அருட்தந்தை சிசோய் இருமுவதும்,

அதிருப்தியுடன் எதையோ முணுமுணுப்பதும், பிறகு எழுந்து வெறுங்காலுடன் அறையினூடாக நடப்பதும் காதில் விழுந்தது.

"அருட்தந்தை சிசோய்!" ஆயர் குரல்கொடுத்தார்.

தனது அறைக்குச் சென்ற சிசோய் சிறிது நேரத்துக்குப் பிறகு பூட்ஸ்கள் அணிந்துகொண்டு கையில் மெழுகுவர்த்தியுடன் வெளியில் வந்தார். உடுப்புக்கு மேலாக அங்கியொன்றை அணிந்திருந்த அவரது தலையில் நிறம் மங்கிய பழைய தொப்பி.

"என்னால் தூங்க முடியவில்லை" அருட்தந்தை எழுந்து உட்கார்ந்தார், "எனக்கு உடம்பு சரியில்லாமல் இருக்க வேண்டும். என்னவென்று தெரியவில்லை. காய்ச்சலா?"

"உங்களுக்குச் சளி பிடித்திருக்க வேண்டும், ஐயா. தைலம் இட்டுத் தேய்க்க வேண்டும்."

சிறிது நேரம் நின்றிருந்த சிசோய் கொட்டாவி விட்டார், "கர்த்தரே இந்தப் பாவியை மன்னியுங்கள்."

"யெரகினின் கடையில் இன்று மின்சார விளக்குகளை பொருத்தியிருந்தனர்" என்று சொன்னார், "எனக்குப் பிடிக்கவில்லை."

அருட்தந்தை சிசோய் வயதானவர். ஒல்லியாக, கூன்போட்டு எப்போதும் அதிருப்தியுடனே காணப்படுபவர். அவரது கண்களில் எப்போதும் நண்டைப் போல சினம் எகிறிய படியிருக்கும்.

"பிடிக்கவில்லை" என்றபடியே வெளியே சென்றார், "பிடிக்க வில்லை. கர்த்தர் அவர்களுக்கு அருள்புரியட்டும்."

மறுநாள், குருத்தோலை ஞாயிறு அன்று, நகரத்தில் இருந்த தேவாலயத்தில் வழிபாட்டை நிகழ்த்திவிட்டு மறை மாவட்ட தலைவரைச் சந்தித்தார் ஆயர். அதன் பிறகு நோய்வாய்ப்பட்ட, மூத்த அதிகாரிகளின் விதவைகளைச் சென்று பார்த்தார். கடைசியில் தனது இல்லத்துக்குத் திரும்பினார். ஒரு மணியிலிருந்து இரண்டு மணிவரையிலும்

நெருங்கிய இரண்டு விருந்தினர்களுடன் உணவருந்தினார். வயதான அவரது அன்னையும் எட்டு வயதான உறவுக்காரப் பெண் கத்யாவும்தான் அவர்கள். உணவருந்தும் சமயத்தில் ஜன்னல் வழியாக வெளியிலிருந்து உள்ளே எட்டிப்பார்த்த இளவேனிற்காலத்தின் சூரிய வெளிச்சம் மேசைவிரிப்பின் மீதும் கத்யாவின் பழுப்புக் கூந்தலின் மேலும் அபாரமாய்ப் பளபளத்தது. இரட்டை ஜன்னலின் வழியாகத் தோட்டத்தில் திரிந்த சேவல்களின் கூவலையும் ஸ்டார்லிங் பறவைகளின் பாடல்களையும் கேட்க முடிந்தது.

“ஒருவரையொருவர் நாம் பார்த்து ஒன்பது வருடங்கள் ஆகிவிட்டன” முதியவள் சொன்னாள் “ஆனால், நேற்று உன்னை நான் மடத்தில் பார்த்தேன். ஆண்டவரே! கொஞ் சமும் நீ மாறவேயில்லை. கொஞ்சம் மெலிந்திருக்கிறாய். தாடி கொஞ்சம் வளர்ந்திருக்கிறது. சொர்க்கத்தின் அரசியே, புனித அன்னையே! நேற்று வழிபாட்டின்போது யாராலும் தாங்கவே முடியவில்லை, எல்லோருமே அழுதார்கள். உன்னைப் பார்த்துவிட்டு நானும் சட்டென்று அழுதேன். ஏனென்று தெரியவில்லை. ஆண்டவரின் ஆசிர்வாதம்தான்.”

இதையெல்லாம் மிகுந்த வாஞ்சையுடன் அவள் சொன்ன போதும்கூட அவரை மரியாதையுடன் விளிப்பதா அல்லது சாதாரணமாக அழைப்பதா, சிரிப்பதா வேண்டாமா என்று தெரியாமல் தர்மசங்கடத்துடன் இருந்தாள். அப்போது அவள் அவருடைய அன்னை என்பதைவிட முன்னாள் தேவாலய பணியாளின் விதவையாகவே தன்னை உணர்ந்தாள். ஆனால், கத்யா கண்ணிமைக்காமல் என்னமாதிரியான ஆள் இவர் என்று அறிந்துகொள்ள முயல்பவளைப் போல தன்னுடைய உறவினரை, ஆயரை உற்றுப்பார்த்தாள். வாரப்பட்டிருந்த அவளது தலைமயிர் கலைந்து வெல்வெட் ரிப்பனிலிருந்து விடுபட்டு ஒளிவட்டம்போல் நின்றிருக்க அவளது நாசி மேல்நோக்கியிருக்க கண்களில் குறும்பு மின்னியது. உணவருந்த உட்கார்வதற்கு முன்பே அவள் ஒரு கண்ணாடிக் கோப்பையை உடைத்திருந்தாள். இப்போது அவளுடைய பாட்டி பேசிக்கொண்டிருக்கும்போதே கண்ணாடிப் பாத்திரங்களையும் கோப்பைகளையும் அவளிடமிருந்து தள்ளி வைத்தபடியே இருந்தாள். தன் அன்னையார் சொல்வதைக் கவனித்துக்கொண்டிருந்த ஆயர் பல ஆண்டுகளுக்கு முன்பு

சகோதரர்களையும் சகோதரிகளையும் செல்வந்தர்கள் என்று கருதக்கூடிய உறவினர்களின் வீடுகளுக்கு அவள் அழைத்துச் சென்றதை நினைவுகூர்ந்தார். அப்போது தன் பிள்ளைகளின் மேல் அக்கறைகாட்டிய அவள், இப்போது தன் பேரப்பிள்ளைகளின் மேல் பாசம் காட்டுகிறாள். இன்று கத்யாவை அழைத்து வந்திருக்கிறாள்.

"உன்னுடைய சகோதரி வரென்காவுக்கு நான்கு குழந்தைகள்" என்றாள் அவள், "இந்த கத்யாதான் மூத்தவள். மருமகன் அருட்தந்தை இவான் திருவிருந்துக்கு மூன்று நாட்களுக்கு முன்பு நோய்வாய்ப்பட்டு செத்துப்போனார். என்ன காரணம் என்று ஆண்டவருக்குத்தான் தெரியும். இப்போது அவள் பிச்சையெடுக்கும் நிலைமையில் இருக்கிறாள்."

"நிகனோர் எப்படியிருக்கிறார்?" ஆயர் தனது மூத்த சகோதரரைப் பற்றிக் கேட்டார்.

"நன்றாக இருக்கிறான். ஆண்டவருக்கு நன்றி. கடவுளின் ஆசியால் சமாளிக்க முடிகிறது. ஒரே ஒரு பிரச்சினைதான், அவனுடைய மகன் நிகோலஸா, என்னுடைய பேரன், ஒரு அலுவலராகப் பணியாற்ற விரும்பவில்லை. மருத்துவராக வேண்டும் என்று பல்கலைக்கழகத்துக்குப் போனான். அதுதான் நல்லது என்று அவன் நினைத்தான். ஆனால், யாருக்குத் தெரியும். ஆண்டவரின் விருப்பப்படிதானே நடக்கும்."

"நிகோலஸா இறந்தவர்களின் உடலை அறுக்கிறான்" என்று சொன்ன கத்யா மடிமேல் தண்ணீரைச் சிந்தினாள்.

"நேராக உட்காரம்மா" அமைதியாகச் சொன்ன பாட்டி அவளிடமிருந்து தம்ளரை வாங்கினாள் "உண்ணும்போது கடவுளைப் பிரார்த்திக்க வேண்டும்."

"வெகுநாட்களாக நாம் சந்திக்கவே இல்லை" என்று சொன்ன ஆயர் தன் அன்னையின் தோளையும் புஜத்தையும் மென்மையாகத் தட்டிக்கொடுத்தார் "வெளிநாட்டில் இருந்த போது உங்களுக்காக நான் ஏங்கினேன். அம்மா, மிகவும் ஏங்கினேன்."

"உனக்கு நன்றி."

"மாலை நேரங்களில் திறந்த ஜன்னலின் அருகே உட்கார்வது வழக்கம். முடிந்தவரையிலும் தனியாகவே. அப்போது இசைக்கத் தொடங்குவார்கள். உடனடியாக வீட்டைப் பற்றிய ஏக்கம் என்னைப் பற்றிக்கொள்ளும். வீட்டுக்கு வந்து உன்னைப் பார்ப்பதற்காக என்ன வேண்டுமானாலும் செய்யலாம் என்ற எண்ணம் ஏற்படும்."

அவருடைய அன்னை புன்னகைத்தாள். முகம் மலர்ந்தது. ஆனால், சட்டென்று முகத்தை இறுக்கியபடி சொன்னாள், "உனக்கு நன்றி."

திடீரென்று அவரது மனநிலை மாறியது. தன் அன்னையை ஏறிட்டார். அவளது முகத்திலும் குரலிலும் அச்சுறுத்தும், தோல்வியுற்ற முகபாவம் எப்படி வந்தது, ஏன் வந்தது என்றும் அவருக்குப் புரியவில்லை. அவளை அவருக்கு அடையாளம் தெரியவில்லை. துயரமாகவும் வெறுப்பாகவும் உணர்ந்தார். கூடவே நேற்றுபோலவே அவருக்குத் தலை வலித்தது. கால்களில் கடுமையான வலி. மீனைப் பார்க்கவே பிடிக்கவில்லை. சாப்பிடத் தோன்றவில்லை. நிறைய தண்ணீர் குடிக்க வேண்டும் போலிருந்தது.

உணவுக்குப் பிறகு வந்த இரண்டு பணக்காரச் சீமாட்டிகள், நில உரிமையாளர்கள், தூக்கிவைத்த முகத்துடன் அமைதியாக ஒன்றரை மணி நேரம் செலவிட்டார்கள். அவ்வளவாய்ப் பேசாத சற்றே காது கேளாத, மடாலயங்களின் பெருந்தலைவர் அங்கு வந்தார். அதன் பிறகு, மாலைப் பிரார்த்தனைக்கான மணி ஒலித்தது. மரங்களுக்குப் பின்னால் சூரியன் அஸ்தமித்தான். அன்றைய தினம் முடிந்தது. தேவாலயத்திலிருந்து திரும்பிய ஆயர் அவசரமாகப் பிரார்த்தனைகளை முடித்துக்கொண்டு படுக்கைக்குச் சென்று கதகதப்புடன் போர்த்திக்கொண்டு படுத்தார்.

உணவின்போது உண்ட மீனைப் பற்றிய நினைவு உவப்பானதாக இருக்கவில்லை. நிலவொளி அவரைத் தொந்தரவு செய்தது. அதன் பிறகு, யாரோ பேசிக்கொண்டிருப்பதைக் கேட்டார். பக்கத்து அறையில், வரவேற்பறையாக இருக்க வேண்டும், அருட்தந்தை சிசோய் அரசியலைப் பற்றி விவாதித்துக் கொண்டிருந்தார்.

"ஜப்பான் இப்போது போரில் இறங்கியுள்ளது. சண்டையில் ஈடுபட்டுள்ளது. ஜப்பானியர்களும் மான்டெனிகிரினியர்களின் இனத்தைச் சார்ந்தவர்களே. அவர்கள் இருவருமே துருக்கிய நுகத்தடியில் பிணைக்கப்பட்டவர்கள்."

அதன் பிறகு, மரியா டிமோபீவ்னாவின் குரல் ஒலித்தது.

"எனவே, நாங்கள் பிரார்த்தனையை முடித்துவிட்டுத் தேநீர் குடித்தோம். அதன் பிறகு, நோவோகட்னியில் அருட்தந்தை யாகோரை சந்திக்கச் சென்றோம். அது..."

தொடர்ந்து அவள் பேசும்போது, அவள் தன் வாழ்க்கை முழுக்க தேநீர் மட்டுமே குடித்துக்கொண்டிருந்ததுபோல "தேநீர் குடித்தோம்", "ஒரு கோப்பை பருகினோம்" என்றே திரும்பத் திரும்பச் சொன்னாள். இறையியல் பள்ளியையும் வேதாகமக் கல்விச் சாலையையும் ஆயர் மெல்ல நினைவு கூர்ந்தார். இறையியல் கல்லூரியில் மூன்று ஆண்டுகள் அவர் கிரேக்க மொழியைக் கற்றுக்கொடுத்த சமயத்தில் அவரால் கண்ணாடி அணியாமல் வாசிக்க முடியாமலிருந்தது. அதன் பிறகு, தலைமழிக்கப்பட்டு துறவியாக பள்ளி ஆய்வாளராக நியமிக்கப்பட்டார். அதன் பிறகு, அவர் தனது ஆய்வேட்டை சமர்ப்பித்தார். முப்பத்தி இரண்டாவது வயதில் இறையியல் கல்லூரியின் தலைவராக நியமிக்கப்பட்டார். திருச்சபை மடத்தின் தலைவராகவும் நியமிக்கப்பட்டார். அதன் பிறகு, வாழ்க்கை சுலபமானதாகவும் மகிழ்ச்சியானதாகவும் ஆகியிருந்தது. எல்லையே காண முடியாத அளவுக்கு அது நீண்டதாகவும் அமைந்திருந்தது. அதன் பிறகு, அவர் நோயுற்று உடல் எடை குறைந்து கிட்டத்தட்ட பார்வையையும் இழந்த நிலையில் மருத்துவர்களின் ஆலோசனையின்படி எல்லாவற்றையும் விட்டுவிட்டு வெளிநாட்டுக்குச் சென்றார்.

"அதன் பிறகு என்ன நடந்தது?" பக்கத்து அறையில் சிசோய் விசாரித்தார்.

"பிறகு, நாங்கள் தேநீர் குடித்தோம்..." மரியா டிமோபீவ்னா பதிலளித்தாள்.

"அருட்தந்தையே, உங்களுடைய தாடி பச்சையாக உள்ளது" என்று ஆச்சரியத்துடன் திடீரென்று சொல்லிவிட்டு சிரித்தாள் கத்யா.

நரைமுடியுடன் கூடிய அருட்தந்தை சிசோயின் தாடியில் கொஞ்சம் பச்சை நிறம் கூடியிருந்ததை நினைவுகூர்ந்த ஆயரும் சிரித்தார்.

"கடவுளே, என்னமாதிரியான சிறுமி இவள்" சினமடைந்த சிசோய் உரக்கச் சொன்னார், "அடங்காப்பிடாரி, நிமிர்ந்து உட்கார்."

வெளிநாட்டில் வசித்தபோது சேவை புரிந்த புத்தம் புதிய வெண்ணிற தேவாலயத்தை நினைத்துக்கொண்டார் ஆயர். கூடவே வெதுவெதுப்பான கடலின் ஓசையையும் எண்ணிப் பார்த்தார். அவருடைய அடுக்கக வீட்டில் உயரமான மேற்கூரையைக் கொண்ட பிரகாசமான ஐந்து அறைகள். படிப்பறையில் ஒரு புதிய மேசை உண்டு. நூலகமும் இருந்தது. ஏராளமாய் வாசித்தார். நிறைய எழுதினார். வீட்டைக் குறித்த மிகுந்த ஏக்கத்துடன் இருந்ததை அவர் நினைத்துக்கொண்டார். அதேபோல ஒவ்வொரு நாளும் அவருடைய ஜன்னலுக்கு அருகே பார்வையிழந்த ஒரு பிச்சைக்காரி அன்பைக் குறித்துப் பாடியபடியே கிதார் வாசித்ததையும் அதைக் கேட்கும் ஒவ்வொரு முறையும் தனது கடந்த காலத்தை நினைத்துக்கொண்டதையும் இப்போது யோசித்துப் பார்த்தார். எட்டு ஆண்டுகளுக்குப் பிறகு அவர் ரஷ்யாவுக்குத் திரும்ப அழைக்கப்பட்டார். இங்கே இணைப் ஆயராக நியமிக்கப்பட்டார். கடந்தகாலம் முழுவதும் தொலைவில் எங்கோ பனிமூட்டத்தினூடே ஒரு கனவைப் போல மறைந்துபோனது.

ஒரு மெழுகுவர்த்தியுடன் அருட்தந்தை சிசோய் அவரது அறைக்குள் வந்தார்.

"தூங்கிவிட்டீர்களா, ஐயா?"

"ஏன்?"

"இன்னும் நேரம் இருக்கிறது. மணி பத்துகூட ஆகவில்லை. இன்று ஒரு மெழுகுவர்த்தியை வாங்கினேன். உங்களுக்குத் தைலம் தேய்க்கலாம் என்றிருந்தேன்."

"எனக்குக் காய்ச்சல் அடிக்கிறது..." ஆயர் எழுந்து உட்கார்ந்தார் "எனக்கும் ஏதாவது செய்தாக வேண்டும்தான். தலை வலி தாங்க முடியவில்லை."

சிசோய் அவருடைய சட்டையைக் கழற்றிவிட்டு மார்பிலும் முதுகிலும் மெழுகைக் கொண்டு தடவினான்.

"அங்கேதான்... அந்த இடம்தான்" என்றார் "ஆண்டவரே. அந்த இடந்தான். இன்று நான் நகரத்துக்குப் போயிருந்தேன். அவருடைய பெயர் என்ன... மடத்தின் தலைவர் சிடோன்ஸ்கியைப் போய்ப் பார்த்தேன். அவருடன் தேநீர் குடித்தேன். அவரை எனக்குப் பிடிக்கவில்லை... கடவுளே... அங்கேதான். அவரை எனக்குப் பிடிக்கவே இல்லை."

மறைமாவட்டத்தின் தலைவர் வயதானவர். மிகவும் பருமனானவர். மூட்டுவலியால் சிரமப்பட்ட அவர் ஒரு மாதத்துக்கும் மேலாகப் படுக்கையைவிட்டு எழுந்திருக்கவே இல்லை. அநேகமாக ஒவ்வொரு நாளும் ஆயர் பியோதர் அவரைப் பார்க்கச் சென்றார். அவருக்குப் பதிலாகக் குறைநிவர்த்தி தேடி வருபவர்களைச் சந்தித்தார். இப்போது இவருக்கே உடல்நிலை சரியாக இல்லாதபோது விசாரித்தவர்களின், அழுதவர்களின் வெறுமையாலும் சின்னத்தனங்களாலும் நொந்திருந்தார். அவர்களுடைய பிற்போக்குத்தனத்தாலும் கோபத்தாலும் எரிச்சலடைந்திருந்தார். இதுபோன்ற மிக அற்பமான தேவையற்ற காரியங்கள் அனைத்தும் ஒன்றுசேர்ந்து அவரை அமுக்கிவிட்டது. தனது இளமையில் 'விருப்பத்தின் சுதந்திரம் குறித்த பாடங்கள்' என்பதை எழுதி, இப்போது எல்லாவற்றையும் மறந்து அற்பமான விஷயங்களில் முற்றிலும் தன்னை மூழ்கடித்துக்கொண்டு கடவுளைப் பற்றியே நினைக்காமல் இருக்கும் மறைமாவட்டத் தலைவரை அவரால் புரிந்துகொள்ள முடிந்தது. வெளிநாட்டில் இருந்தபோது ரஷ்ய வாழ்க்கைக்கு அன்னியப்பட்டிருக்க வேண்டும் என்பதால் இது அவருக்கு சுலபமாக இருக்கவில்லை. ஜனங்கள் கரடுமுரடானவர்களாகவும், குறைநிவர்த்தி தேடிவரும் பெண்கள் முட்டாள்களாக, சலிப்பேற்படுத்துபவர்களாகவும், இறையியல் கல்லூரி மாணவர்களும் அவர்களது ஆசிரியர்களும் நாகரிகமற்றவர்களாகவும் சிலசமயம் காட்டுமிராண்டிகளாகவும் நடந்துகொள்வதாகத் தோன்றியது. உள்ளே தரப்படுவதும் வெளியே அனுப்பப்படுவதுமாய் ஏராளமான எண்ணற்ற காகிதங்கள். அளவற்ற காகிதங்கள். மறைமாவட்டத்திலுள்ள கிராமப்புற மதகுருக்கள் இளம்

துறவிகளுக்கும் வயதுமுதிர்ந்த துறவிகளுக்கும் அவர்களுடைய மனைவியருக்கும் பிள்ளைகளுக்கும்கூட அவர்களுடைய நடத்தைக்கான தகுதித் தரங்களை, A என்றும் B என்றும் சிலசமயங்களில் C என்றும்கூட மதிப்பிடுவதுண்டு. அவற்றைக் குறித்தெல்லாம் பேசவும் படிக்கவும் எழுதவுமான தேவையிருந்தது. சுதந்திரமான சில நொடிகளேனும் அவருக்கு வாய்க்கவில்லை. அவருடைய ஆன்மா நாள்முழுதும் நடுநடுங்கியபடி இருந்தது. தேவாலயத்தில் இருக்கும்போது மட்டுமே ஆயர் பியோதர் அமைதியை உணர்ந்தார்.

பணிவான, அமைதியான குணம்கொண்டவராக இருந்த போதும், அவருடைய விருப்பம் இல்லாமலே மக்களிடம் ஏற்படுத்திய பயத்தை அவரால் சகித்துக்கொள்ள முடியவில்லை. அந்தப் பிரதேசத்தைச் சேர்ந்த ஜனங்கள் எல்லோரும் அவரைப் பார்க்கும்போது குறுகிப்போய் குற்றவுணர்வுடன் அஞ்சி நடுங்குபவர்களாய்த் தென்பட்டனர். அவரெதிரில் எல்லோருமே பயந்துபோனவர்களாய் இருக்கிறார்கள். பழைய மதகுருமார்கள் பலரும்கூட அவருடைய காலில் விழுந்தனர். அண்மையில் தேவாலயத்துக்குக் குறைநிவர்த்திக்காக வந்த ஒரு பெண், கிராமத்து மதகுருவின் மனைவி, பயத்தால் ஒரு வார்த்தைகூட பேச முடியாமல் ஒன்றுமே சொல்லாமல் வெளியேறிவிட நேர்ந்தது. பிரசங்கத்தின்போது ஜனங்களின் மீதுள்ள கருணையால் அவர்களைப் பற்றி குறைகூற விரும்பாத, ஒருபோதும் வெறுத்து ஒதுக்காத மனிதரான அவர் இதுபோன்ற குறை நிவர்த்திக்கான விண்ணப்பதாரர்களின் மீது எரிச்சலுற்று அவர்களது விண்ணப்பங்களை வீசி எறிந்தார். அவர் அங்கிருந்த வரையிலும் ஒரு நபர்கூட அவரிடம் உள்ளார்ந்தும் எளிமையாகவும் மனிதத்தன்மையுடனும் பேசவேயில்லை. அவருடைய வயது முதிர்ந்த அன்னையும்கூட அதுபோலவேதான் இருந்தார். சிசோவுடன் தன்னிச்சையாகப் பேசி சிரித்துக்கொண்டிருக்கும் அவரது அன்னை தன்னுடைய மகனுடன் இருக்கும்போது மட்டும் தீவிரத்துடனும் அமைதியாகவும் கூச்சத்துடனுமே இருந்தது ஏன் என்று ஒருவர் கேட்கக்கூடும். அவரெதிரில் சுதந்திரமாக நடந்துகொண்டு அவர் விரும்பும் படியாகப் பேசிய ஒரே நபர், தன் வாழ்நாள் முழுவதையும் ஆயர்களுடனே கழித்த, அவர்களில் பதினோரு பேர்கள் மறைந்த பின்னும் வாழும், முதியவரான சிசோய் மட்டுமே. அதனால்தான் அவர்

மிகக் கடினமான, குழப்பமான நபர் என்றாலும் கேள்விக்கு இடமின்றி அவருடன் இயல்பாக உணர முடிந்தது.

செவ்வாய்க்கிழமையன்று வழிபாட்டுக்குப் பிறகு ஆயர் மறைமாவட்டத் தலைவரின் இல்லத்தில் குறைநிவர்த்தி மனுதாரர்களை சந்தித்ததில் மிகவும் சோர்ந்து சினமடைந்து இல்லம் திரும்பினார். இன்னும் அவருக்கு உடல்நலம் சரியாக இல்லாததால் படுக்கைக்குச் செல்ல விரும்பினார். ஆனால், வீடு திரும்பிய சிறிது நேரத்திலேயே இளம் வியாபாரியான யெரகின் முக்கியமான காரியமாக சந்திக்க வந்திருப்பதாகச் சொல்லப்பட்டது. அவரை வரவேற்றுப் பேசியாக வேண்டும். யெரகின் ஒரு மணி நேரம் அங்கிருந்தார். உரக்கப் பேசினார். கிட்டத்தட்ட கத்திச் சொன்னதால் அவர் என்ன சொன்னார் என்பதையே புரிந்துகொள்ள முடியவில்லை.

“ஆண்டவரின் கருணை” என்றபடியே வெளியே சென்றார், “உறுதியாக நிறைவேறும். சூழ்நிலையைப் பொறுத்து, ஆயர் அவர்களே. அப்படி நடக்க வேண்டும் என்று விரும்புகிறேன்.”

அவருக்குப் பிறகு, தொலை தூரத்தில் இருந்த மடத்திலிருந்து தலைமை கன்னியாஸ்திரி வந்திருந்தார். அவர் புறப்பட்டுச் சென்றபோது மாலை நேரப் பிரார்த்தனைக்கான மணி ஒலிக்கவே அவர் தேவாலயத்துக்குப் புறப்பட்டுச் செல்ல வேண்டியிருந்தது.

மாலையில் துறவிகள் இனிமையாக, உற்சாகத்துடன் பாடினார்கள். கருத்த தாடியுடைய ஒரு இளம் துறவி இசைக்குழுவை ஒருங்கிணைத்திருந்தார். அலங்கரிக்கப்பட்ட அறைக்கு நள்ளிரவு நேரத்தில் வரும் மணமகளைப் பற்றிய அந்தப் பாடலைக் கேட்டுக்கொண்டிருந்த ஆயர் தான் செய்த பாவங்களுக்காக வருந்தவில்லை, துயரடையவில்லை என்று உணர்ந்தார். ஆனால், அதற்குப் பதிலாக உள்ளார்ந்த அமைதியையும் மௌனத்தையும் அனுபவித்தார். கூடவே மணமகனைக் குறித்தும் அலங்கரித்த அறையைப் பற்றியுமான பாடல்களும் பாடப்பட்ட தனது தொலைதூரக் கடந்தகாலத்துக்கு குழந்தைப் பருவத்துக்கும் இளமைப் பருவத்துக்கும் அவரது எண்ணங்களை எடுத்துச் சென்றது. அந்தக் கடந்தகாலம் இப்போது உயிரூட்டத்துடனும் அழகானதாகவும் குதூகலமானதாகவும் இதற்கு முன்பு

இல்லாததுபோலவும் தோன்றியது. வேறொரு உலகில், வேறொரு வாழ்வில் தொலைந்துபோன நமது கடந்த காலத்தை, இன்றைய நம் வாழ்வை, இதே போன்ற உணர்வுடன் நாம் நினைத்திருப்போம். யாருக்குத் தெரியும். ஆயர் இப்போது தனது இருக்கையில் அமர்ந்திருக்கிறார். அந்த இடம் இருண்டிருக்கிறது. அவரது முகத்தில் கண்ணீர் வழிந்தோடுகிறது. இப்போதிருக்கும் பதவியில் உள்ள ஒரு மனிதனால் சாதிக்க முடிந்த அனைத்தையும் அவர் சாதித்திருக்கிறார் என்ற நம்பிக்கை அவருக்கு இருந்தது. ஆனால், எல்லாமே அத்தனை தெளிவாக இல்லை. இன்னும் ஏதோவொன்று குறையாக இருந்தது. செத்துப்போக விரும்பவில்லை அவர். ஏதோவொரு முக்கியமான விஷயம், முன்பொரு முறை அரைகுறையாகக் கனவில் கண்ட ஒன்று, தன்னிடம் இல்லை என்பதை உணர்ந்திருந்தார். குழந்தைப் பருவத்திலும் கல்விச்சாலையிலும் வெளிநாட்டிலும் எதிர்காலத்தின் மேல் கொண்டிருந்த அதே நம்பிக்கையே இன்றும் அவரை ஊக்குவித்திருந்தது.

"இன்று அவர்கள் மிக நன்றாகப் பாடுகிறார்கள். அபாரம்" பாடலை ரசித்தபடியே நினைத்தார் அவர்.

வியாழக்கிழமை அன்று பேராலயத்தில் அவர் வழிபாட்டை நிகழ்த்தினார். கால்களைக் கழுவும் சடங்கு அப்போது நடந்தது. ஆலயத்தில் நிகழ்வுகள் முடிந்து அனைவரும் வீட்டுக்குத் திரும்பியபோது வெயிலும் வெம்மையுமான உற்சாகமான பொழுதாக இருந்தது. சாக்கடைகளில் ஓசையுடன் தண்ணீர் பெருக்கெடுத்தது. நகரத்துக்கு வெளியே இருந்த வயல்களிலிருந்து வானம்பாடிகளின் முடிவற்ற மென்மையான பாடல் ஒலித்தது. மரங்கள் உயிர்ப்புடனும் இணக்கமான புன்னகையுடனும் அசைந்துகொண்டிருந்தன. அவற்றுக்கு மேலே எல்லையற்ற, எத்தனை தொலைவு வரைக்குமென்று கடவுளே அறிவார், நீல வானம் விரிந்திருந்தது.

இல்லத்துக்குத் திரும்பிய ஆயர் தேநீர் அருந்திவிட்டு உடைகளை மாற்றிக்கொண்டு படுக்கைக்குச் சென்றார். ஜன்னல் பலகைகளை மூடும்படி உதவியாளரிடம் கேட்டுக் கொண்டார். படுக்கையறை இருண்டது. களைப்பும், கால்களிலும் முதுகிலும் வேதனையும், கனத்த சில்லென்ற

வலியும், காதுகளில் ஏதோவொரு இரைச்சலுமாய் பெரும் அவஸ்தை. நெடுநேரமாய் தூங்கமலே படுத்திருந்தார். கண்களை மூடியவுடனே மூளையில் மின்னலடித்த ஏதோ வொரு அற்பமான விஷயமே வெகு நேரமாகத் தன்னைத் தூங்கவிடாமல் செய்கிறது என்பதை உணர்ந்தார். முந்தைய தினத்தைப் போலவே பக்கத்து அறையிலிருந்து சுவர்களைக் கடந்து குரல்களும் கண்ணாடிக் கோப்பைகளும் கரண்டிகளும் மோதும் ஓசையும் கேட்டன. மரியா டிமோபீவ்னா வேடிக்கை யாகவும் மகிழ்ச்சியாகவும் அருட்தந்தை சிசோவிடம் எதையோ சொல்ல அவரும் கடுகடுப்புடன் இணக்கமற்ற குரலில் "ஓ அவர்களா? பிறகு என்ன நடந்தது?" என்று கேட்டார். முன்பின் தெரியாதவர்களுடன் சாதாரணமாகவும் இயல் பாகவும் பழகும் அந்த முதியவள், சொந்த மகனான தன்னிடம் பயத்துடன் இருப்பதையும் அளவாகப் பேசுவதையும் சொல்ல நினைத்ததை சொல்லாமல் இருப்பதையும் நினைத்து மறுபடியும் அவர் மனம் வெறுத்து வேதனையுற்றார். மேலும், இந்த சில நாட்களில் அவருக்கு எதிரில் உட்கார தர்மசங்கடப்பட்டவளாக நிற்பதற்கு ஏதேனும் சாக்கைத் தேடுவதையும் உணர்ந்திருந்தார். இன்று அப்பா இருந்திருந்தால்? அவர் உயிருடன் இருந்திருப்பின் தனக்கு முன்னால் ஒரு வார்த்தைகூட உச்சரித்திருக்க மாட்டார்.

அடுத்த அறையில் என்னவோ தரையில் விழுந்து உடைந்தது. ஏதோவொரு கோப்பையையோ அல்லது தட்டையோ கத்யா கீழே போட்டிருக்க வேண்டும். ஏனெனில், திருத்தந்தை சிசோ திடீரென்று துப்பிவிட்டு கோபத்துடன் கத்தினார், "அடங்காப் பிடாரி இந்தச் சிறுமி, ஆண்டவரே, எம்மை மன்னித்தருளும். இந்தப் பாவியைப் பொறுத்தருளும். இவளை சமாளிக்கவே முடியவில்லை."

அதன் பிறகு, அனைத்துமே அடங்கிப்போனது. வெளியி லிருந்து மட்டுமே சத்தங்கள் கேட்டன. ஆயர் கண்களைத் திறந்து பார்த்தபோது அசைவில்லாமல் நின்று அவரையே உற்றுப்பார்த்துக்கொண்டு நின்ற கத்யாவைக் கண்டார். அவளது பழுப்புக் கூந்தல் எப்போதும்போல வளையத்துக்கு மேலேறி ஒளிவட்டம்போல் பறந்தது.

"கத்யாவா?" என்று கேட்டார், "கீழே யாராவது கதவைத் திறந்து மூடுகிறார்களா?"

“எனக்குக் கேட்கவில்லை” என்ற கத்யா காதுகொடுத்துக் கேட்டாள்.

“இதோ, யாரோ இப்போதுதான் கடந்து செல்கிறார்கள்.”

“அது உங்கள் வயிற்றிலிருந்து வருகிறது, தாத்தா.”

சிரித்துக்கொண்டே அவர் அவளது தலையில் தட்டினார்.

“உன்னுடைய சகோதரன் நிகோலஸா இறந்தவர்களின் உடலை வெட்டுவதாகச் சொல்கிறாயா?” சிறிது இடைவேளைக்குப் பின் கேட்டார்..

“ஆமாம். அவர் படித்துக்கொண்டிருக்கிறார்.”

“அவர் கனிவானவரா?”

“கனிவானவர்தான். ஆனால், நிறைய வோட்கா குடிப்பார்.”

“உன் அப்பா என்ன வியாதியால் செத்துப்போனார்?”

“அப்பா மிகவும் பலவீனமாகவும் மெலிந்தும் இருந்தார். திடீரென்று அவருடைய தொண்டையில் ஒரு பிரச்சினை. அப்போது எனக்கும் உடம்பு சரியில்லை. அதேபோல என்னுடைய அண்ணன் பெத்யாவுக்கும். எல்லோருக்குமே தொண்டையில்தான் பிரச்சினை. அப்பா செத்துப்போனார். நாங்கள் இருவரும் குணமடைந்துவிட்டோம்.”

அவளுடைய தாடை நடுங்க, கண்களில் கண்ணீர் பெருகி மெதுவாகக் கன்னங்களில் உருண்டது.

“தயவுசெய்து...” சற்றே உரத்த குரலில் அழுதபடியே சொன்னாள் “அம்மாவும் நாங்கள் அனைவருமே மிகவும் பரிதாபமான நிலைக்குத் தள்ளப்பட்டிருக்கிறோம். எங்களுக்குக் கொஞ்சம் பணம் தாருங்கள். எங்கள்மீது கருணை காட்டுங்கள், தாத்தா.”

அவருமே நெகிழ்ந்திருந்தார். வெகு நேரத்துக்கு ஒரு வார்த்தையும்கூட சொல்ல முடியாமல் மனம் சோர்ந்திருந்தார். பிறகு, அவளது தலையைத் தடவி தோளைத் தொட்டுக்கொண்டு சொன்னார் “நிச்சயமாகக் குழந்தையே. கிறிஸ்துவின் பிரகாசமான உயிர்த்தெழல் நிகழும். அதன் பிறகு நாம் பேசுவோம். நான் உதவுகிறேன். நிச்சயமாய்.”

அவருடைய அன்னை சத்தமில்லாமல் பயந்தபடியே உள்ளே வந்து திருவுருவத்துக்கு முன்னால் நின்று சிலுவை யிட்டுக்கொண்டாள். அவர் இன்னும் தூங்காமல் இருப்பதைக் கண்டு கேட்டாள், "கொஞ்சம் சூப் குடிக்கிறாயா?"

"வேண்டாம். நன்றி..." என்று பதில் சொன்னார். "எனக்கு எதுவும் வேண்டாம்."

"உனக்கு உடம்பு சரியில்லைபோல தெரிகிறது. ஏன் உனக்கு உடல்நிலை கெட்டுப்போகாது? நாள் முழுக்க நின்றுகொண்டே இருக்கிறாய். நாள் முழுக்க. உன்னை அப்படிப் பார்ப்பதற்கே வேதனையாக இருக்கிறது. இருக்கட்டும். ஈஸ்டர் திருநாள் சீக்கிரம் வரவிருக்கிறது. ஆண்டவரின் கருணையால் உனக்கு ஓய்வு கிட்டும். அதன் பிறகு, நாம் பேசிக்கொள்ளலாம். இப்போது பேசிக்கொண்டிருந்து உனக்குத் தொல்லை தர விரும்பவில்லை. கதீச்கா, நாம் போகலாம் வா. அவர் தூங்கட்டும்."

வெகு நாட்களுக்கு முன்பு அவர் சிறுவனாக இருந்தபோது இதேபோன்ற நகைச்சுவை மிகுந்த, தோல்வியுற்ற பாவனை யுடன் ஒரு உள்ளூர் மதகுருவிடம் பேசியது அவருக்கு நினைவுக்கு வந்தது. அபரிமிதமான அன்பு மிகுந்த அவள் கண்களைக் கொண்டும், அறையிலிருந்து செல்லும்போது அவர் மீது செலுத்திய அச்சமும் கவலையும் கலந்த பார்வையிலிருந்துமே அவள் அவருடைய தாயார் என்று உணர முடியும். அவர் கண்களை மூடிக்கொண்டார். தூங்கிவிட்டதாக நினைத்த சமயத்தில் இரண்டு முறை கடிகார மணி ஒலிப்பதையும், அடுத்த பக்கத்தில் திருத்தந்தை சிசோ இருமுவதையும் கேட்டார். அவருடைய அன்னை மீண்டும் ஒரு முறை அறைக்குள் வந்து அச்சத்துடன் அவரைப் பார்த்து நின்றார். முற்றத்தில் ஏதோவொரு வண்டி வந்து நிற்பதை அதன் சத்தத்திலிருந்து அறிய முடிந்தது. திடீரென்று கதவு பலமாகத் தட்டப்பட்டது. உதவியாள் படுக்கையறைக்குள் வந்தார்.

"ஐயா" என்று அழைத்தார்.

"என்ன?"

"வண்டி தயாராக உள்ளது. புனிதவெள்ளிக்குச் செல்ல நேரமாகிவிட்டது."

"இப்போது மணி என்ன?"

"ஏழேகால்."

உடையணிந்துகொண்டு பேராலயத்துக்கு விரைந்தார். பன்னிரண்டு வசனங்கள் வாசித்து முடிக்கும்வரையிலும் ஆலயத்துக்கு நடுவே அசையாமல் நின்றிருந்தார் ஆயர். நீண்டதும் மிக இனிமையானதுமான முதல் வசனத்தை அவரே வாசித்தார். தீவிரமான ஆரோக்கியம் மிகுந்த மனநிலை அவரை ஆக்கிரமித்தது. 'பெருமைகொண்ட மனிதனின் திருமகன்' எனும் முதல் வசனத்தை மனப்பாடமாக அறிவார் அவர். அதை வாசிக்கும்போது அவ்வப்போது தன் கண்களை உயர்த்தி இரண்டு பக்கங்களிலும் ஒளிர்ந்திருந்த எண்ணற்ற விளக்குகளைப் பார்த்தார். மெழுகுவர்த்திகளின் சுடர்கள் அசைவதைக் கேட்டார். ஆனால், முந்தைய ஆண்டுகளைப் போல ஆட்களை அவரால் பார்க்க முடியவில்லை. குழந்தைப் பருவத்திலும் இளமையிலும் தான் பார்த்த அதே ஆட்கள்தான் என்று தோன்றியது அவருக்கு. ஒவ்வொரு வருடமும் அவர்கள் அப்படியேதான் இருப்பார்கள் என்றும் எண்ணம் எழுந்தது. ஆனால், எத்தனை ஆண்டுகளுக்கு அப்படியே இருப்பார்கள் என்பது அந்த ஆண்டவருக்குத்தான் வெளிச்சம்.

அவருடைய அப்பா கோயிலில் மணியொலிப்பவராக இருந்தார். தாத்தா ஒரு மதகுரு. பாட்டனாரும் ஆலயத்தில் உதவியாளராக இருந்தார். அவருடைய முன்னோர்கள் எல்லோருமே, கிறிஸ்தவ மதத்தை ரஷ்யா தழுவிய காலந்தொட்டே, தேவாலயப் பணிகளில் தம்மை ஈடுபடுத்திக் கொண்டவர்கள். எனவே, தேவாலய சேவையின் மீதான ஈடுபாடும் மதகுருமார்களும் ஆலயமணிகளின் ஓசையும் அவருக்குள் அழிக்க முடியாதபடி ஊறிப்போனவை. தேவாலயத்தில், அதுவும் தனது பொறுப்பில் அனைத்தையும் நிகழ்த்திய சமயங்களில், உற்சாகம் மிக்கவராகவும் தீவிரமானவராகவும் மகிழ்ச்சியுடையவராகவும் தன்னை உணர்ந்தார். இப்போதும் அதுபோலவே. எட்டாவது வசனம் வாசிக்கப்பட்ட சமயத்தில்தான் அவர் தனது குரல் தளர்ந்திருப்பதை உணர்ந்தார். அவர் இருமுவதுகூட பிறர் காதில் விழாதவண்ணம் இருந்தது. அவருக்கு மோசமாகத் தலை வலித்தது. விழுந்து விடுவோம் என்ற மோசமான பயம் அவரைத் தொந்தரவு செய்தது.

உண்மையில் அவருடைய கால்கள் மரத்துப்போயிருப்பதை மெல்ல மெல்ல உணரலானார். கீழே விழாமல் எப்படி நின்றுகொண்டிருக்கிறோம் என்பதை அவரால் விளங்கிக்கொள்ள முடியவில்லை.

வழிபாடு முடிவடைந்தபோது மணி பன்னிரண்டேகால் ஆகிவிட்டது. இல்லத்துக்குத் திரும்பியவர் உடைகளைக் களைந்துவிட்டுப் பிரார்த்தனைகளைச் சொல்லாமலே படுத்து விட்டார். அவரால் பேச முடியவில்லை. இப்போது அவரால் எழுந்து நிற்க முடியாது என்றும் தோன்றியது. கம்பளியை இழுத்துப் போர்த்திக்கொண்டபோது வெளிநாட்டைக் குறித்த தாங்க முடியாத ஏக்கம் ஒன்று அவருக்குள் எழுந்தது. பரிதாபமான மிக மோசமான ஜன்னல் பலகைகளையும் தளர்ந்த முகடுகளையும் பார்க்காமல் இருப்பதற்காகவும் மடாலயத்தின் இறுக்கமான அடர்ந்த காற்றை சுவாசிக்காமல் இருப்பதற்காகவும் தமது வாழ்வை முடித்துக்கொள்வோம் என்று நினைத்தார். மனம் திறந்து உள்ளதையெல்லாம் வெளியே கொட்டி பேசுவதற்கு யாரேனும் ஒரு நபர் அங்கே இருந்திருப்பின் எத்தனை நன்றாக இருந்திருக்கும்!

பக்கத்து அறையில் யாரோ ஒருவரின் காலடியோசையை நெடுநேரத்துக்குக் கேட்டுக்கொண்டிருந்தார். யார் என்று அவருக்கு நினைவில்லை. கடைசியில் கதவைத் திறந்துகொண்டு மெழுகுவர்த்தியுடனும் தேநீர்க் கோப்பையுடனும் சிசோ உள்ளே வந்தார்.

"முன்பே தூங்கிவிட்டீர்களா, ஐயா?" என்று கேட்டார். "வோட்காவையும் வினிகரையும் கொண்டு உங்களுக்கு தடவி விடலாம் என்று வந்தேன். நன்றாகத் தேய்த்துவிட்டால் நல்ல பலன் கிடைக்கும். ஆண்டவரே... அங்கே... அந்த இடத்தில்... இப்போதுதான் நமது மடாலயத்துக்கு வந்திருக்கிறேன். எனக்குப் பிடிக்கவில்லை. நாளை நான் புறப்படுகிறேன் ஐயா. இனியும் இங்கே இருக்க முடியாது."

சிசோவால் ஒரே இடத்தில் வெகுநாட்களுக்குத் தங்க முடியாது. இதற்குள்ளாகவே புனித பன்கிரிதி மடாலயத்தில் ஒரு வருடமாகத் தங்கியிருப்பதுபோல உணர்ந்திருந்தார் அவர். எல்லாவற்றையும்விட, அவருக்கு வீடு எங்கே உள்ளது என்பதைப் புரிந்துகொள்ளவே முடியாது. யார் மீதாவது

அல்லது எதன் மீதாவது அவருக்குப் பிடிப்பு உள்ளதா, கடவுள் நம்பிக்கை உண்டா என்று எதையுமே தெரிந்துகொள்ள முடியாது. தான் ஒரு துறவியாக இருப்பது ஏன் என்றே அவருக்கே தெரியாது. அதைப் பற்றி அவர் யோசிப்பதும் கிடையாது. எப்போது தலைமழிக்கப்பட்டது என்பதே அவர் நினைவிலிருந்து மறைந்துபோனது. என்னவோ அவர் பிறக்கும்போதே துறவியாகவே பிறந்தார் என்பதுபோலத்தான் இருந்தது.

"நாளை நான் புறப்படுகிறேன். கடவுளின் ஆசீர்வாதம் கிட்டட்டும்."

"உங்களிடம் நான் பேச விரும்பினேன். ஆனால், சந்தர்ப்பம் அமையாமலே போய்விட்டது" ஆயர் தன்மையாகச் சொன்னார் "இங்கே எனக்கு யாரையும் எதையும் தெரியாது."

"இருக்கட்டும். உங்களுக்கு விருப்பமென்றால் ஞாயிறு வரையிலும் தங்குகிறேன். ஆனால், அதற்கு மேல் முடியாது. எனக்கு எதுவுமே வேண்டாம்."

"என்ன மாதிரியான ஆயர் நான்?" இன்னும் மென்மையாகச் சொன்னார் "நான் ஒரு கிராமத்து மதகுருவாகவோ அல்லது மணி ஒலிப்பவனாகவோ இருந்திருக்க வேண்டும். அல்லது சாதாரண எளிய துறவியாக. இவை எல்லாமே எனக்குப் பெரும் அழுத்தத்தைத் தருகின்றன."

"என்ன சொல்கிறீர்கள்? ஆண்டவரே, எல்லாம் நல்லபடி யாகவே இருக்கும். இப்போது நீங்கள் தூங்குங்கள். எதையும் யோசிக்காதீர்கள். மறந்துவிடுங்கள். நன்றாகத் தூங்குங்கள்."

இரவு முழுக்க ஆயர் தூங்கவே இல்லை. காலையில் எட்டு மணி சுமாருக்கு அவருக்குக் குடலிலிருந்து ரத்தம் கசியத் தொடங்கியது. அவருடைய உதவியாளர் பயந்துபோய் முதலில் மடத்துத் தலைவரிடம் போய் சொல்லிவிட்டு நகரத்தில் வசித்திருந்த மடாலயத்தின் வைத்தியரான இவான் ஆன்ட்ரிச்சிடம் ஓடினார். வயதான, பருமனான, நரைத்த நீண்ட தாடியுடனிருந்த மருத்துவர் வெகுநேரம் ஆயரைப் பரிசோதித்தார். தலையை ஆட்டியபடியே சற்றே கோபத்துடன் சொன்னார் "ஆயரே, உங்களுக்கு டைபாய்டு காய்ச்சல் வந்திருக்கிறது."

ஒரு மணி நேரத்துக்குள்ளாகவே ரத்தப்போக்கின் காரணமாக உடல் மெலிந்துபோனார். அவருடைய முகம் வெளுத்து சுருங்கிப்போக, கண்கள் மட்டும் பெரிதாகத் தெரிந்தன. மூப்படைந்து சிறுத்தவராகத் தெரிந்தார். உடல் மெலிந்து பலவீனமுற்றிருப்பதை வேறெவரையும்விட முக்கியமற்றவராகிவிட்டதை நன்றாக உணர்ந்திருந்தார் ஆயர். இருந்தவை அனைத்துமே இப்போது எங்கோ வெகு தொலைவுக்குப் போய்விட்டது என்பதும், ஒருபோதும் அவை திரும்பாது என்றும், மேலும் அது நீடிக்காது என்பதும் அவருக்குத் தெரிந்திருந்தது.

'நல்லதுதான்' என்று எண்ணினார்.

வயதான அவருடைய அன்னை வந்துசேர்ந்தார். சுருங்கிப் போன முகத்தையும் வீங்கின கண்களையும் கண்டதும் பயந்துபோன அவர், படுக்கைக்கருகில் மண்டியிட்டு அவருடைய முகத்தையும் தோள்களையும் கைகளையும் முத்தமிட்டாள். உடல் மெலிந்து பலவீனமாகி யாரும் பொருட் படுத்தாத ஒருவராகிப்போனதை அவளும் உணர்ந்தாள். அவர் ஒரு ஆயர் என்பது இப்போது அவளுக்கு நினைவில்லை. தனக்கு மிக நெருக்கமான பிடித்தமான குழந்தையைப் போல அவரை முத்தமிட்டாள்.

"பாவ்லூசா, என் செல்லமே" என்றாள். "கண்ணே, குட்டி மகனே. உனக்கு என்ன ஆனது? பாவ்லூசா, சொல்லு."

முகம் வெளுத்து இறுக்கத்துடன் அருகில் நின்ற கத்யாவுக்கு என்ன நடக்கிறது என்றும், பாட்டியின் முகத்தில் ஏன் அத்தனை வேதனை என்பதும், அவள் ஏன் அத்தனை உணர்ச்சி ததும்பும் சோகமான வார்த்தைகளைச் சொல்கிறாள் என்றும் அவளுக்குப் புரியவில்லை. எதையுமே சொல்ல முடியாத நிலையில் இருந்த அவருக்கு எதுவுமே புரியவில்லை. இப்போது ஒரு எளிமையான சாதாரண மனிதராக வயல்வெளிகளினூடாகக் கைத்தடியைத் தட்டியபடி சந்தோஷத்துடனும் உற்சாகத்துடனும் நடந்துசெல்கிறார் அவர். அவரது தலைக்கு மேல் சூரிய ஒளி ததும்பும் அகன்ற வானம். ஒரு பறவையைப் போல வெகு சுதந்திரமாகத் தான் விரும்பும் இடத்துக்கு அவரால் பறந்துசெல்ல முடியும்.

"என் செல்லமே பாவ்லூசா, பதில் பேசு" என்றாள் அந்த முதியவள், "என்னாச்சு உனக்கு? கண்ணே."

"அவரை தொந்தரவு செய்ய வேண்டாம்" அறைக்குள் வந்த சிசோ சிலுவையிட்டபடியே சொன்னார், "அவர் கொஞ்சம் தூங்கட்டும். ஒன்றுமில்லை. மறந்துவிடுங்கள்."

மூன்று டாக்டர்கள் வந்தார்கள். ஆலோசித்தார்கள். போய்விட்டனர். அந்த நாள் வெகு நீண்டதாக, நம்ப முடியாத அளவுக்கு நீளமானதாக இருந்தது. பிறகு, இரவு கவிந்தது. நெடுநேரத்து அந்த இரவும் நீண்டிருந்தது. சனிக்கிழமை காலையில் உதவியாளர், வரவேற்பறையில் சோபாவின் மீது படுத்திருந்த முதியவளிடம் சென்று படுக்கையறைக்குச் செல்லும்படி கேட்டுக்கொண்டார். ஆயர் உலகத்துக்கு விடைகொடுத்திருந்தார்.

மறுதினம் ஈஸ்டர் திருநாள். நகரத்தில் மொத்தம் நாற்பத்தி யிரண்டு தேவாலயங்கள், ஆறு மடாலயங்கள் இருந்தன. காலையிலிருந்து ராத்திரிவரையிலும் கணகணக்கும் உற்சாகமான மணியொலி நகரமெங்கும் இளவேனிற்காலத்துக் காற்றை நிறைத்து ஒலித்திருந்தது. ஒருபோதும் அடங்கவில்லை. பறவைகள் பாடின. சூரியன் பிரகாசத்துடன் ஒளிர்ந்தான். சதுக்கத்தில் இருந்த பெரிய சந்தையில் அரவம் மிகுந்திருந்தது. ஓயாமல் அசைந்திருந்தன ஊஞ்சல்கள். ஆர்கன்களும் அகார்டியன்களும் ஒலித்திருக்க போதையுடன் கூடிய குரல்கள் முழங்கின. மதிய வேளையில் பிரதான சாலைகளில் வாகனங்களை ஓட்டிக்கொண்டிருந்தார்கள் மக்கள். சுருக்கமாக, முந்தைய ஆண்டில் இருந்ததைப் போலவே, வாய்ப்புகள் சரியாக அமையும்பட்சத்தில் அடுத்த வருடத்திலும் இருக்கப்போவதைப் போல, அனைத்துமே உற்சாகத்துடன் இருந்தன. நலமுடன் அமைந்திருந்தன.

ஒரு மாதத்துக்குப் பின்பு இணை ஆயர் ஒருவர் நியமிக்கப் பட்டார். ஆயராக இருந்த பியோதரைப் பற்றி ஒருவரும் நினைக்கவில்லை. செத்துப்போனவரின் அன்னையான அந்த முதியவள், கைவிடப்பட்ட சிறிய கிராமமொன்றில் ஆலயத்தில் பணியாளராக உள்ள தனது மருமகனுடன் இப்போது

வசிக்கிறாள். சாயங்காலத்தில் தன்னுடைய மாட்டை ஓட்டி வருவதற்காக மற்ற பெண்களுடன் புல்வெளிக்குச் சேர்ந்து போகும்போது தன்னுடைய குழந்தைகளைப் பற்றியும் பேரப்பிள்ளைகளைப் பற்றியும் சொல்லத் தொடங்குவாள். தன்னுடைய ஒரு மகன் ஆயராக இருந்தான் என்று சொன்னால் அவர்கள் யாரும் நம்ப மாட்டார்களோ என்ற அச்சத்துடன் தயங்கியபடியே அவள் சொல்வதுண்டு.

உண்மையில் அவள் சொல்வதை எல்லோருமே நம்பிவிட வில்லை.

The Bishop, April - 1902.

12
ஈஸ்டர் இரவு

கோல்த்வா நதிக்கரையில் படகுக்காகக் காத்திருந்தேன். பொதுவாக கோல்த்வா நதி அமைதியும் ஆழமும் கொண்டது. அடர்ந்த நாணல்களிடையே லேசாக ஒளிர்ந்திருப்பது. ஆனால், இப்போது நதி மொத்தமுமே என் முன்னால் விரிந்திருந்தது. ஊற்றுநீர் பெருகி இரு கரைகளையும் தழுவி எல்லாப் பக்கத்தையும் நீரால் நிறைத்திருந்தது. தோட்டங் களையும் வயல்களையும் சதுப்புநிலங்களையும் சூழ்ந்துநின்றது. அங்கங்கே பாப்லார் மரங்களும் புதர்களும் நீருக்கு மேலே இருட்டில் உறைந்திருக்கும் பாறைகளைப் போல தலைநீட்டி நின்றிருப்பதைப் பார்க்க முடிந்தது.

இதமான பருவநிலை. கும்மிருட்டு. ஆனாலும், மரங்களையும் நீரையும் ஆட்களையும் என்னால் பார்க்க முடிந்தது. வானமெங்கும் தைக்கப்பட்டிருந்த எண்ணற்ற நட்சத்திரங்கள் உலகை ஒளியூட்டியிருந்தன. இதற்கு முன்பு வானில் இத்தனை விண்மீன்களைக் கண்டதாய் எனக்கு நினைவில்லை. இடையில் விரல்நுனியைக்கூட வைக்க முடியாத நெருக்கம். விண்மீன்களில் சில வாத்து முட்டை அளவுக்குப் பெரியவை. சணல் விதைகளைப் போல சின்னஞ்சிறியதாய் சில. திருவிழாவில் அணிவகுக்கவென அவை அனைத்தும் சிறிதிலிருந்து பெரியதுவரை தூய்மையாய்ப் புத்தொளியுடன்

உற்சாகத்துடன் வானில் வந்து நின்று ஒளிவீசுகின்றன. நீரில் பிரதிபலிக்கிறது வானம். இருண்ட ஆழங்களில் நனைந்து மெல்லிய நீரலைகளில் நடுங்குகின்றன விண்மீன்கள். அசைவில்லாத வெதுவெதுப்பான காற்று. நதியின் மறு கரையில், ஊடுருவிப் பார்க்க முடியாத கனத்த இருட்டில், தொலைவில் அங்கங்கே பிரகாசமான செந்நிறத்துடன் அசைந்திருந்தது நெருப்பு.

இரண்டு அடிகளுக்கு அப்பால் உயரமான தொப்பியும் கனத்த, கணுக்கள் கொண்ட குச்சியும் வைத்திருந்த குடியானவன் ஒருவன் நிற்பதை இருட்டில் பார்த்தேன்.

"சிறிது நேரமாய்ப் படகு வரவே இல்லை" என்றேன்.

"வருகிற நேரம்தான்" இருட்டில் நின்ற உருவம் பதில்சொன்னது.

"நீங்களும் படகுக்காகத்தான் காத்திருக்கிறீர்களா?"

"இல்லை. நான் வெறுமனே..." என்றான் குடியானவன். "வான வேடிக்கைக்காகக் காத்திருக்கிறேன். நானும் போயிருப்பேன். ஆனால், உண்மையில் படகுக்குக் கொடுக்க என்னிடம் ஐந்து கொபேக்குகள் இல்லை."

"நான் உங்களுக்கு ஐந்து கொபேக்குகள் தருகிறேன்."

"வேண்டாம். உங்கள் உதவிக்கு நன்றி. அந்த ஐந்து கொபேக்குகளைக் கொண்டு மடாலயத்தில் எனக்காக ஒரு மெழுகுவர்த்தியை ஏற்றிவையுங்கள். அதுபோதும். நான் இங்கேயே இருக்கிறேன். தவறாக எடுத்துக்கொள்ளாதீர்கள், படகைக் காணவில்லையே. மூழ்கிப்போய்விட்டதா?"

குடியானவன் தண்ணீரில் கிடந்த கயிற்றைப் பற்றி இழுத்தபடி சத்தமெழுப்பினான் "யெரோனிம்".

அவனது உரத்த குரலுக்குப் பதில் சொல்வதுபோல மறுபக்கத்திலிருந்து மணியொலிக்கும் சத்தம் கேட்டது. அந்த மணியொலி கனமாகவும் தணிந்தும் பிடிலின் கெட்டியான கம்பியிலிருந்து அதிர்வதுபோலவும் ஒலித்தது. அடர்த்தியான அந்த இருட்டே உறுமுவதுபோல இருந்தது அந்தச் சத்தம். அதே நேரத்தில் வெடிச்சத்தம் கேட்டது. இருளினூடே பறந்து சென்ற வெடி எனக்குப் பின்னால் வெகுதொலைவில் சென்று

விழுந்தது. குடியானவன் தன் தொப்பியைக் கழற்றிவிட்டு சிலுவையிட்டுக்கொண்டான்.

"தேவன் எழுந்தருளிவிட்டார்" என்றார்.

ஆலயமணியின் முதல் ஒலியின் அலை காற்றில் அடங்கு வதற்குள்ளாக இரண்டாவது முறையும் மணி ஒலித்தது. உடனடியாகவே மூன்றாம் ஒலி. அதைத் தொடர்ந்து இருளில் இடைவிடாது அதிர்ந்தது மணியொலி. சிவந்த நெருப்பிலிருந்து வெளிச்சம் மேலெழுந்து அங்குமிங்குமாய் அசைந்து தொடர்ந்து தகதகத்தது.

"யெ..ரோனீ...ம்" அமுங்கிய குரலென்று கேட்டது.

"அந்தப் பக்கத்திலிருந்து அழைக்கிறார்கள்" என்றான் குடியானவன். "அப்படியென்றால் அந்தப் பக்கத்திலும் படகு இல்லை. யெரோனீம் தூங்கியிருப்பார்."

விளக்குகளின் ஒளியும் சிணுங்கும் மணிச்சத்தமும் மனதை ஈர்த்தன. மெல்ல நான் பொறுமையிழந்து எரிச்சலுற்றேன். ஆனால், கடைசியில் இருட்டுக்குள் உற்றுப் பார்த்தபோது மங்கலான ஒளியில் தூக்குமேடையைப் போன்ற ஒன்றைக் கண்டேன். வெகுநேரமாகக் காத்திருந்த படகுதான் அது. தெளிவற்ற அதன் உருவம் மெல்ல மெல்லத் துலங்கியது. ஆனாலும் அது ஒரே இடத்தில் நிற்பதைப் போல அல்லது மறுகரையை நோக்கிச் செல்வதைப் போல நினைக்கும்படியாக மிக மெதுவாக அசைந்து வந்தது.

"சீக்கிரமாக வா யெரோனிம். இங்கே ஒருவர் காத்திருக்கிறார்" சத்தமாய்க் குரல் கொடுத்தான் குடியானவன்.

கரையை நோக்கி நகர்ந்து வந்த படகு ஒரு பக்கமாய் சாய்ந்து சத்தத்துடன் நின்றது. படகில் அதன் கயிறைப் பற்றியபடி கூம்பு வடிவத் தொப்பியுடனும் துறவியைப் போல அங்கியுடனும் ஒருவர் நின்றிருந்தார்.

"ஏன் இத்தனை நேரம்?" கேட்டுக்கொண்டே படகில் தாவி ஏறினேன்.

"மன்னித்துக் கொள்ளுங்கள். வேறு யாராவது இருக்கிறார்களா?" யெரோனிம் பணிவுடன் கேட்டார்.

“வேறு யாருமில்லை.”

யெரோனிம் இரண்டு கைகளாலும் கயிற்றைப் பற்றிக்கொண்டு கேள்விக்குறியைப் போல வளைந்து முக்கிமுனகியபடி இழுத்தார். படகு சற்றே சத்தமெழுப்பி ஒரு பக்கமாய் சாய்ந்தபடி நகர்ந்தது. உயரமான தொப்பி அணிந்த அந்தக் குடியானவனின் உருவம் மெல்ல மெல்லப் பார்வையிலிருந்து மறைந்தது. படகு நகர்ந்துகொண்டிருந்தது. இப்போது யெரோனிம் நிமிர்ந்து ஒரு கையால் வேலை செய்யத் தொடங்கினார். இருவரும் அமைதியாக இப்போது சென்றடையவுள்ள கரையை பார்த்துக்கொண்டிருந்தோம். அங்கே குடியானவன் குறிப்பிட்டிருந்த அந்த ‘வானவேடிக்கை’ ஏற்கெனவே ஆரம்பித்திருந்தது. கரை அருகே நிலக்கரி பீப்பாய்களில் நெருப்பு எரிந்து கொண்டிருந்தது. நீரில் அவற்றின் பிரதிபலிப்புகள், உதித்தெழும் நிலவின் செம்மையைப் போல் அகன்ற கோடுகளாகி எங்களை நோக்கி நகர்ந்தன. எரியும் நிலக்கரி பீப்பாய்கள் தம்மிடமிருந்து கிளர்ந்த புகையின் மீதும், நெருப்பில் அசைந்த மனித உருவங்களின் மீதும் வெளிச்சத்தை இறைத்தன. ஆனால், அவற்றுக்குப் பின்னால் இனிமையான மணியொலி வந்த திசையிலும் பக்கவாட்டிலும் எதுவும் தெரியாத அடர்த்தியான இருட்டு. திடீரென அந்த இருட்டைக் கிழித்தபடி ஒரு ராக்கெட்டின் பொன்னிற நெருப்புக்கற்றை வானை நோக்கி பறந்துசென்று பின் வெடித்து தீப்பொறிகளாக உதிர்ந்தது. கரையிலிருந்து உற்சாகத்துடன் ஒரு குரல் எழுந்தது “பிரமாதம்.”

“மிகவும் அழகாக இருக்கிறது” என்றேன்.

“இது எத்தனை அழகாக இருக்கிறது என்று சொல்வது சாத்தியமில்லை” யெரோனிம் தயங்கினான். “அப்படியொரு இரவு இது. மற்ற நேரங்களில் ராக்கெட்டுகளை யாரும் கவனிப்பதில்லை. ஆனால், இந்த வேளையில் மிகச் சாதாரணமான விஷயங்கள்கூட நம்மை மகிழ்விக்கின்றன. எங்கிருந்து வருகிறீர்கள்?”

எங்கிருந்து வருகிறேன் என்பதைச் சொன்னேன்.

“அப்படியா. மகிழ்ச்சியான நாள் இது...” பலவீனமான, மூச்சுத் திணறுவதைப் போன்ற தவிப்புடன் உற்சாகம் தளும்பச்

சொன்னார் "சொர்க்கமும் பூமியும் பூமிக்குக் கீழுள்ள உலகுமே இப்போது மகிழ்ந்திருக்கிறது. சிருஷ்டி முழுமையுமே கொண்டாடுகிறது. ஆனாலும், எனக்கு நீங்கள் ஒன்றைத் தெளிவுபடுத்த வேண்டும், இத்தனை பெரிய மகிழ்ச்சிக்கு நடுவிலும்கூட மனிதனால் ஏன் தன்னுடைய துயரங்களை மறக்க முடிவதில்லை?"

பொழுதுபோகாது சும்மாயிருக்கும் துறவிகள் பெரிதும் விரும்பக்கூடிய ஆன்மிக உரையாடலுக்கான தொடக்கம் இந்த எதிர்பாராத கேள்வி என்று தெரிந்தது. ஆனால், அப்படி யொரு உரையாடலுக்கு நான் தயாராக இருக்கவில்லை.

"உங்களுக்கென்ன கவலை, சொல்லுங்கள்" என்றேன் வெறுமனே.

"எல்லோருக்கும் இருப்பதுபோன்ற சாதாரண மனக்கவலை தான். ஆனால், இன்றைக்குத் துயரம் தரும் குறிப்பிட்ட ஒரு சம்பவம் மடாலயத்தில் நடந்தது. வழிபாட்டின்போதே, பழைய ஏற்பாட்டை வாசிக்கும் நேரத்தில், மடத்தின் துறவி நிகோலாய் இறந்துவிட்டார்."

"அது கடவுளின் சித்தம்" துறவிகளுக்குரிய தொனியில் சொன்னேன். "நாம் எல்லோருமே சாகத்தான் போகிறோம். இதற்காக நீங்கள் சந்தோஷப்பட வேண்டும் என்றுதான் சொல்வேன். உயிர்த்தெழும் நாளன்றோ அல்லது அதற்கு முந்தின தினமோ செத்துப்போகிறவர்கள் நேரடியாக சொர்க்கத்தை அடைவார்கள் என்று சொல்வதுண்டு."

"அது என்னவோ அப்படித்தான்."

இருவரும் அமைதியானோம். நீண்ட தொப்பியுடனான குடியானவரின் மங்கலான உருவம் மறுகரையின் எல்லையுடன் சேர்ந்து மறைந்து போயிருந்தது. நெருப்புடனான பீப்பாய்கள் மேலும் மேலும் கொழுந்துவிட்டு எரிந்தன.

"துயரத்தின் மேன்மையையும் அவற்றுக்கான வினைகளையும் குறித்து புனித நூல்களில் தெளிவாகக் குறிப்பிடப்பட்டுள்ளன" யெரோனிம் மௌனத்தைக் கலைத்தார். "ஆனால், எது மனத்தைத் துயரப்படுத்துகிறது? அந்தத் துயரத்துக்கான காரணத்தைக் கவனிக்கவிடாமல் செய்வது எது? மிகுந்த வேதனையுடன் எது நம்மை அழவைக்கிறது?"

யெரோனிம் தோள்களைக் குலுக்கியபடி என்னிடம் திரும்பிப் பேசத் தொடங்கினார்.

"செத்துப்போனது நானாகவோ அல்லது இன்னொரு வராகவோ இருந்திருந்தால் அதைப் பற்றி யாரும் கவலைப் பட்டிருக்க மாட்டார்கள். ஆனால், இறந்துபோனது நிகோலாய். வேறு யாருமல்ல, நிகோலாய். இந்த உலகத்தில் அவர் இப்போது இல்லை என்பதையே என்னால் நம்ப முடியவில்லை. இதோ இந்தப் படகில் நின்றுகொண்டு எந்த நொடியிலும் கரையிலிருந்து அவரது குரல் ஒலிக்கும் என்று நினைத்துக்கொண்டே இருக்கிறேன். இரவு நேரங்களில் படகில் தனியாக இருக்கும்போது நான் பயந்துவிடக் கூடாது என்பதற்காக எப்போதும் அவர் கரைக்கு வந்து நின்று என்னை அழைப்பதுண்டு. இதற்காக அவர் நடு இரவில் படுக்கையிலிருந்து எழுந்து இங்கே வருவார். மிகவும் நல்ல இதயம் கொண்ட மனிதர். கருணையுள்ளவர். நிகோலாய் என்னிடம் காட்டிய அன்பைப் போல சில தாய்மார்கள் தங்கள் பிள்ளைகளிடம்கூட அன்பு காட்டியிருக்க மாட்டார்கள். அவரது ஆன்மா சாந்தியடையட்டும், கர்த்தரே."

யெரோனிம் கயிற்றைப் பற்றிக்கொண்டார். அதே நேரத்தில், என்னிடம் மீண்டும் திரும்பினார்.

"அவரது புத்தி மிக அபாரமானது, நண்பரே" இனிமையான குரலில் சொன்னார். "அவரது உரையை கேட்க மிக நன்றாக இருக்கும். 'என்னவொரு அன்பு? உங்கள் சொற்களில்தான் எத்தனை இனிமை?' என்று காலை வழிபாட்டின்போது பாடுவதுபோல மிகக் கச்சிதமாக இருக்கும். எல்லா நல்ல குணங்களுக்கும் மேலாக அவரிடம் இன்னொரு அபாரமான திறமை இருந்தது."

"என்ன திறமை?"

இவரிடம் ரகசியங்களை நம்பிச் சொல்லலாம் என்று உறுதிசெய்வதுபோல துறவி என்னை மேலும் கீழுமாகப் பார்த்துவிட்டு சிரித்தார்.

"புனித ஸ்தோத்திரங்களை அபாரமாக எழுதும் தேவனின் கொடை அவரிடம் இருந்தது. அதுவொரு அதிசயமன்றி வேறொன்றுமில்லை, நிச்சயமாய். அதைப் பற்றி விளக்கமாக

உங்களிடம் சொன்னால் நீங்கள் வியந்துபோவீர்கள். எங்களுடைய தலைமைத் துறவி மாஸ்கோவிலிருந்து வந்திருக்கிறார். இங்கிருக்கும் எமது பாதிரியாரோ கசன் இறையியல் பள்ளியில் கற்றுத் தேர்ந்தவர். இங்கே இன்னும் பல புத்திசாலித் துறவிகளும் மூத்தோர்களும் உள்ளனர். ஆனாலும், இவர்களில் ஒருவருக்குக்கூட புனித ஸ்தோத்திரங்களை எழுதத் தெரியாது. ஆனால், எந்தக் கல்விக்கூடத்திலும் படித்திராத, தோற்றத்திலும் எளிமையான, சாதாரணத் துறவியான நிகோலாய் ஸ்தோத்திரங்களை எழுதுகிறார். என்னவொரு அதிசயம். உண்மையிலேயே வியக்கத்தகுந்த அதிசயம்தான்."

படகின் கயிற்றை மறந்துவிட்டு யெரோனிம் தன் கைகளைத் தட்டியபடியே தொடர்ந்து உற்சாகத்துடன் பேசினார்.

"எங்கள் பாதிரியார் பிரசங்கத்தை எழுதவே சிரமப்படுவார். இந்த மடாலயத்தின் வரலாற்றை எழுதுகிற அவர் மற்ற இளைய துறவிகளையெல்லாம் கடுமையாக வேலை வாங்குகிறார். நகரத்துக்குப் பத்து முறை போய்விட்டு வருகிறார். ஆனால், நிகோலாய் புனித ஸ்தோத்திரங்களை எழுதுகிறார். புனித ஸ்தோத்திரங்கள். பிரசங்கமோ அல்லது வரலாறோ அதற்குப் பக்கத்தில்கூட நிற்க முடியாது."

"புனித ஸ்தோத்திரங்களை எழுதுவது அத்தனை கடினமானதா?"

"மிகவும் கடினமான வேலை அது" யெரோனிம் தனது தலையை ஆட்டினார், "கர்த்தரின் அருள் இல்லாதுபோனால் ஞானமோ புனிதத்துவமோ இங்கு வேலைக்கு ஆகாது. ஸ்தோத்திரங்கள் எழுதுவதற்கு எந்தப் புனிதரைப் பற்றி எழுதுகிறீர்களோ அவரது வாழ்க்கையைப் பற்றித் தெரிந்துகொண்டு, பிற ஸ்தோத்திரங்களில் உள்ளதுபோலவே எழுதினால் போதும் என்று இதைப் பற்றிப் புரிந்துகொள்ளாத துறவிகள் நினைக்கிறார்கள். ஆனால், அது உண்மையில்லை. புனித ஸ்தோத்திரங்களை எழுதுவதற்குக் குறிப்பிட்ட அந்தப் புனிதரின் வாழ்க்கையை முழுமையாக அறிந்துகொண்டிருக்க வேண்டும் என்பது சரிதான். அதேபோல எங்கிருந்து தொடங்க வேண்டும், எப்படி முடிக்க வேண்டும் என்று தெரிந்துகொள்ள ஏற்கெனவே எழுதப்பட்டிருக்கும் புனித

ஸ்தோத்திரங்களையும் பின்பற்ற வேண்டும். உதாரணத்துக்கு, கொந்தாகியன் ஸ்தோத்திரங்கள் அனைத்துமே 'வெற்றிமிக்க...' அல்லது 'கடவுளால் தேர்ந்தெடுக்கப்பட்ட...' என்றே தொடங்கும். ஐகோஸின் முதல் பாடல் எப்போதும் தேவதைகளுடனே தொடங்கும். உங்களுக்கு ஆர்வம் இருப்பின் சொல்கிறேன், மிகவும் இனிமையான கர்த்தர் எனும் புனித ஸ்தோத்திரம் 'தேவதைகளை சிருஷ்டித்த புனிதர்களின் தந்தை' என்றே துவங்குகிறது. ஆண்டவரின் புனித அன்னை எனும் புனித ஸ்தோத்திரம் 'சொர்க்கத்திலிருந்து தேவதை ஒருத்தி அனுப்பிவைக்கப்பட்டார்...' என்று ஆரம்பிக்கிறது. அதேபோல அற்புதரான புனித நிகோலஸின் ஸ்தோத்திரம் 'தோற்றத்தில் தேவதையாகவும் குணத்தில் எளிமையானவராகவும்...' என்று தொடங்குகிறது. அதில் எப்போதும் ஆரம்பத்தில் தேவதையொருத்தி இருப்பாள். இதுபோல பிற ஸ்தோத்திரங்களைப் பின்பற்றி எழுதுவது முக்கியம்தான். ஆனால், ஒரு புனித ஸ்தோத்திரத்தின் முக்கியத்துவம் எழுதப்படுகிற வாழ்க்கையிலோ பிற வற்றுடனான தொடர்பிலோ அல்ல. அதன் சொல்முறையின் அழகிலும் இனிமையிலும்தான் இருக்கிறது. இவை அனைத்துமே கச்சிதமாகவும் சுருக்கமாகவும் முழுமையாகவும் இருக்க வேண்டும். ஒவ்வொரு சிறிய வரியும்கூட மென்மையாகவும் கனிவுடனும் அமைய வேண்டும். தவறான பொருத்தமற்ற ஒரு சொல்லும்கூட எந்தவொரு பாடலிலும் வந்துவிடக் கூடாது. பிரார்த்திப்பவர்கள் உள்ளத்தால் உணர்ந்து கண்ணீர்விட்டு, கிடுகிடுத்து மனம் தெளிந்திருக்கும்படியாக அது எழுதப்பட்டிருக்க வேண்டும். ஆண்டவரின் அன்னை என்ற ஸ்தோத்திரத்தில் 'மனிதர்களின் அறிவால் எட்ட முடியாத உயரத்தைத் தொட்டு அனுபவி. தேவதைகளின் கண்களுக்கும் எட்டாத ஆழத்தை அனுபவி' என்று சொல்லப்பட்டுள்ளது. அதே ஸ்தோத்திரத்தில் இன்னொரு இடத்தில் 'விசுவாசமானவர்கள் ருசிக்கும் பிரகாசமான கனிகொண்ட மரத்தை அனுபவி. பலரும் நிழல்தேடி அண்டும் இலையடர்ந்த மரத்தை அனுபவி' என்று சொல்லப்பட்டுள்ளது."

எதையோ கண்டு பயந்தவராக அல்லது தர்மசங்கடம் அடைந்தவராக தன் முகத்தை கையால் மூடியபடி தலையை ஆட்டினார் யெரோனிம்.

"பிரகாசமான கனிகொண்ட மரம்... இனிய நிழல் தரும் மரம்..." என்று முணுமுணுத்தார் "எப்பேர்ப்பட்ட சொற்கள் அவருக்கு வாய்க்கின்றன. ஆண்டவர் அவருக்கு அப்படியொரு கொடையை அளித்திருக்கிறார். சுருக்கமான ஒரு பாடலின் கண்ணியில் அத்தனை அர்த்தங்களையும் வார்த்தைகளையும் அவர் கோக்கிறார். அவை அனைத்துமே அத்தனை ஒழுங்குடன் கச்சிதமாய் அமைந்துவிடுகின்றன. மிகவும் இனிமையான ஆண்டவர் என்கிற ஸ்தோத்திரத்தில் 'எவர்க்கும் ஒளிதரும் விளக்கு...' என்று சொல்கிறார். நம்முடைய பேச்சிலோ புத்தகங்களிலோ அவ்வாறான ஒரு சொல்லே கிடையாது. என்றாலும், அவர் தன் மூளையில் அதை யோசித்து கண்டுபிடித்து எழுதுகிறார். மென்மைக்கும் இனிமைக்கும் அப்பால் எல்லா சிறிய வரிகளுமே அனைத்து விதத்திலும் அலங்கரிக்கப்பட்டிருக்க வேண்டும். அதில் மலர்கள் பூத்திருக்க வேண்டும், மின்னலும் காற்றும் சூரியனும் இன்னும் கண்ணில் காணும் உலகத்தின் யாவுமே அமைந்திருக்க வேண்டும். காதில் ஒலிக்கும்போது இதமாகவும் எளிமையாகவும் இருக்கும்படி எல்லா உணர்வுகளையும் கோர்த்திருக்க வேண்டும். அற்புதரான நிகோலஸ் எனும் ஸ்தோத்திரத்தில் 'சொர்க்கத்தில் மலரும் மலரை, அனுபவி' என்று சொல்லப்பட்டிருக்கிறது. வெறுமனே 'சொர்க்கத்தின் மலர்' என்ற சொல்லி நிறுத்தாமல் 'சொர்க்கத்தில் மலரும் மலர்' என்று சொல்கிறார். காதுக்கு அது இனிமையாகவும் இதமாகவும் ஒலிக்கிறது. அதுபோலத்தான் மிகச் சரியாக எழுதுவார் நிகோலாய். அப்படியேதான். அவர் எப்படி எழுது கிறார் என்று என்னால் உங்களுக்கு விளக்க முடியவில்லை."

"அப்படியென்றால் அவர் செத்துப்போனது சோகமானது தான்" என்றேன்.

"அதெல்லாம் இருக்கட்டும். நாம் புறப்படலாம். ஏற்கெனவே தாமதமாகிவிட்டது."

சுதாரித்துக்கொண்ட யெரோனிம் கயிறைப் பற்றினார். கரையில் மணிகள் ஒலித்தன. நெருப்பு பீப்பாய்களுக்கு அப்பாலிருந்த இருண்ட பகுதி மொத்தத்திலும் ஒளிச்சரங்கள் அசைந்தன. மடத்தைச் சுற்றிவரும் ஊர்வலம் ஏற்கெனவே தொடங்கியிருக்கக்கூடும்.

"நிகோலாய் தான் எழுதிய புனித ஸ்தோத்திரங்களைப் பதிப்பித்திருக்கிறாரா?" யெரோனிமிடம் கேட்டேன்.

"அவர் எங்கே கொண்டுபோய் அதைப் பதிப்பிப்பது?" தயங்கினார், "அவற்றைப் பதிப்பிப்பதும் விநோதமாகவே இருக்கும். ஏன் என்று கேட்டால் மடாலயத்தில் யாருக்கும் அவற்றின் மேல் ஆர்வமில்லை. யாருக்கும் பிடிக்கவில்லை. நிகோலாய் அதை எழுதுகிறார் என்று எல்லோருக்கும் தெரியும். ஆனால், யாரும் அதை பொருட்படுத்தவில்லை. இப்போதெல்லாம் புதிதாக எழுதப்படுவனவற்றை யாரும் மதிப்பதில்லை."

"எல்லோரும் அவரைப் புறக்கணித்தார்களா?"

"ஆமாம். அப்படித்தான். நிகோலாய் வயது முதிர்ந்தவராக இருந்திருந்தால் இளம் துறவிகள் ஆர்வம் கொண்டிருக்கக்கூடும். ஆனால், அவருக்கு வயது நாற்பதுகூட இல்லை. சிலர் அவரைப் பார்த்து கேலி செய்தார்கள். இன்னும் சிலர் அவருடைய எழுத்தைப் பாவமாகக்கூட கருதினார்கள்."

"பிறகு ஏன் அவர் எழுதினார்?"

"அவருடைய சந்தோஷத்துக்காகவே எழுதினார். இளம் துறவிகளில் நான் ஒருவன்தான் அவருடைய ஸ்தோத்திரங்களை வாசித்தேன். யாரும் பார்க்காத சமயங்களில் நான் அவரிடம் சென்று வாசிப்பேன். எனக்கு ஆர்வம் இருக்கிறது என்பதை எண்ணி அவர் மகிழ்ந்தார். என்னைத் தழுவி தலையைத் தட்டிக்கொடுத்து சின்னக் குழந்தையிடம் பேசுவதுபோல என்னிடம் மிகவும் அன்புடன் பேசுவார். கதவை சாத்திவிட்டு என்னருகில் அமர்ந்து வாசிக்கத் தொடங்குவார்..."

படகின் கயிறை விட்டுவிட்டு என்னிடம் வந்தார் யெரோனிம்.

"அவரும் நானும் நண்பர்களைப் போலவே பழகினோம்" ஒளிரும் கண்களுடன் என்னைப் பார்த்து அவர் கிசுகிசுத்தார், "அவர் செல்லும் இடங்களுக்கெல்லாம் நானும் போனேன். அங்கே நான் இல்லாதுபோன சமயங்களில் அவர் வருந்தினார். அவருடைய ஸ்தோத்திரங்களைப் படித்து நான் கண்ணீர்விட்டேன் என்பதால் பிற எல்லோரையும்விட என்னை அவர் மிகவும் விரும்பினார். நினைவில்

வைத்துக்கொள்ளுமளவு என்னை அவரது பாடல் உருக்கியது. இப்போது நான் அனாதையைப் போல அல்லது ஒரு கைம்பெண்ணைப் போல உணர்கிறேன். எங்கள் மடாலயத்தில் உள்ளவர்கள் எல்லோரும் நல்லவர்கள், கனிவானவர்கள், இறைபக்தி மிக்கவர்கள். ஆனால், அங்குள்ள எவரிடமும் இதமான உணர்வோ அல்லது கனிவோ கிடையாது. அவர்கள் எல்லோரும் கீழான மனிதர்களைப் போன்றவர்கள். உரக்கப் பேசுபவர்கள். நடக்கும்போது கால்களைத் தரையில் ஓசையெழ மிதிப்பவர்கள். இருமுபவர்கள். ஆனால், நிகோலாய் எப்போதுமே அமைதியாகவும் இதமாகவும் பேசுவார். யாரேனும் ஒருவர் தூங்குவதையோ அல்லது பிரார்த்திப்பதையோ காண நேர்ந்தால் சிறிய ஈயைப் போலவோ அல்லது கொசுவைப் போலவோ கடந்துபோய்விடுவார். அவருடைய முகம் எப்போதுமே கனிவும் கருணையுமே தென்படும்."

பெருமூச்சுவிட்ட யெரேனிம் கயிறைப் பற்றினார். கரையை நெருங்கியிருந்தோம். நதியின் இருளிலிருந்தும் அமைதியிலிருந்தும் வெளியேறி மூச்சுத் திணறவைக்கும் புகை மண்டிய, ஒளி உமிழும் விளக்குகளைக் கொண்ட, கொந்தளிப்புடனான வசீகரமிக்க உலகத்துக்கு மெல்ல மிதந்து சென்றோம். நெருப்பு பீப்பாய்களின் அருகே ஆட்கள் நகர்ந்து போவதைப் பார்க்க முடிந்தது. நெருப்புக் கொழுந்து அவர்களது சிவந்த முகங்களையும் உருவங்களையும் விநோதமான அற்புதம்கூடிய முகபாவத்துடன் காட்டியது. தலைகளுக்கும் முகங்களுக்கும் நடுவே அவ்வப்போது குதிரைகளின் முகவாய்களும் தாமிரத்தால் செய்யப்பட்டவை போன்று அசைவேதுமின்றித் தென்பட்டன.

"ஈஸ்டருக்கான பூசையைத் தொடங்கவுள்ளனர்" யெரோனிம் சொன்னார், "நிகோலாய் இங்கில்லை என்பதால் அதை புரிந்து அனுபவிக்க யாருமில்லை. இந்தவொரு பூசையின்போது பாடப்படும் ஸ்தோத்திரங்களைவிட வேறெதுவும் இனிமையானதில்லை அவருக்கு. இதன் ஒவ்வொரு சொல்லையும் அவர் ஆழ்ந்து அனுபவிப்பார். அங்கே இருப்பீர்களில்லையா நீங்கள். அவர்கள் பாடும்போது அதன் ஒவ்வொரு சொல்லையும் கேட்டு அனுபவியுங்கள். உங்களை மெய்மறக்கச் செய்யும்."

"நீங்கள் ஆலயத்துக்கு வர மாட்டீர்களா?"

"என்னால் முடியாது. ஆட்களை அக்கரைக்குக் கொண்டு போக வேண்டும்."

"யாரும் வந்து உங்களை விடுவிக்க மாட்டார்களா?"

"தெரியாது. எட்டு மணியிலிருந்து ஒன்பது மணிக்குள் என்னை யாராவது வந்து விடுவித்திருக்க வேண்டும். ஆனால், நீங்களே பார்க்கிறீர்களே, யாரும் வரவில்லை. உண்மையில், நான் இப்போது ஆலயத்தில் இருக்கவே விரும்புகிறேன்."

"நீங்கள் துறவியா?"

"ஆமாம். ஆனால், புதிதாக வந்திருப்பவன்."

படகு கரையைத் தொட்டு நின்றது. யெரோனிமிடம் படகு சவாரிக்காக ஐந்து கொபேக்குகளைக் கொடுத்துவிட்டு கரையில் குதித்தேன். உடனடியாக, ஒரு பையனும் தூக்கக் கலக்கத்துடன் ஒரு பெண்ணும் இருந்த வண்டி படகுக் கரையில் வந்து நின்றது. வெளிச்சம் பட்டதால் சற்றே துலக்கமாகத் தெரிந்த யெரோனிம் கயிறில் சாய்ந்து உடலை வளைத்து படகைத் தள்ளினார்.

சகதியினூடாகச் சிறிது தூரம் நடந்து சென்ற நான் அதன் பிறகு புதிதாக அமைக்கப்பட்ட மென்மையான பாதையில் நடக்க வேண்டியிருந்தது. அந்தப் பாதையானது புகைமூட்டத்துக்கு நடுவில் ஒழுங்கற்று நெரிசலுடன் திரிந்த கூட்டத்தினூடே கட்டிவைக்கப்படாத குதிரைகள், வண்டிகளைக் கடந்து மடாலயத்தின் இருண்ட குகைபோன்ற வாயிலுக்கு இட்டுச்சென்றது. சலசலப்பும் சிரிப்பும் பேச்சுச் சத்தமும் நிறைந்த அந்த இடத்தின் மேல் சிவப்பு வெளிச்சமும் அலையலையாய் புகையின் நிழல்களும் கவிந்திருந்தன. மெய்யான குழப்பம். இத்தனை சச்சரவுகளுக்கும் நடுவே அந்த சிறிய பீரங்கி வண்டியில் ரொட்டிகளை விற்க ஏற்பாடு செய்திருந்தார்கள்.

சுவருக்கு மறுபக்கத்திலும், ஆலயத்தின் தோட்டத்திலும் குழப்படிக்கு ஒன்றும் குறைவில்லை. ஆனால், அங்கே நிகழ்ச்சிகளுக்கான ஒழுங்குகளைக் கடைப்பிடிக்க வேண்டி

யிருந்தது. வாசனைத் தண்டுகளும் ஊதுபத்தியும் மணந்தன. உரத்த குரலில் பேசிக்கொண்டிருந்தனர். ஆனால், சிரிப்போ குறட்டையொலியோ இல்லை. பிரார்த்தனைக்கான புனித ரொட்டிகளுடனும் சுமைகளுடனும் இருந்த ஆட்கள் ஆலயத்தின் கல்லறைகளையும் சிலுவைகளையும் சுற்றிக் கூடியிருந்தனர். தங்களுக்காகப் புனித ரொட்டிகள் ஆசிர்வதிக்கப்பட வேண்டும் என்ற ஆசையுடன் தொலை தூரத்திலிருந்து வந்திருந்த பலரும் இப்போது களைத்திருந்தனர். நுழைவாயிலிலிருந்து ஆலயத்தின் வாசலுக்குச் செல்லும் பாதையில் போடப்பட்டிருந்த இரும்புப் பலகைகளின் மீது புதிய துறவிகள் பலரும் தங்களது சத்தமெழுப்பும் காலணிகளுடன் துறுதுறுப்பாக ஓடிக்கொண்டிருந்தனர். ஆலயமணி இருந்த கோபுரத்திலும் கூச்சல் குழப்பம்.

“என்னவொரு கொண்டாட்டமான இரவு இது. பிரமாதம்” என்று நினைத்தேன்.

இரவின் இந்த இருளில் தொடங்கி இரும்புப் பாதையிலும் இடுகாட்டின் சிலுவைகளிலும் ஆட்கள் குழுமி சலசலத்திருக்கும் மரங்களிலும் முடிகிற இந்த ஓய்வின்மையும் தூக்கமின்மையையும் எல்லோருமே காண விரும்புவார்கள். ஆனால், ஆலயத்தில் இருந்ததைப் போன்ற குதூகலத்தையும் பரபரப்பையும் வேறெங்கும் பார்க்க இயலவில்லை. நுழைவாயிலில் உள்ளே செல்பவர்களுக்கும் வெளியேறுபர்களுக்கும் இடையே பெரும் தள்ளுமுள்ளு. சிலர் உள்ளே சென்றனர். வேறு சிலர் வெளியே வந்தார்கள். இன்னும் கொஞ்ச நேரம் உள்ளே இருந்துவிட்டு வர வேண்டி உடனடியாக மீண்டும் போனார்கள். எதையோ தேடுவதுபோல ஆட்கள் ஒரு இடத்திலிருந்து இன்னொரு இடத்துக்குப் போய் வந்து கொண்டிருந்தார்கள். நுழைவாயிலில் ஆரம்பித்த அந்த நெரிசல் அலையானது ஆலயம் மொத்தத்திலும் பரவி முன்வரிசையில் நின்றிருந்த திடமான பருத்த ஆட்களையும்கூட அசைத்தது. பிரார்த்தனையில் கவனம் செலுத்துவதைப் பற்றி யோசிக்கவே முடியவில்லை. பிரார்த்தனைகள் இல்லை ஆனால், கூச்சமில்லாமல் இடிப்பதும், தள்ளுவது போன்ற செய்கைகளின் மூலமாக, கட்டற்று வெளிப்படுத்திக் கொள்வதற்குக் காரணங்களைத் தேடும் அபரிமிதமான, குழந்தைத்தனமிக்க தன்னிச்சையான குதூகலமுமே அங்கு நிறைந்திருந்தது.

உயிர்த்தெழுதலுக்கான பிரார்த்தனையின்போதும் அவ்வாறான கட்டுக்கடங்காத நெரிசலைத் துலக்கமாகப் பார்க்க முடிந்தது. பிரார்த்தனை பீடங்களின் அனைத்துக் கதவுகளும் விரியத் திறந்து வைக்கப்பட்டிருந்தன. பெரிய மெழுகுவர்த்தித் தாங்கியைச் சுற்றிலும் மணக்கும் அடர்ந்த புகைமேகங்கள் மிதந்திருந்தன. எங்கு பார்த்தாலும் ஒளிவெள்ளம். படபடக்கும் சுடர்களுடன் மெழுகுவர்த்திகள். பிரார்த்தனையின்போது புனித நூல்கள் வாசிக்கப்படவில்லை. இறுதிவரையிலும் உற்சாகமும் சந்தோஷமுமான பாடல்களே ஒலித்துக்கொண்டிருந்தன. பூசையின் ஒவ்வொரு நியமம் முடிந்ததும் மடாலயத்தின் தலைமைத் துறவி அங்கியை மாற்றிக்கொண்டு ஆலயத்தை நறும்புகையால் நிரப்ப வெளியே வந்தார். ஒவ்வொரு பத்து நிமிடத்துக்கு ஒருமுறை இது திரும்பத் திரும்ப நிகழ்ந்தது.

முன்பக்கத்திலிருந்து ஆரம்பித்த நெரிசல் அலை என்னை பின்னால் தள்ளியதில் நான் வேறொரு இடத்துக்கு நகர்த்தப் பட்டேன். எனக்கு முன்னால் உயரமான, வலுவான துணை குருமார் ஒருவர் நீண்ட சிவப்பு மெழுகுவர்த்தியுடன் இருந்தார். அவருக்குப் பின்னால் நரைமுடியுடனான திருச்சபைத் தலைவர் பொன்னிறத் தொப்பி அணிந்துகொண்டு தூபக் கலசத்துடன் விரைந்தார். பார்வையிலிருந்து அவர்கள் மறைந்ததும் கூட்டம் மறுபடி என்னைத் தள்ளி பழைய இடத்தில் சேர்த்தது. பத்து நிமிடத்துக்குள்ளாகவே மீண்டும் கூட்டம் முன்னும்பின்னுமாகத் தள்ளியபோது திருச்சபைத் தலைவர் மறுபடியும் தோன்றினார். மடாலயத்தின் சரித்திரத்தை எழுதுவதாக யெரோனிம் சொன்ன பாதிரியார் இப்போது அவரைத் தொடர்ந்து வந்தார்.

கூட்டத்தில் ஒருவனாகக் கலந்து நின்று அங்கிருந்த சூழலின் சந்தோஷமான பரவசத்தை உணர்ந்தபோது யெரோனிமை நினைத்து தாங்க முடியாத வேதனை ஏற்பட்டது. அவரை ஏன் விடுவிக்கவில்லை? அவரைவிடவும் தகுதி குறைந்த, அவ்வளவாய் ஆர்வமில்லாத ஒருவர் ஏன் படகோட்டும் வேலையை எடுத்துக்கொண்டிருக்கக் கூடாது?

"ஓ, வானுலகே எம்மீது உம் திருப்பார்வையைச் செலுத்துவாயாக, மேற்கிலிருந்தும் வடக்கிலிருந்தும்

சமுத்திரத்திலிருந்தும் கிழக்கிலிருந்துமாய் ஒளியின் ஆண்டவரான உம் வெளிச்சத்தை இங்கு கூடியிருக்கும் உம் குழந்தைகளின் மேல் பொலிவீராக..." சேர்ந்திசை ஒலித்துக்கொண்டிருந்தது.

அனைவரது முகங்களையும் பார்த்தேன். அவை அனைத்துமே கொண்டாட்டத்தின் வெளிப்பாடுகளுடன் இருந்தன. ஆனால், ஒருவர்கூட என்ன பாடுகிறார்கள் என்பதைக் கவனிக்கவோ தெரிந்துகொள்ளவோ முயலவில்லை. யாரும் 'மெய் மறந்திருக்க'வில்லை. அவர்கள் ஏன் யெரோனிமைப் படகோட்டும் பணியிலிருந்து விடுவிக்கவில்லை? எங்கோ சுவரோரமாக பணிவுடன் நின்றுகொண்டு முன்னால் குனிந்து புனித ஸ்தோத்திரத்தின் அழகை ஆர்வத்துடன் ரசித்துக்கொண்டிருக்கும் யெரோனிமை என்னால் கற்பனை செய்ய முடிந்தது. என்னருகே நிற்கும் இத்தனை பேரும் காதில் வாங்காமல் கடந்துபோகும் பாடலை அவர் தனது புனிதமான ஆன்மாவைக் கொண்டு ஆர்வத்துடன் பருகுவார். பரவசத்தின் உச்சத்தை அடையும் மட்டும் அனுபவிப்பார். மூச்சு நின்றுபோகும் நிமிடம் வரையிலும் அதைப் பருகுவார். அவரைவிடவும் ஆனந்தமான இன்னொரு மனிதன் இந்த ஆலயத்தில் எங்குமே இருக்க முடியாது. ஆனால், அவரோ இன்று இந்த இடத்தில் செத்துப்போன தனது இளம் துறவிக்காக, நண்பருக்காக மனம் வருந்தியபடி இருண்ட நதியின் அக்கரைக்கும் இக்கரைக்குமாகப் படகோட்டிக் கொண்டிருக்கிறார்.

பின்னாலிருந்து கூட்டம் என்னைத் தள்ளியது. பருத்த ஒரு துறவி புன்னகையுடன் ஜெபமாலையை உருட்டியபடியே திரும்பிப் பார்த்துக்கொண்டு என்னைக் கடந்து ஓரமாக நகர்ந்து, தொப்பியும் வெல்வெட் மேலங்கியும் அணிந்த ஒரு பெண்மணிக்கு வழிசெய்து கொடுத்தார். அந்தப் பெண்மணிக்குப் பின்னாலேயே மடாலயத்தின் சேவகன் ஒருவன் தலைக்கு மேலாக நாற்காலியைத் தூக்கிக்கொண்டு வந்தான்.

ஆலயத்திலிருந்து வெளியே வந்தேன். இறந்துபோன நிகோலாயை, புனித ஸ்தோத்திரங்களை எழுதியவரைப் பார்க்க விரும்பினேன். சுவரையொட்டி துறவிகளின் பீடங்கள்

வரிசையாக இருந்த கல்லறைத் தோட்டத்தின் வேலியோரமாக நடந்துசென்று, ஜன்னல்களின் ஊடாக எட்டிப்பார்த்து, எதையும் பார்க்க முடியாமல் திரும்பிவிட்டேன். இப்போது நிகோலாயைப் பார்க்காததற்காக நான் வருந்தவில்லை. அதுவும்கூட நல்லதுதான். ஒருவேளை அவரை நான் இப்போது பார்த்திருந்தால் எனக்குள் நான் வரைந்திருக்கும் அந்த உருவத்தை இழந்திருக்கக்கூடும். கருணை மிகுந்த கவியுள்ளம் கொண்ட இந்த மனிதரை, நள்ளிரவில் நதிக்கரைக்கு வந்து யெரோனிமுக்காகக் குரல்கொடுப்பவரை, பூக்களையும் விண்மீன்களையும் சூரிய ஒளிக் கதிர்களையும் கொண்டு தனது புனித ஸ்தோத்திரங்களை அலங்கரித்தவரை, பிறரால் புரிந்துகொள்ளப்படாமல் தனித்திருந்தவரை எனக்குள் நான் ஒரு பணிவுமிக்க, மென்மைமிக்க, சற்றே துயரார்ந்த சாயல்களுடன் கற்பனை செய்து வைத்திருக்கிறேன். அவரது கண்களில் புத்திக்கூர்மையுடன் சேர்ந்து கனிவும் ஒளிர்ந்திருக்கிறது. அவரால் எழுதப்பட்ட புனித ஸ்தோத்திரங்களை யெரோனிமின் குரலில் நான் கேட்டபோது எனக்குள் உணர்ந்த, எப்போதும் தணிந்திடாத குழந்தைத்தனமான பெருமகிழ்ச்சியும் அதில் மிளிர்ந்திருக்கிறது.

புனித வழிபாடு முடிந்து ஆலயத்திலிருந்து வெளியே வந்தபோது இரவு முடிந்திருந்தது. விடிகாலைப் பொழுது. நட்சத்திரங்கள் ஒளி மங்கி வானம் சாம்பலும் நீலமுமான வண்ணத்தில் சோர்வுடனிருந்தது. இரும்புப் பட்டைகள், கல்லறைகள், மரங்களில் இருந்த மலர் மொக்குகள் யாவும் பனியால் மூடப்பட்டிருந்தன. காற்றில் புத்துணர்வை உணர முடிந்தது. இரவில் கண்ட நடமாட்டங்கள் எதுவுமே இப்போது கல்லறைத் தோட்டத்துக்கு வெளியே இருக்கவில்லை. குதிரைகளும் ஆட்களும் களைத்து தூக்கக் கலக்கத்துடன் எங்கும் நகராமல் இருந்தனர். நெருப்புப் பீப்பாய்களில் இப்போது கருத்த சாம்பல் மட்டுமே மிஞ்சியிருந்தது. மனிதன் களைத்துத் தூங்க விரும்பும்போது இயற்கையும் அதே நிலையில்தான் உள்ளதென்று நினைக்கிறான். மரங்களும் இளம் புற்களும்கூட தூங்குவதுபோலத்தான் எனக்குத் தெரிந்தது. ஆலய மணிகளும்கூட நேற்றிரவில் ஒலித்ததைப் போல உற்சாகத்துடனும் உரக்கவும் ஒலிக்கவில்லை இப்போது. அந்தப் பரபரப்பு முடிந்துபோய் பரவசத்தின்

முடிவில் இப்போது எஞ்சியிருப்பதெல்லாம் இனிமையான சோர்வும் தூங்குவதற்கும் கதகதப்புக்குமான ஆசையுமே.

நதியை இப்போது அதன் இரு கரைகளுடன் பார்க்க முடிந்தது. அதன்மீது இங்குமங்குமாய் பனிமூட்டம் கவிந்திருந்தது. நீரிலிருந்து குளிரும் அதன் தீவிரமும் மேலெழுந்தன. படகில் நான் ஏறியபோது ஏற்கெனவே அதில் ஒரு குதிரை வண்டியும் ஆண்களும் பெண்களுமாய் இருபது பேரும் இருந்தனர். நனைந்துபோன படகின் கயிறு அகன்ற அந்த நதியினூடே அங்கங்கே வெண்பனியால் மூடப்பட்டுக் கிடந்தது.

"கர்த்தர் உயிர்த்தெழுந்துவிட்டார். வேறு யாராவது இருக்கிறீர் களா?" அமைதியான குரல் ஒலித்தது.

யெரோனிமின் குரலை அடையாளம் கண்டுகொண்டேன். இப்போது இரவின் இருட்டு அந்தத் துறவியைப் பார்ப்பதைத் தடை செய்யவில்லை. உயரமான, குறுகிய தோள்களையுடைய நாற்பத்தி ஐந்து வயது மதிக்கத்தக்க மனிதர் அவர். வட்ட முகம். பாதி மூடிய சோர்வடைந்த கண்கள். ஒழுங்கற்ற கூர்முனை கொண்ட தாடி. மிகுந்த சோகத்துடன் களைத்துக் காணப்பட்டார் அவர்.

"உங்களை அவர்கள் இன்னுமா விடுவிக்கவில்லை?" வியப்புடன் கேட்டேன்.

"என்னையா?" குளிர்ந்த பனியால் மூடப்பட்ட தன் முகத்தை என்னிடம் திருப்பி புன்னகைத்தபடியே கேட்டார். "இனி காலைவரைக்கும் என்னை விடுவிக்க யாரும் வர மாட்டார்கள். அவர்கள் எல்லோரும் தலைமைத் துறவியின் இல்லத்துக்கு விரதத்தை முடிக்கச் சென்றிருப்பார்கள்."

அவரும், தேன் குடுவைகளைப் போன்றிருந்த சிவப்பு தொப்பியணிந்த ஒரு குடியானவனும் கயிறில் சாய்ந்து முக்கியபடி தள்ள படகு நகர்ந்தது.

சோம்பலுடன் மேலெழும் மூடுபனியைக் கலைத்தபடி நாங்கள் மிதந்து சென்றோம். எல்லோருமே மௌனமாக இருந்தார்கள். யெரோனிம் ஒரு கையால் இயந்திரத்தனமாகப் படகைச் செலுத்திக்கொண்டிருந்தார். வெகுநேரத்துக்கு அவர் தனது சோர்வான மந்தமான கண்களால் எங்களைப்

பார்த்துக்கொண்டிருந்தார். பிறகு, படகில் தன்னைத் தழுவிய மூடுபனியை அமைதியாகக் கலைத்தபடி என்னருகில் நின்ற இளம் வியாபாரியின் மனைவியுடைய கருத்த புருவத்துடனான சிவந்த முகத்தின் மேல் அவர் தனது பார்வையை திருப்பினார். நதியைக் கடக்கும்வரையிலும் தன் கண்களை அவர் அவளது முகத்திலிருந்து திருப்பவே இல்லை.

நெடுநேரமாய் நீண்டிருந்த இந்தப் பார்வையில் சிறிதளவும் வேறு நோக்கம் தென்படவில்லை. யெரோனிம் மறைந்த தனது நண்பரின் மென்மையான கனிவான குணாம்சங்களை அந்தப் பெண்ணின் முகத்தில் தேடுவது போல இருந்தது.

Easter Night, April - 1886.